विलक्षण बारकाव्यांनी मनाचं विश्लेषण करणाऱ्या वेधक कथा.

एका परिसाची कथा

मिलिंद जोशी

AA000759

मेहता पब्लिशिंग हाऊस

Eka Parisachi Katha by MILIND JOSHI
एका परिसाची कथा : मिलिंद जोशी / कथासंग्रह

© मिलिंद जोशी

९०४, सनड्यू, रहेजा विहार, चांदिवली फार्म रोड, अंधेरी (पू.),
मुंबई - ४०००५२.
E-mail: milindganeshjoshi@gmail.com

प्रकाशक : सुनील अनिल मेहता, मेहता पब्लिशिंग हाऊस,
१९४१, सदाशिव पेठ, माडीवाले कॉलनी, पुणे - ४११ ०३०.

अक्षरजुळणी : स्पिरिट इन्फोटेक, पुणे.

प्रथमावृत्ती : जून, २०११

मुखपृष्ठ : चंद्रमोहन कुलकर्णी

ISBN 978-81-8498-244-2

माझे पहिले प्रकाशित लिखाण बघून,
जिच्या डोळयातून अश्रूंची धार लागली होती,
त्या माझ्या ती. आईच्या स्मृतीस अर्पण

अनुक्रम

एका परिसाची कथा

एक

कोकणात एक कथा खूप प्रसिद्ध आहे. 'एका परिसाची कथा' परिस कसा सापडला आणि परत कसा हरवला याची. गणा महार, त्याची बायको रखमा आणि त्यांचं मूल सोनू यांची. गावी ही कथा एवढ्या वेळा सांगितली जाते की, कोकणातल्या लोकांच्या मनात ती अगदी खोलवर जाऊन रुजली आहे. परतपरत सांगितल्या जाणाऱ्या लोककथा, ज्या लोकांच्या मनात अगदी खोलवर रुजलेल्या असतात, एकतर चांगल्या आणि स्वच्छ किंवा वाईट, अनाचारी आणि काळ्या असतात. पण याच्या अधल्या मधल्या नसतात. अधल्यामधल्या लोककथा एवढ्या खोलवर रुजत नाहीत.

या कथेला बोधकथा म्हणायचं की नाही म्हणायचं, हा ज्याचा त्याचा प्रश्न आहे. पण ती कथा सांगणारा आणि ऐकणारा दोघंही आपापल्या परीनं अन्वयार्थ काढत राहतात आणि आपापल्या आयुष्याचं प्रतिबिंबही त्यात शोधण्याचा प्रयत्न करत राहतात.

तर गावाकडे असं म्हणतात की...

गणाला जाग आली, त्या वेळेला जवळजवळ अंधारच होता. अजूनही आकाशात तारे चमचमत होते. पूर्वेला डोंगरांच्या कडांना आकाशातला काळोख हलकेच निवळत होता. कोंबडं आरवायला लागून काही वेळ झाला होता आणि गावातली कुत्री रात्रभर ओरडून–ओरडून कुठंकुठं मुटकुळी करून पडली होती. बुद्धवाड्यात माडाच्या झावळ्यांनी शाकारलेल्या झोपडीबाहेरच्या आंब्याच्या सर्वात खालच्या फांदीवर बसून दयाळाचं आख्खं कुटुंब भूपाळ्या आळवत होतं.

गणानं डोळे किलकिले केले. दरवाजाच्या फटी प्रकाशमान होत होत्या. गणानं

तिकडं नजर टाकली आणि मग पाळण्यात झोपलेल्या सोनूकडं. त्यानंतर त्याची नजर वळली, शेजारी झोपलेल्या बायकोकडं, रखमाकडं. रखमानं तिची गोधडी नाकापर्यंत ओढून घेतली होती अन् डोळे उघडेच होते. असं कधीच घडलं नव्हतं की, गणाला जाग यावी नि रखमाचे डोळे बंद असावेत. नवऱ्याच्या बरोबरीनं रखमापण जागी झालेली असायचीच.

खाडीला भरती चढत होती. बांधावर येऊन आपटणाऱ्या लाटांचा आवाज गणानं डोळे बंद करून स्तब्धपणे ऐकला. त्याला ते संगीत ऐकायला नेहमीच आवडायचं. वाडीतल्या बाकीच्या लोकांना ते संगीत आवडायचं की नाही कुणास ठाऊक, पण गणाला मात्र ते आवडायचंच. एक काळ होता ज्या वेळेला गणाचे आणि त्या वाडीतल्या लोकांचे आजे-पणजे मोठे कलाकार होते, कवनं करण्यात पटाईत होते. आधीच्या पिढीनं पुढच्या पिढीला देत देत ही सारी कवनं, गाणी आजपर्यंत जिवंत राहिली होती, गणाला ती पाठ होती. याचा अर्थ नवीन गाणी जन्मच घेत नव्हती, असं नाही, पण त्यांना अभिव्यक्ती नव्हती. आत्ताही गणाच्या डोक्यात गाणं घोळत होतं आणि तो ते अभिव्यक्त करू शकला असता तर त्यानं त्याला आपलं प्रेमगीत असंच नाव बहुतेक दिलं असतं.

गणानंही त्याची गोधडी नाकापर्यंत ओढून घेतली होती; थंड, दमट हवेपासून ऊब मिळावी म्हणून. गणाच्या शेजारी झोपलेली रखमा फारसा आवाज न करताच उठली. गणाची तंद्री भंग होऊ नये यासाठी तिनं घेतलेली काळजी नेहमीप्रमाणेच गणाच्या लक्षात आल्यावाचून राहिली नाही. रोजच्या सारखी आधी उठून ती पाळण्याजवळ गेली आणि प्रेमाचे दोन शब्द बोलून तिनं सोनूच्या अंगावरचं सारखं केलं. माडाच्या झावळ्यांचे लहानलहान तुकडे घालून तिनं चूल पेटवली.

पाठोपाठ गणा उठला आणि झोपडीच्या बाहेर येऊन दोन पायांवर उकिडवा बसला. पश्चिमेकडनं समुद्राच्या बाजूनं छोटेछोटे पांढरे ढग आकाशात उठत होते. काळ्या-पांढऱ्या रंगाचं एक कुत्रं गणाच्या जवळ आलं. त्याचा वास घेऊन, स्वत:च्याच मांडीजवळ खराखरा चाटून, गोलगोल फिरून खाली बसलं. गणाच्या मागच्या बाजूला झोपडीत रखमानं चुलीखालचा जाळ चांगलाच पेटवला होता. कुडाच्या भिंतींच्या फटीफटीतून त्याचा लालपिवळा प्रकाश बाहेर आला होता. दरवाजातून बाहेर आलेल्या जाळाच्या प्रकाशानं जमिनीवर नाचणारा पिवळा चौकोन काढला होता. रात्रीच्या प्रकाशात उडणारे छोटेछोटे किडे दरवाजातला प्रकाश बघून आत शिरत होते. चुलीवर चहाचं आधण ठेवलं गेलं. गणाचं प्रेमगीत आता झोपडीतून बाहेर येत होतं आणि साथीला वाद्य होतं, दळणाऱ्या जात्याचं. काल संध्याकाळी आणलेली नाचणी रखमा सकाळच्या भाकरीसाठी दळून घेत होती.

सकाळ आता झर्रकन वर आली. पूर्वेकडचं आकाश लाल झालं, तेजस्वी झालं आणि निवळलं. पाठोपाठ प्रकाशाच्या राशीच्या राशी फेकत सूर्य बाहेर आला, अगदी

झर्रकन. सूर्याचे किरण खाडीवर पडले आणि सगळीकडे चमचमाट झाला. ते प्रतिबिंब सहन न होऊन गणानं डोळ्यांवर आडवा हात धरला. आतमध्ये रखमानं भाकऱ्या थापल्याचा आणि मग तव्यावर टाकल्याचा आवाज येत होता. जमिनीवरनं चाललेल्या लाल हुमल्यांची पळापळ बघत गणा स्वस्थ बसला. हे सगळंच रोजचं होतं. तरीही आजची सकाळ अगदी वेगळी होती.

रखमानं पाळण्यातनं सोनूला बाहेर काढलं आणि झोपडीच्या बाहेर आणून तिनं त्याला ओल्या फडक्यानं स्वच्छ केलं. मग त्याच्याच दुपट्याचा छोटासा झोका करून त्यात त्याला ठेवलं आणि तो झोका स्वत:च्या गळ्यात अडकवला. गणाच्या पाठीमागं चाललेली रखमाची ही सारी कामं, त्याला अगदी स्वच्छ दिसत होती. रखमा तोंडानं जुनं कवन गुणगुणत होती. त्याच्या ध्रुवपदाला तीन ओळी होत्या आणि ती परतपरत त्याच म्हणत होती. त्या ओळींचा अर्थ होता 'हे छत्र, ही ऊब, हेच सारं काही....'

आजूबाजूच्या झोपड्यांमधनंही धूर वर येत होता. वस्तीतल्या इतर बायकापण गाणी गुणगुणत होत्या, पण ती इतर गाणी होती. रखमाची गाणी पारंपरिक होती, वेगळी होती. कारण रखमा, रखमा होती आणि गणाची बायको होती. गणा तरुण होता, मजबूत पिळदार बांध्याचा होता. त्याचे केस कुरळे आणि रापलेल्या काळ्या कपाळाच्या वरती दाटीवाटीनं उभे होते. गणाचे डोळे प्रेमळ होतेच, पण त्यात चमक होती, तारुण्याचा अंगारपण होता.

गणानं बसल्या जागी अंगावरची गोधडी बाजूला केली. समोरच्या झोपडीजवळ दोन कोंबडे पंख फडफडावून एकमेकांवर तुटून पडत होते. मिनिटभर गणानं त्यांची मारामारी बघितली आणि तेवढ्यात त्याचं लक्ष समुद्राच्या दिशेनं उडत जाणाऱ्या पांढऱ्या बगळ्यांच्या थव्याकडे गेलं. जगाचा दिवस सुरू झाला होता. गणा उठून झोपडीत गेला.

तपेलीभर पाण्यानं चूळ भरून, तोंड धुवून गणानं गरमगरम नाचणीची भाकरी ताटलीत ओढून घेतली. नाचणीची भाकरी, तिखट अन् भाताची पेज खाऊन गणाची न्याहारी झाली. तेवढ्या वेळात रखमानं सोनूला पाळण्यात झोपवलं अन् वेणी घालून गणाच्या पाठोपाठ तिनंही न्याहारी करून घेतली. न्याहारी संपल्यावर गणानं समाधानानं ढेकर दिला. तिच्यातला आणि त्याच्यातला तेवढाच संवाद, रोजचाच. सगळंच एवढं साचेबद्ध होतं की, बोलणार तरी काय? आणि आवश्यकताच काय?

कोवळी उन्हं एव्हाना वर आली होती. कुडाच्या भिंतींतून आणि, झावळ्याच्या छपरांतून उन्हाचे मंद कवडसे झोपडीत आले होते. एक कवडसा सोनूच्या पाळण्याच्या दोरीवर पडला होता आणि त्या प्रकाशात गणाला दोरीवर विशिष्ट हालचाल दिसली. गणा आणि रखमा दोघंही निश्चल होऊन ती हालचाल बघत होते. छपरापासून आलेल्या दोरीवरनं एक विंचू सावकाश खालच्या दिशेनं वाटचाल करत होता. त्याची

नांगी मागं होती, पण कुठल्याही क्षणी ती नांगी झपकन गोल वळून दंश करू शकत होती.

रखमाचा श्वास थांबला. गणानं आवंढा गिळला. पाळण्यात बाळ जागंच होतं. क्षणात गणा ताठ झाला. डोळ्यांत राग उभारला. गणाच्या डोक्यात शत्रुत्वाचं गाणं, अनाचारी वृत्तीचं गाणं घोळायला लागलं. त्या गाण्याच्या मागं लांब पार्श्वभूमीवर रडत होतं, त्याचं प्रेमगीत. रखमा मनातल्या मनात देवाचा धावा करत होती. विंचवाची चाल सोनूच्याच दिशेनं होती. कुठचाही आवाज, धडपड न होऊ देता, वेगात, सफाईनं गणा पुढे झाला आणि पाळण्याजवळ सरकला. पाळण्यात पोर जागंच होतं. पुढं येणाऱ्या बापाला बघून ते आनंदलं, पण बिचाऱ्याला कल्पनाच नव्हती की, साक्षात यम दोरीवरनं त्याच्याकडे सरकत होता. बापाला बघून सोनूनं हालचाल केली आणि त्यानं उचलून घ्यावं म्हणून हात वर केले. पापणी लवण्याचाच अवकाश होता. गणानं विंचवाला डाव्या हाताच्या फटक्यानं उडवलं पण त्यापूर्वीच विंचवानं डाव साधला होता. विद्युतवेगानं त्याच्या नांगीनं सोनूच्या हाताला डसलं.

गणाच्या फटक्यानं विंचू पाळण्याच्या पलीकडे फेकला गेला. गणानं चपलेचे फटके मार मारून विंचवाचा लगदा केला, पण इकडं सोनूनं आक्रोश केला. रखमाच्या तोंडातूनही किंकाळी बाहेर पडली आणि आकांतानं ती पाळण्याकडे धावली. तिनं सोनूला उचलून घेतलं. दंश बोटाला झाला होता. रखमानं स्वत:च्या तोंडानी दंश झालेल्या जागेतून रक्त ओढलं आणि बाहेर थुंकलं. ती बराच वेळ असं करत राहिली. बाळ अजूनही आक्रोश करत होतं.

सोनूचा आक्रोश आणि रखमाची किंकाळी ऐकून शेजारीपाजारी आपापल्या झोपड्यांतून धावत आले. चार झोपड्या सोडून गणाचा भाऊ नाथा राहत होता. नाथा अन् नाथाची लठ्ठ बायको फुला धावत आले. पाठोपाठ त्यांची चार मुलंही आली. दरवाजाच्या बाहेर गर्दी जमली. मागचे लोक टाचा ताणताणून काय झालंय, ते पाहू बघत होते.

पुढच्यांकडून मागेपर्यंत लाटेसारखी बातमी पोहचली, ''सोनूक विंचवान चावल्यान.''

रखमानं आता तोंडानं रक्त ओढायचं थांबवलं होतं. दंश झालेल्या ठिकाणी छोटंसं भोक दिसत होतं. त्याभोवतीची मऊ त्वचा पांढरी झाली होती. बाकीच्या बोटाला सूज आली होती. रखमा सोनूला शांत करायचा प्रयत्न करत होती.

कोकणात विंचवांना काय कमी? विंचवाचा दंश या सगळ्या लोकांना चांगलाच माहितीचा होता. मोठ्या माणसाचं एक वेळ ठीक आहे, पण लहान मूल विंचवाच्या विषाच्या पुढे काय जिवंत राहणार? आधी सूज, मग ताप, मग उलट्या, मग घुसमटायला होणं आणि मग मृत्यूच. विष जर रक्तात पूर्ण भिनलं तर मग सोनू जगणं अशक्य. पण सोनूचा हात दुखायचा कमी होत होता. सोनूचा आक्रोश कमी होऊन तो मुसमुसत होता. रखमानं तोंडानं रक्त ओढल्याचा चांगला परिणाम दिसायला लागला होता.

गणा कित्येकवेळा रखमाबद्दल आश्चर्य करायचा.

'कोणत्या मुशीतून ही बाई तयार झालीये?'

ती दिसायला जेवढी आकर्षक होती तेवढीच कष्टाळू होती. सुस्वभावी होती, शांत डोक्यानं विचार करणारी होती, आज्ञाधारक होती, खरंच सर्वार्थानं चांगली होती.

सोनूच्या पुढे तर रखमाला जग उणं होतं आणि आता तर रखमानं कमालच केली होती.

"पयला जावन अस्साच डाकतराक घ्येवन येवा." तिनं गणाकडे बघून म्हटलं.

बाहेरच्या गर्दीत चुळबूळ झाली. लाटेसारखेच परत शब्द बाहेर गेले.

"रकमा डाकतराक बोलवा म्हनता हा."

'डॉक्टरला इकडे आणायचं? ही गोष्ट फारच लक्षणीय आहे. असं झालं तर फारच उत्तम.'

आजपर्यंत बुद्धवाड्यात डॉक्टर कधीच आलेला नव्हता. येईल तरी कशाला? चिरेबंदी वाड्यांमध्ये आणि सिमेंटच्या जंगलात राहणारे पेशंटच त्यांच्याने उरकत नव्हते. शिवाय तिकडे कमाईपण भरपूर होती.

"डाकतर हकडं येऊचो नाय." बाहेरच्यांनी दरवाजातल्यांना सांगितलं.

"डाकतर नाय येऊचो हकडं." दरवाजातल्यांनी आतल्यांना सांगितलं.

"श्या: डाकतर खयचो हकडं येनार?" गणानं रखमाला सांगितलं.

रखमानं गणाकडे नजर टाकली, सिंहिणीची नजर. त्या नजरेत निर्धार होता, निश्चयी नजर. गणाच्या डोक्यात त्याचं प्रेमगीत तरळून गेलं, हळूच, खूप मागे.

"त मगे आमीच चला जावया डाकतराहाडी."

रखमानं सोनूला दुपट्यात गुंडाळून उचललं आणि ती उठून उभी राहिली. खोलीतल्यांनी दरवाजातल्यांना ढकललं, दरवाजातल्यांनी बाहेरच्यांना आणि मागंपुढं होत लोकांनी गणाला आणि रखमाला रस्ता करून दिला. बाहेर पडून त्यांनी लाल धुळीची वाट पकडली, गावाकडे जाणारी. शेजारीपाजारीदेखील निघाले.

हा तर शेजारधर्माचा प्रश्न होता. साऱ्या वस्तीवरच जणू संकट आलं होतं. दबक्या पावलांनी प्रत्येक जण त्या मिरवणुकीत सामील झाला होता. पुढं रखमा अन् गणा, त्यांच्या पाठोपाठ नाथा अन् फुला, त्या पाठोपाठ वस्तीतली बाकीची माणसं. लहानलहान मुलं आणि कुत्री सगळ्या ओळींमधून लुटूलुटू मागंपुढं धावत होती. सूर्य वरती आला होता, पण उन्हाचा चटका जाणवायला अजून बराच अवकाश असल्याचं सांगत होता.

वाडी मागं पडली. घाटी चढून माणसं वर आली. मग चालू झाली चिरेबंदी आणि सिमेंटच्या बंगल्यांची रांग. लाल आणि पांढऱ्या रंगात रंगवलेले बंगले, त्यांच्या बाहेरच्या हिरव्यागार बागा आणि कंपाउंडच्या भिंतींवर चढून आलेले बोगनविलियाचे वेल, त्यांची लाल, जांभळी फुलं, विहिरी, विहिरींवरची रहाटं आणि खळाळतं पाणी.

झपाझप पावलं टाकत सारा जथ्था निघाला होता. रस्त्यातले लोक विस्मयानं ही

मिरवणूक बघत होते. चौकशी करणाऱ्यांना खासगी आवाजात विंचवाची कथा सांगितली जायची.

बघेपण अनाहूतपणे खासगीत सल्ले द्यायचे— 'निरगुडीच्या पाल्यानं इंचू उतारता.' किंवा 'डाकतराक काय खाक कळता?' किंवा 'कुणकेश्वराचो गुरव मायती हा? कसलापण विख उतरावता.'

जसजशी पुढे जात होती तसतशी मिरवणूक मोठी होत होती.

गावात स्टँडपाशी रेंगाळणारे, पानाच्या गादीशी थांबणारे, किराणा मालाच्या दुकानाच्या कट्ट्यावर दात कोरत बसणारे रिकामटेकडे खूप होते. गावातली सगळी प्रकरणं, सगळ्या उचापती, सगळ्या घडामोडींची बित्तंबातमी यांच्याकडे असायची. त्याच्यावर हे लोक याच्याशी त्याच्याशी तासन्तास बोलत बसायचे. हे झालेलं बोलणं तिसऱ्याला तासन्तास सांगत बसायचे. गावातल्या डॉक्टरला हे लोक चांगले ओळखून होते. डॉक्टरचं अज्ञान, त्याच्या चुका, त्याचा लोभीपणा, त्याच्या चुकांनी झालेले मृत्यू, त्याची लफडी, त्याचं विलासी जीवन सारंसारं त्यांना माहिती होतं आणि म्हणूनच दोन-चार रिकामटेकडेही मिरवणुकीत सामील झाले; पुढं काय होतं ते बघण्यासाठी, आठ–दहा दिवस चर्चेला खाद्य आणण्यासाठी.

तडफदार मिरवणूक डॉक्टरच्या बंगल्याजवळ येऊन ठेपली. बंगल्याचं गेट बंद होतं. मोठ्ठं लोखंडी नक्षीदार गेट, लोखंडी नक्षीतून आत फुललेली बाग, मधली पुष्कर्णी, त्याभोवती लावलेली गुलाबाची रोपं आणि आतला उन्मत्त बंगला दिसत होता.

गणानं एक जळजळीत कटाक्ष बंगल्याकडे टाकला. डॉक्टरबद्दल त्याला कुठलाही भरवसा वाटत नव्हता.

'हेच ते लोक ज्यांनी मागचे तीन-चार हजार वर्षं आमच्या पाठीवर आसुडाचे फटके ओढले. आम्हाला कधी वरतीच येऊ दिलं नाही यांनी अन् कायम यांच्या पायाशी यायलाच लावलं.'

चिडीनं गणाचे दात ओठांवर दाबले गेले. डॉक्टरशी बोलण्यापेक्षा त्याला मारून टाकणं सोपं काम होतं.

'या लोकांनी आम्हाला जनावरासारखंच वागवलंय.'

सोनू अजूनही मुसमुसत होता. रखमा त्याला शांत करत होती. गणानं लोखंडी गेट खडखडावलं.

दोन मिनिटांनी एक नोकर गेटजवळ आला.

"रे डाकतर असत? माझ्या झीलाक विंचवान चावल्यान." गणानं नोकराला विचारलं.

"दोन मिनिटं उभा रहा. मी आत चौकशी करून येतो." नोकरानं खाशा मराठीत उत्तर दिलं.

मिरवणुकीनं गेटजवळ गर्दी केली होती.

डॉक्टरसाहेब नुकतेच झोपेतून उठले होते. अंगावर नाईट सूट अजूनही तसाच होता. चहाचे घुटके घेत डॉक्टर वर्तमानपत्र वाचत बसले होते. तोंडात विलायती सिगारेट होती.

खोलीचे पडदे किमती आणि गडद रंगाचे होते. भिंतीवर दोन-तीन धार्मिक तसबिरी आणि त्याशेजारी डॉक्टरांच्या मेलेल्या बायकोची तसबीर होती. त्या तसबिरीला चंदनाचा हार घातलेला होता.

डॉक्टर काही वर्षं फ्रान्समध्ये राहिलेले होते. 'ते खरं समाज जीवन,' डॉक्टरांनी पॅरिसच्या रात्री चांगल्याच रंगवल्या होत्या आणि म्हणूनच त्यांना ते 'खरं' समाज-जीवन वाटायचं आणि ते साहजिकच होतं!

गेट उघडणारा नोकर खोलीत आला आणि अदबीनं उभा राहिला.

"काय रे?"

"बाहेर एक माणूस आलाय, बुद्धवाड्यातला. त्याच्या मुलाला विंचवानं चावलंय म्हणतो."

नोकरानं अदबीनं माहिती पुरवली. डॉक्टरनं सिगारेटचा खोल झुरका घेतला आणि राग मनातल्या मनात दाबला.

"मला काय दुसरी कामं नाहीत? यांच्या पोरांना काय किडा-मुंगी चावलं, ते मी बघत बसायचं?"

"बरोबर आहे."

"त्याच्याकडे पैसे तरी आहेत काय? आम्ही सगळ्या तालुक्याचा ठेकाच घेतलाय ना लोकांना फुकट तपासायचा आणि फुकट औषधं द्यायचा? जा, त्याच्याकडे पैसे आहेत का, ते बघ आधी."

नोकर परत गेटपाशी आला. सारी गर्दी अधीर झाली होती.

या वेळेस मात्र नोकर कोकणीत बोलला, "डाकतराक देऊक पैशे हत रे तुमच्यापाशी?"

गणा अन् रखमा मेटाकुटीला आले होते.

"डाकतराक सांग किती पैशे ते सांगशात तर मी असोच जावन घ्येवन येतंय लगीच. पन त्याला गाराना घाल. माज्या झीलाक पयला बग म्हनूचा."

नोकर परत आत गेला आणि या वेळेस मात्र लगेचच परत आला.

"डॉक्टर साहेब नाहीयेत. तातडीनं कुठंतरी व्हिजिटला गेलेत."

एवढंच कसनुसं बोलून, अपराधी भावनेनं नोकर लगेच आत गेला.

धिक्काराची एक अलगद लाट मिरवणुकीतून उठली. मिरवणूक पांगली, रिकामटेकडे मोटार स्टँडच्या दिशेनं गेले. शेजारीपाजारी त्यांच्या नजरेतला धिक्कार गणारखमाला दिसू नये, म्हणून माना खालती घालून मागच्या मागं कटले.

बराच वेळ गणा गेटच्या बाहेर तसाच उभा राहिला. रखमा त्याच्या शेजारी. लांब

कुठेतरी बैल ढेकल्याचा आवाज आला. गणाची मूठ घट्ट वळली अन् लोखंडी गेटवर त्यानं जोरदार ठोसा लगावला. गणाच्या बोटांमधून भळाभळा रक्त वाहायला लागलं. अश्रू तराळल्या डोळ्यांनी त्यानं आणि रखमानं वाहणाऱ्या रक्ताकडे बघितलं. नकळत त्याचा सारा जीवनपट त्याच्या समोर उभा राहिला.

दोन

गणाचा जन्म दक्षिण कोकणातल्या एका छोट्याशा खेड्यात झाला होता. गावाचं नाव खापरली. दक्षिण कोकणातल्या कुठल्याही खेड्यासारखीच खापरलीपण सुंदर होती. शिवाय खापरलीच्या दारातल्या भव्य खाडीनं तिला नयनरम्य बनवलं होतं. खापरलीच्या पूर्वेला लांब डोंगररांगांमध्ये कुठंतरी एक छोटासा धबधबा होता अन् त्यातनं फुटलेल्या नदीची खापरलीला पोहचेपोहचेपर्यंत मोठ्ठी खाडी झाली होती. खाडी तशीच पुढे मावळतीकडे जाऊन दोन-तीन मैलांवरच्या समुद्राला मिळाली होती. त्यामुळे समुद्राच्या बरोबरीनंच खाडीलापण भरती आणि ओहोटी होती.

खाडी पूर्ण भरल्यानंतर तिची भव्यता छाती दडपवून टाकायची. खाडीतल्या जुव्यांवरची लव्हाळी, छोटीछोटी झाडं सारं काही खाऱ्या पाण्यात बुडून जायचं. समुद्रातून आत आलेले मासे पाण्याच्या वरती उड्या मारत राहायचे. पांढऱ्याशुभ्र बगळ्यांना नक्की कुठं उभं राहून शिकार साधावी, कळायचं नाही. त्यामुळे दमछाक होईपर्यंत ते या बांधापासून पलीकडच्या बांधापर्यंत उडत राहायचे. ओहोटीतसुद्धा खाडी तितकीच मनोहारी दिसायची. पाणी खूप निघून जायचं. जुवी उघडी पडायची. खाडीच्या काठाकाठानं जुव्यांवरती उगवून आलेली तिवर, कांदळ, चिपी, हुऱ्याची झाडं उघड्यावर यायची. त्यांच्या लांबलांब मुळांनी त्यांना उंच तोलून धरलेलं दिसायचं. लव्हाळ्यांच्यामधनं पाणी जाऊन राखाडी काळ्या चिखलातनं लहानलहान खेकडे, कुर्ले आणि इतर कीटक लगबगीनं हिंडताना दिसायचे. वेगवेगळ्या जातीचे लांब चोचींचे पक्षी दबकत जाऊन हे कीटक पकडायचे. सरत्या पाण्यात अनंत जातींचे बगळे समाधी लावून उभे राहायचे आणि एखादा मासा टप्प्यात आला की, पापणी लवायच्या आत त्यांची चोच पाण्यातनं त्याला वर काढायची.

समुद्राच्या बाजूनं खाडी मध्य ठेवून जर कुणी बघितलं असतं, तर लहान मुलं डोंगराचं आणि नदीचं चित्र काढतात, जवळपास तस्संच चित्र दिसलं असतं या साऱ्या खोऱ्याचं. खाडीच्या दोन्ही अंगांना शेतकऱ्यांनी आपापल्या जमिनीच्या शेवटाला बांध बांधून खाडीला तिच्या मर्यादा आखून दिल्या होत्या. दगडी बांध, मातीचे बांध, उंच बांध, बुटके बांध. बांधांच्या आतमध्ये ओळीनं लावलेले उंच माड, वाऱ्याबरोबर झुलत राहणारे. हिरव्या लांब पानांच्या या माडांच्या झावळ्या म्हणजे खाडीच्या दोन्ही बाजूंची पताकांची तोरणंच वाटायची. माडांच्या बरोबरीनं उभी होती पोफळीची अन् भेंडाची

झाडं, माडांच्या धाकट्या बहिणी असल्यासारखी. या माडा–पोफळींच्या मागं असलेली भात, नाचणी अन् घरगुती भाज्यांची छोटीछोटी शेतं, जेमतेम एक हाकभरच रूंदीची.

शेतांनंतर पुन्हा थोड्या उंचावर वस्त्या, घरं, झोपड्या, गोठे अन् मांगर. या घराझोपड्यांच्या पाठीमागनं वर चढत गेलेले डोंगर, गर्द हिरवी शाल घेतलेले. मोठ्या शेतकऱ्यांनी या डोंगरांवरची जंगलं तोडून यात आंबे अन् काजू लावले होते, अगदी खेटूनखेटून, उत्पन्नाची गणितं मांडून. खाडीच्या दक्षिणेकडे— खापरलीच्या बाजूला आणि उत्तरेकडे, दोन्हीकडे अगदी अस्संच चित्र होतं, एकानं दुसऱ्याची नक्कल केल्यासारखं.

सकाळीसकाळी पूर्वेकडनं खापरलीवर आणि एकूणच या साऱ्या प्रदेशावर सूर्याची पहिली किरणं इतर जगाच्या शेवटीच यायची. कारण पूर्वेला सह्याद्रीच्या दक्षिणोत्तर असणाऱ्या काळ्या कुळकुळीत रांगा जणू सूर्याला वरती येऊच द्यायच्या नाहीत. परंतु संध्याकाळी मात्र सूर्य, कोकणातल्या या साऱ्या वाड्यावस्त्यांच्या मालकीचा असायचा, अगदी अनिर्बंध. त्यामुळे संध्याकाळच्या उन्हात कोकणातल्या माडा-पोफळींना, आंब्याच्या, काजूच्या झाडांना, जंगलांना, प्राण्यांना, पक्ष्यांना, कीटकांना अन् साऱ्या वातावरणालाच जणू उत्साहाचं उधाण यायचं. समुद्रावरनं येणारा संध्याकाळचा वारा साऱ्या माडा-पोफळीमधनं वाहत भरारत राहायचा.

गणाचा जन्म अगदी गरीब घरातला. अर्थात बुद्धवाड्यात कोण श्रीमंत होतं? सगळीकडे अठरा विश्व दारिद्र्य अन् अडाणीपणा. गणाचे वडील चिऱ्याच्या खाणीत काम करायचे. चिरा म्हणजे खास कोकणचा लाल जांभा दगड. कोकणातली घरं एकतर चिऱ्यात तरी बांधलेली दिसतील किंवा मातीत तरी आणि अगदी गरिबांची घरं मात्र... गरिबांची कसली आलीयेत घरं, त्यांच्या झोपड्या— कुडाच्या भिंतींच्या अन् झावळ्यांची छपरं असलेल्या.

गणाच्या वस्तीतली, बुद्धवाड्यातली सगळी घरं अशीच होती. याच झोपडीत गणा लहानाचा मोठा झाला होता. गणा, गणाचा थोरला भाऊ नाथा अन् एक बहीण सुंदरा. आई-बाप कामावर गेले की, तीनही पोरं वस्तीतल्या इतर नागड्याउघड्या पोरांबरोबर खेळत राहायची, संध्याकाळी आई-बाप परत येईपर्यंत.

बुद्धवाड्यातल्या पोरांना शाळेत जायचा अधिकारच नव्हता. थोरामोठ्यांची मुलं पाटी, दप्तर घेऊन शाळेत जायची. त्यांचा जायचायायचा रस्ता यांच्या वस्ती समोरनंच गेला होता. गणा अन् नाथा या शाळकरी मुलांकडे रोज अचंबित होऊन बघत राहायचे. गणाला खरंतर माहीतही नव्हतं की, शाळा म्हणजे नक्की काय? पण कदाचित म्हणूनच शाळेबद्दल त्याला जबरदस्त आकर्षण होतं. त्यालाही वाटे की, पांढराशुभ्र सदरा घालून या मुलांच्या पाठोपाठ आपणही शाळेत जावं.

आणि एक दिवस त्याच्या मनानं घेतलं की, आपणही शाळेत जायचंच.

रात्री बाप घरी आल्याआल्या त्यानं बापाला सांगून टाकलं, "मला साळंत जाऊचा."

बापानं त्याची कशीबशी समजूत काढायचा प्रयत्न केला, "वाईच दोन वरसा गप ऱ्हव. मगे मी तुका शेरातल्या साळंत घालतंय."

असं काहीबाही सांगून त्यानं गणाला शांत करायचा प्रयत्न केला. पण गणानं ठरवलंच होतं की, काही झालं तरी आपण उद्यापासून शाळेत जायचंच.

त्यानं उच्छाद मांडला. शेवटी गणाची आई त्याच्या बापाला म्हणाली, "त्येका घेऊन तर जावा मास्तराकडे. नशिबात आसात तर घेतल ठ्येवन साळेत."

नाखुषीनंच गणाचा बाप तयार झाला, पण पुढे काय होणार त्याला चांगलं माहिती होतं.

दुसऱ्या दिवशी ठेवणीतला सदरा गणाच्या अंगात घालून गणाचा बाप त्याला सकाळीसकाळी शाळेत घेऊन गेला आणि मास्तर येईपर्यंत दरवाजाच्या बाहेर उकिडवा बसून राहिला. उन्हं वर आली तशी पोरं जमा व्हायला लागली अन् पाठोपाठ मास्तरपण आले.

"मास्तर, हेका सालेत येवचा असा."

"शाळेत? आणि बसवशील रे कुठे त्याला? माझ्या टकलीवर?"

मास्तर कडाडले आणि त्यानंतर बराच वेळपर्यंत ते खूप काही बडबडत राहिले. गणाचा बाप दीनवाणा होऊन हात जोडून मध्येमध्ये बोलायचा प्रयत्न करत होता. गणाला यातलं फारसं काही कळलं नाही. पण एक गोष्ट मात्र त्याच्या लक्षात आली की, आपल्या शाळेच्या हट्टापायी आपल्या वडिलांना मास्तरांचं बरंच काही ऐकून घ्यावं लागतंय.

बापानं शेवटी गणाला उचलून घेतलं. बापाच्या डोळ्यांत पाणी जमा झालं होतं. गणाला काय करावं नक्की कळेना. त्यानं हलकेच बापाच्या गळ्याला मिठी मारली.

रात्री झोपताना बापानं गणाला कुशीत घेतलं.

"माका साळंत नाय जावचा." गणानं दबक्या आवाजात बापाला सांगितलं.

बापानंही मग गणाची समजूत काढली, "रे तुका साळंत जावची गरजच नाय. तुका म्हायत हा? या चिऱ्यांचो खानीत खयतर परिस लपलेलो असा परिस आणि आपल्या घरान्याक कुलदेवतेचो आशीर्वाद हा की खयच्यापन परस्थितीत हो आमच्याच कुळात येवचो असा. त्येच्यामुळं गणा, जंवसर आपणाक परिस गावत नाय, तवसर आपणाक चिरे तासूचेच पडतला. तुकापण आणि नाथाकपण चिरे तासूकच व्हये आणि तुका जर परिस गावलो तर दुनिया तुझ्या पायाशी धावत येतली. समजला मा?"

"बाबा, परिस मंजे काय ता?" गणानं विचारलं.

नंतर बराच वेळपर्यंत गणाचा बाप गणाला परिस म्हणजे काय, ते समजावून सांगत होता. बाप बोलत असतानाच गणाला झोप लागून गेली. रात्री झोपेत स्वप्न पडलं. त्यातही गणाला आपल्या बापाला परिस सापडलाय आणि आपण नवे कपडे घालून शाळेत जातोय, असंच दिसत होतं.

दुसऱ्या दिवशी सकाळी गणा बापाच्या बरोबरीनंच उठला आणि त्यानं बापाला सांगून टाकलं की, आजपासून मीपण तुमच्याबरोबर चिऱ्यांच्या खाणीत कामाला येणार.

"कामाक येनार? रे तुका जमुचा नाय. अजून चार-पाच वर्सांनी तुका कामार येवचाच आसां." बापानं त्याला सांगितलं.

पण गणानं आता परिसाचा ध्यासच घेतला होता.

"माका परिस सोधूचो हा."

बापाला हसू आलं. त्यानं गणाला खांद्यावर बसवलं आणि चिऱ्यांच्या खाणीत घेऊन गेला. आई-बाप दिवसभर चिरे तासत राहायचे आणि गणा मात्र भिरभिरत्या नजरेनं इकडेतिकडे फिरत राहायचा, परिस सापडेल या आशेनं!

परिस कधीच सापडला नाही. पण तेव्हापासून चिऱ्यांच्या खाणीत गणानं नियमित जायला सुरुवात केली. साहजिकच गणा आणि नाथा जसजसे मोठे व्हायला लागले तसं त्या दोघांनीपण चिऱ्यांचं काम करायला सुरुवात केली. दिवसभर उन्हातान्हात राबायचं आणि संध्याकाळी हातावर जी मजुरी मिळेल, त्यात जेमतेम पोट भरायचं.

गणाच्या बापानं सुंदराचं गणाच्या बहिणीचं लग्न शेजारच्या गावातल्या एका चांगल्याशा मुलाशी करून दिलं आणि अक्षरश: निवृत्त झाल्यासारखं बापाचं एक दिवस निधन झालं. कालांतरानं नाथाचं आणि पाठोपाठ गणाचंही लग्न झालं. गणासाठी वेगळी झोपडी बांधण्यात आली. म्हातारीनं दोन्ही सुनांचं खूप कौतुक केलं आणि थोड्याशा आजारानंतर तिलाही देवाज्ञा झाली.

दिवस साचेबद्ध होते. गणाला बायको फार चांगली मिळाली होती. गणा उन्हा-तान्हात दिवसभर राबायचा, त्याची तिला जाणीव होती. मिळणाऱ्या तुटपुंज्या मजुरीत ती नेटानं आणि कुठलीही कुरकुर न करता संसार करायची. गणापण तिच्यावर जीवापाड प्रेम करायचा. चिऱ्यांच्या खाणीतलं काम पावसाळ्याचे चार-पाच महिने बंद असायचं आणि काम बंद म्हणजे मजुरी बंद. ते चार-पाच महिने सत्वपरीक्षा असायची पण रखमाची कधीही तक्रार नसायची. त्या चार महिन्यात गणा कुठंकुठं रोजंदारीवर काम करत राहायचा. कधीकधी आठवडा-आठवडा कामच मिळायचं नाही. रखमासुद्धा कुणाच्या शेतात लावणीला जा, कुणाची गुरं राख, कुणाच्या घरचं काही काम कर, असं करून संसाराला हातभार लावायची.

तशातच सोनूचं आगमन झालं. गणाच्या आणि रखमाच्या आनंदाला पारावार उरला नाही. रखमाला तर सोनूला कुठं ठेवू आणि कुठं नको, असं झालं होतं. सोनू म्हणजे तिचं सारं जग होतं.

गणाच्या डोक्यातनं परिसाची आठवण पुसली गेली नव्हती. मनाच्या आत खोलवर ती रुजून राहिली होती. सोनूच्या जन्मानंतर तर तिनं परत चांगलंच डोकं वर काढलं होतं. गणाला अगदी प्रकर्षानं वाटायचं की, आपल्या कुलदैवतेचा आशीर्वाद

आता खरा ठरावा. कित्येक वेळा मनातल्या मनात तो कुलदेवतेकडे प्रार्थना करायचा की, मला परिस सापडू दे.

सोनूला सर्वोत्तम शिक्षण मिळावं एवढीच त्याची आणि रखमाची मनोमन इच्छा होती. बाकी त्यांना परिसापासून काहीही नको होतं. गणाच्या इतकंच भावुकतेनं रखमापण देवाला विनवत राहायची. दिवस भराभर जात होते.

आज डॉक्टरच्या थोबाडावर फेकायला पैसे असते तर सोनूला चांगलं औषधपाणी मिळालं असतं. स्वत:च्या रक्ताळलेल्या हाताकडे बघताबघता गणाच्या आणि रखमाच्या दोघांच्याही डोळ्यांतून अश्रू वाहायला लागले आणि साहजिक कुलदैवतेला त्यांनी दोघांनी मनोमन परत एकदा गाऱ्हाणं घातलं, 'देवा महाराजा....' असं आधीही कित्येक वेळा गाऱ्हाणं घातलं होतं, पण परिस अजूनही गवसत नव्हता.

गणा आणि रखमा घरी परत आले. दिवस आता तापायला लागला होता. गणानं सदरा काढून ठेवला. कमरेला कोयता अडकवला आणि खांद्यावर टिकाव घेतला. रखमानं एका फडक्यात सकाळची भाकरी बांधली. गणा आणि रखमा सोनूला घेऊन बाहेर पडले, चिऱ्यांच्या खाणीकडे.

पायरस्त्यानं मधल्या आडीतून गणा आणि रखमा सड्यावर पोहचले आणि तिथून पुढे उजवीकडे वळून त्यांनी डांबरी सडक पकडली. हवेतल्या आणि डांबराच्या उष्म्यानं मृगजळाचा भास होत होता. मृगजळाच्या अनिश्चिततेनं कातळावरच्या गोष्टी मोठ्या झाल्यासारख्या भासत होत्या, तर काही लक्षातच येत नव्हत्या. स्वत:च्याच दृष्टीवर त्यामुळे विश्वास ठेवता येत नव्हता. सगळ्या वातावरणाला स्वप्नवत दोलायमान अवस्था आली होती, म्हणूनच कदाचित कोकणातल्या लोकांचा भूतंखेतं आणि कल्पनाविश्वावर आधारित गोष्टींवर गाढा विश्वास होता. वेगवेगळ्या गोष्टीमधली अंतरं आणि फरक स्वच्छ दाखवणाऱ्या स्वत:च्याच डोळ्यांवर आणि या गोष्टी बघून त्यातून योग्य अर्थ काढणाऱ्या बुद्धीवर मात्र या लोकांचा तेवढा विश्वास नव्हता.

गणा आणि रखमा खाणीपाशी पोहचले. प्रचंड मोठं काळ्या कातळाचं पठार, गणाच्या ठेकेदारानं चिऱ्यांच्या खाणीसाठी निवडलं होतं. काळा कातळ अन् त्यामधनं सगळीकडे उगवलेलं पिवळं खुरटं गवत. साऱ्या कातळावर उन्हाची तमा न बाळगता इकडून तिकडे उडणारे भुंगे, मधमाश्या, साध्या माश्या आणि इतर बारीक किडे.

उंच सखल, उंच सखल नजर फिरेल तिकडे हेच दृश्य दिसत होतं. हा सारा कातळ वरनं काळा दिसत असला तरी आतनं लाल-जांभळा होता आणि याच लाल जांभा दगडाचे, चिऱ्यांचे चौकोनी वीत-दीड वीत लांबी-रूंदी-उंचीचे सारखे तुकडे काढायचं काम या खाणींमध्ये चालायचं. कोकणातल्या घरांच्या बांधकामांत विटांचा उपयोग फारसा होत नाही, या चिऱ्यांचाच होतो. अर्थात चिरे काढण्याचं, तासण्याचं काम फार कठीण. त्यामुळे साहजिकच मातीच्या तुलनेत ते फारच किमती आणि म्हणूनच पूर्वापार श्रीमंतांचे वाडे चिरेबंदी!

गणा खूप मेहनती कामगार होता आणि म्हणूनच त्याचा मुकादम त्याची वाटच पाहत होता. बाकीच्या गड्यांनी काम कधीच चालू केलं होतं. गणानं सोनूला बरं नसल्याचं मुकादमाला सांगितलं आणि त्यामुळे त्याला उशीर झाल्याबद्दल दिलगिरी व्यक्त केली. मुकादमानं गणाला कातळाचा एक नवीन भाग, जो बाकी खाणीपासून थोडासा लांब होता, तोडायला सुरुवात करायला सांगितलं. या भागापासून जवळच पूर्वेला लांबलचक गडगा होता आणि या गडग्याला लागून पलीकडे होती कुणाची तरी आंब्याची मोठी डेरेदार कलमं. या कलमांची सावली गडग्याच्या अलीकडे पडली होती.

रखमा सोनूला घेऊन या सावलीत जाऊन बसली. सोनू आता मुसमुसायचा थांबला होता, पण त्याच्या हाताला सूज होती. रखमा स्वत:च्या पदरानं त्याला वारा घालत होती. वाडीपासून वरती सड्यावर येतायेता गणानं मध्येच कुठल्यातरी झाडाची पाच-पंचवीस पानं तोडून बरोबर घेतली होती. रखमानं आता त्यातलीच चार-सहा पानं काढली आणि दगडावर थोडी ठेचून तिनं तो लगदा सोनूच्या हाताच्या जखमेवर बांधला. मागे आंब्याच्या आडीतला राखण्याचा कुत्रा लांब भेसूर रडत होता.

गणानं टिकाव एकदा मस्तकी लावला आणि मग दोन्ही हातांनी टिकाव उंच नेऊन एका लयीत खणायला सुरुवात केली. सगळा कातळ उन्हानं तापला होता. टिकावाच्या फटक्यांपुढे कातळ सहज तुटत नव्हता. मोठा चिरा निखळण्याच्या आधी कातळाच्या बारीकबारीक ठिकऱ्या उडत होत्या. गणाच्या उघड्या शरीरावर त्या आपटत होत्या. पाच मिनिटांत गणा घामाघूम झाला. पाच-सहा मिनिटं टिकाव चालवायचा अन् मग दोनेक मिनिटं उभ्याउभ्याच थोडी विश्रांती घ्यायची, असं गणाचं काम चाललं होतं. रखमा गणाकडे आदरयुक्त भावनेनं बघत होती. टिकाव उचलताना, मारताना गणाचं शिसवी लाकडासारखं काळं कुळकुळीत शरीर आणि त्याचा प्रत्येक पिळदार स्नायू लयबद्ध रीतीनं हालत होतं.

जवळजवळ पाऊण-एक तास एका लयीत गणाचं काम चाललं होतं अन् त्यानंतर मात्र तो दमला. वरून ओकणारं रणरणतं ऊन आणि हवेतल्या दमटपणामुळे आलेला असह्य उकाडा माणसाला काम करणं अशक्य करून टाकत होता.

गणा सावलीला रखमापाशी येऊन बसला. त्यानं हलकेच दुपटं थोडं बाजूला करून सोनूच्या हाताचं बघितलं. गणाच्या कानात त्याचं प्रेमगीत गुंजलं, पण त्याची लय अगदी कमी झाली होती, चिंतातूर झाली होती. पुन्हा एकदा गणाला परिसाची आठवण झाली....

अन् परिसाची आठवण होतासरशी गणा उठला अन् त्यानं काम परत पुढे चालू केलं, पुन्हा उसन्या जोमानं. आत्तापर्यंतच्या कामात कातळ बराच तुटला होता. गणाचं काळं कुळकुळीत शरीर घामानं निथळत होतं अन् अक्षरश: यंत्रवत काम करत होतं. प्रत्येक वेळेला टिकाव उंचावरून खाली आणताना गणाच्या तोंडातनं 'अं... हं...' असा आवाज येत होता. गणाचं सारं लक्ष तुटणाऱ्या कातळावर केंद्रित झालं होतं.

आणि तेवढ्यात काहीतरी अघटित घडलं... टिकाव कातळावर आदळला तर क्षणभर त्या ठिकाणाहून जाळ निघाल्याचा भास झाला अन् पाठोपाठ त्या जाळानं टिकावाचा फाळपण लालबुंद झाल्यासारखा वाटला.

गणाच्या डोळ्यांसमोर काजवे चमकले. त्यानं टिकाव जमिनीवर टेकवला अन् क्षणभर डोळे मिटून घेतले. थोडं शांत वाटल्यावर त्यानं डोळे परत उघडले. गणाचा स्वत:च्या डोळ्यांवर विश्वास बसेना. टिकावाचा फाळ नुकताच लोहाराच्या मुशीतून काढल्याप्रमाणे लखलखत होता.

"ह्या काय ता?" असं म्हणत गणा मटकन खाली बसला आणि त्याच्या लक्षात आलं की, टिकावाचा फाळ सोनेरी झालाय आणि रणरणत्या उन्हात त्याच्यावर नजर ठरत नाहीये.

गणाचं लक्ष कातळाकडं, जिथं त्याचा टिकाव चालत होता तिकडं गेलं. चार बोट लांबीरूंदीचा एक चौकोनी दगड कातळापासून तुटून निघाला होता. बाकी साऱ्या कातळापेक्षा त्याचा रंग गडद होता आणि सर्वांत महत्त्वाचं म्हणजे चमचम करणाऱ्या अनंत सोनकणांची पूड त्याला जणू सर्वांगानं चिकटली होती.

गडग्याजवळ बसलेल्या रखमाचं गणाकडे लक्ष होतंच. काहीतरी अनपेक्षित घडल्याचं तिच्याही लक्षात आलं. त्यामुळे उठून पळतपळत तीही गणाच्या जवळ आली आणि समोरचं दृश्य अवाक होऊन बघत राहिली.

विस्मयानं गणानं दगड उचलून हातात घेतला. सूर्यप्रकाश सोनकणांवरून परावर्तित होऊन गणाच्या चेहऱ्यावर आला होता. मनगटातल्या लोखंडी कड्याला गणानं दगडाचा स्पर्श केला अन् क्षणात कडं लख्ख सोनेरी रंगानं उजळू लागलं. गणानं दगड कपाळाला लावला आणि कुलदेवतेचं स्मरण केलं... रखमानं डोळे मिटले अन् हात जोडले....

तीन

संध्याकाळपर्यंत साऱ्या बुद्धवाड्यात बातमी पसरली. "म्हायत हा? गणाक परिस गावलो."

"श्या: असा खय कोणाक परिस गावता की?"

"रे खराच, म्या सोता बगून खातरी करून इलंय."

हळूहळू करत बुद्धवाड्यातला प्रत्येक माणूस गणाच्या झोपडीच्या बाहेर जमा झाला.

झोपडीत परत आल्यापासून गणा आणि रखमा अचंबित नजरेनं परिसाकडे बघत बसले होते. संध्याकाळच्या उतरत्या उन्हातही परिस स्वयंप्रकाशित वाटत होता, त्यातले सोनकण लखलखत होते.

रखमानं हलकेच उठून झोपडीतल्या एक-दोन लोखंडी वस्तू परिसाला लावून बघितल्या. परिसाचा स्पर्श होताच वस्तू पुनर्जन्म झाल्यासारख्या सोनेरी रंगात उजळून निघायच्या. गणा आणि रखमाच्या तोंडातून एकही शब्द फुटत नव्हता.

गणानं परिस हलकेच उचलून हातात घेतला आणि उलटासुलटा फिरवून नीट न्याहाळला. परिसावरून परावर्तित झालेल्या प्रकाशात गणाच्या बोटांच्या पेरांवरची जखम दिसत होती. दुपारी लोखंडी फाटकावर मूठ आपटल्यानंतर, रक्त सुकून अन् दिवसभर त्यावर माती बसूनबसून जखम काळी पडली होती.

रखमानं सोनूच्या अंगावरचं दुपटं हलकेच बाजूला केलं. त्याच्या जखमेवर बांधलेल्या पाल्याचा ठेचा एव्हाना सुकून गेला होता. रखमानं तो सोडून कोपऱ्यात फेकून दिला. सूज बरीच उतरली होती.

गाव किंवा खेडं हे कळपानं राहणाऱ्या एखाद्या प्राण्यासारखं असतं, म्हणजे प्राण्यासारखंच गावाचीही मज्जासंस्था असते, डोकं असतं, हातपाय असतात. एवढंच काय संपूर्ण गावाला मिळून भावना असतात. दु:ख, राग, आनंद... सारं काही असतं.

एखादी बातमी गावात वाऱ्याच्या वेगानं पसरते. लहान मुलं खेळताखेळता या घरातून त्या घरात बातमी तर पोहचवतात किंवा बायका पाणवठ्यावरून घागरी घेऊन येतानाजाताना इकडची बातमी तिकडे करतात. पण त्या व्यतिरिक्त बातमी आपल्या स्वत:च्या वेगातही आधीच सर्वदूर पसरते. माडाच्या झावळ्यांनी शाकारलेल्या झोपड्यांमधून बाहेर पडून आंब्याच्या आढी-आढीतून वाहत बातमी चिरेबंदी घरांवरही येऊन धडकते. गाव असंच असतं, स्वत:ची मज्जासंस्था असलेलं...

'गणा महाराक परिस गावलो.'

पळी पंचपात्री घेऊन कुणातरी यजमानाची सायंसंध्या उरकून लगबगीनं चाललेल्या दामूभटाच्याही कानावर बातमी पडली.

'आं? गणा महाराला परिस सापडला?'

दामूभटाचे डोळे लकाकले. त्याला चांगलं माहीत होतं की, परिस म्हणजे काय... त्याची किंमत काय...

'गणा महारानं नीट धार्मिक पद्धतीनं त्याच्या मुलाचं बारसं, जावळ काहीही केलेलं नाही... छे, छे, छे! ताबडतोब गणाकडं गेलंच पाहिजे.'

दामूभटाचं विचारचक्र जोरात फिरायला लागलं.

'अरे, हा दामूभट तिरूपतीपेक्षा श्रीमंत देवस्थान उभं करेल या खापरलीत.' दामूभटाच्या डोळ्यांपुढे श्रीमंत देवस्थान, देवापुढे येणारी संपत्तीची रास, आपण या देवस्थानाचे मालक, देवाची काकड आरती, शेज आरती करायला आपल्या हाताखाली पाच-पंचवीस पुजारी अशी सारी चित्रं नाचायला लागली.

'गणाला ताबडतोब त्याच्या मुलाचं नामाभिधान करायला लावलंच पाहिजे.'

'गणा महाराक परिस गावलो.'

डॉक्टरच्या बंगल्याच्या लोखंडी गेटमधून आत शिरून बातमी डॉक्टरच्याही कानावर येऊन धडकली. डॉक्टर त्या वेळेला एका श्रीमंत स्त्री-रुग्णाला तपासत होते. तिला काय होतंय, तिलाच कळत नव्हतं म्हणे. मध्येच छातीत धडधडल्यासारखं व्हायचं. डॉक्टर तिच्या छातीतली धडधड ऐकायचा काळजीपूर्वक प्रयत्न करत होते!

बातमी समजताच डॉक्टर एकदम ताठ झाले आणि गणा कोण हे कळल्यावर अचानक डॉक्टरांची समचित्तता उफाळली.

'ओऽ होऽऽ होऽऽऽ, तो तर माझाच पेशंट आहे. विंचू दंशावर त्याच्या मुलाला माझेच उपचार चालू आहेत.'

डॉक्टरचे डोळे गुबगुबीत खोबणीत गरगर फिरले. डॉक्टरच्या डोळ्यांसमोर पॅरिसच्या धुंद रात्री तरळायला लागल्या. रंगीबेरंगी दिवे... दारूचा महापूर आणि उन्मादक वक्ष आणि मांड्या... डॉक्टरचं लक्ष समोर बसलेल्या त्याच्या श्रीमंत स्त्री पेशंटकडे गेलं.

"मी काल दिलंय तेच औषध अजून दोन दिवस घ्या. बरं वाटेल तुम्हाला." डॉक्टरनं तिला सरळ कटवलं.

'गणा महाराक परिस गावलो.' देवळाच्या आसपास घुटमळणाऱ्या भिकाऱ्यांच्या कानावरपण बातमी पोहचली आणि आनंदानं त्यांना आतल्याआत गुदगुल्या व्हायला लागल्या. कारण अनुभवानं त्यांना चांगलं माहिती होतं की, अचानक धनाढ्य झालेला गरीब माणूस नेहमीच दानशूर असतो.

'गणा महाराक परिस गावलो.'

गावातल्या बाजारपेठेत सोनारांची चार-पाच दुकानं होती. बातमी त्यांच्याही कानापर्यंत पोहचली. आसपासच्या वाड्या-वस्त्यांमधल्या गरीब खेडूतांना, त्यांच्या बायकांना गंडवून, गोडगोड बोलून सोन्यात भेसळ करून, वजनात चोरीमारी करून यांची कच्चीबच्ची जगत होती. दिवसच्या दिवस हे सोनार लोक त्यांच्या गाद्यावर डाव्या मांडीवर उजवा पाय ठेवून शून्य नजरेनं रस्त्याकडे बघत बसायचे किंवा डोळ्याला जाड भिंगाचा चष्मा लावून, मान मोडेपर्यंत खालती वाकून फुंकणीतून फुंकूनफुंकून एखाददुसरा डाग बनवत राहायचे. बातमी त्यांच्याही कानावर पोहचली. शहरातल्या बघितलेल्या सोनाराच्या मोठ्या पेढ्यांची दिवास्वप्ने या निरूद्योगी सोनारांना पडू लागली.

'गणा महाराक परिस गावलो.'

गावातल्या जवळपास साऱ्यांनाच अचानक गणा महाराची जवळीक वाटायला लागली. गावाची वासना उफाळायला लागली. परिसाच्या जीवावर गावातले लोक

मनातल्या मनात वेगवेगळे इमले बांधायला लागले. बेरजा, वजाबाक्यांना ऊत आला. गावातल्या बायकापण यात मागे नव्हत्या. मोरपंखी स्वप्नांमध्ये त्यापण दंग होऊ लागल्या. हे सारे मनातले मांडे, ही सारी स्वप्नं, या साऱ्या बेरजा-वजाबाक्या हे सारं फेर धरून पिंगा घालायला लागलं, त्या एवढ्याशा परिसाभोवती आणि या परिसाच्या आणि या साऱ्या स्वप्न साम्राज्यांच्या मध्ये एखाद्या आडमुठ्या खडकासारखा उभा होता, गणा महार. मग साहजिकच सारं गाव बनलं गणा महाराचं वैरी. कारण त्यांना माहिती होतं की, अडचण दूर होईपर्यंत ते परिसापर्यंत पोहचू शकत नव्हते आणि म्हणजेच त्यांच्या स्वप्नांपर्यंत सुद्धा....

वासना आणि वैरभावनेचं हे विष वायुगळतीसारखं गावभर पसरू लागलं. साऱ्या गावाला त्याची नशा चढायला लागली. गणा महाराबद्दल प्रत्येकाच्या मनात मत्सर, द्वेष उफाळायला लागला. गावाला जणू वेड लागलं होतं. प्रत्येकाच्या तोंडी फक्त एवढाच विषय होता.

गणा आणि रखमा जसे पैशानं गरीब होते, तसेच वृत्तीनंही साधेभोळे होते. त्यांना बिचाऱ्यांना असं वाटत होतं की, आपल्याला परिस सापडल्याचा सगळ्यांनाच आनंद झालाय. गावात फोफावलेल्या वैरभावना आणि पसरत चाललेलं विष याची त्यांना कल्पनाच नव्हती. फक्त एकच माणूस गावात असा उरला होता, ज्याला मनापासून आनंद झाला होता. तो म्हणजे नाथा, गणाचा भाऊ.

"गणा, तू तर मेल्या आता खरोखुरो शीरीमंत झालंस रे. पन गणा, एवड्या पयश्यांचा तू करतलंस काय?"

आणि त्या वेळेला पहिल्यांदा गणाच्या डोक्यात विचार आला की, खरंच आपण विचारच केला नव्हता की, आपल्याला आता भरपूर पैसे मिळतील त्याचं करायचं काय?

"पयला तर असा देवलात जाऊन सोनूचा थाटामाटात बारसा करूचा हा."

सोनूचं बारसं थाटात करायचं स्वप्न सोनूच्या जन्माच्या आधीपासून गणा आणि रखमा पाहत होते, पण पैशाच्या चणचणीनं ते कधी जमलंच नव्हतं.

गणा विचार करायला लागला, पण त्याला नक्की आठवेना की, त्याची कायकाय स्वप्नं होती ते, माणसाचं असंच असतं. ज्या वेळेला त्याच्या हातात काहीच नसतं त्या वेळेलाच त्याच्या कल्पनाशक्तीला पंख फुटून, त्याच्या मोठमोठ्या भराऱ्या चालू होतात. दिवसच्या दिवस, महिनोन्‌महिने, कित्येक वेळेस तर वर्षानुवर्षं हा प्रतिभेचा उन्मेष वाढत राहतो. अन् मग अचानक देवानं वर द्यावा तशी एखादी संधी सरळ त्याच्याकडे चालत येते. आता किंवा कधीच नाही अशी परिस्थिती निर्माण होते, पण नेमक्या याच परिस्थितीनं माणूस विस्मयातिशयानं दगडासारखा निश्चल होतो अन् पूर्ण विसरून जातो की, त्यानं अशी परिस्थिती आली तर कायकाय इमले बांधायचे ठरवले होते ते!

गणाच्या बाबतीत एक बरं झालं होतं की, संधी आली होती आणि निदान काही

काळ तरी ती नक्कीच गणापाशी थांबणार होती. गणाला विचार करायला तिनं वेळ ठेवलेला होता. परिसाकडे एकटक बघत गणा विचार करत होता आणि परिसाच्या सोनकणांमध्ये त्याला प्रतिबिंब दिसलं त्याचं, रखमाचं अन् सोनूचं.

मागे कधीतरी कुठल्यातरी जहाजावरचे खलाशी खापरलीत आले होते. त्यांच्या पांढऱ्याशुभ्र आणि दिमाखदार कपड्यांनी गणा कमालीचा प्रभावित झाला होता. कितीतरी वेळ अचंबित होऊन तो त्या लोकांकडे बघत उभा राहिला होता.

परिसाच्या प्रतिबिंबात गणाला सोनूनं तसलेच पांढरेशुभ्र सोनेरी गुंड्यांचे कपडे घातलेले दिसले. गावातल्या उच्चवर्णियांच्या बायका नेसत तसलीच निळ्या रंगाची, सुंदर नक्षीची सुळसुळीत साडी अन् तसल्याच रंगाचं पोलकं रखमानं ल्यालेलं गणाला परिसात दिसलं. रखमा त्या कपड्यांमध्ये नक्षत्रासारखी दिसत होती. गणानं स्वत:सुद्धा स्वच्छ इस्त्रीची पँट, इस्त्रीचा सदरा अन् पायात कोल्हापुरी चपला घातलेल्या दिसल्या.

''आणि माका वाटता मी माका, रखमाक आणि माझ्या झीलाक नवी कोरी कापडं शेरात्सून घ्येवन येतलंय.''

गणा परिसावरची नजर न हालवता म्हणाला.

सारा श्रोतृवर्ग गणाचं बोलणं कान देऊन ऐकत होता.

'मला अजून काय पाहिजे आहे?' गणा विचार करत होता, 'चिरे तोडायला नवा कोरा टिकाव घ्यावा?'

गणाला स्वत:च्याच विचारांचं हसू आलं अन् मग त्याला आठवलं की, आपल्या गरिबीपायी आपल्याला समाजात खूप उपेक्षा सहन करायला लागते. आपण रखमाबरोबर गावातून जायला लागलो की, समाजातले तथाकथित रखमाकडं बघून डोळा मारायलापण मागंपुढं पाहत नाहीत. गावात विकृत नजरा भरपूर होत्या, पण गणा आणि रखमा आपली गरिबी उमजून होते. त्यामुळे मूग गिळून गप्प बसायचे. आपल्याला सोनूचं आणि रखमाचं बाहेरच्या दुनियेपासून रक्षण करण्यासाठी काहीतरी करायलाच पाहिजे. 'बंदूक?' आणि बंदुकीचा विचार डोक्यात आल्याक्षणी गणाच्या विचारांना असलेला बंध निखळून पडला. त्याचे विचार बेफाम वेगानं चहूबाजूंना धावायला लागले. त्याची तुटलेली स्मृतिशृंखला परत जोडली गेली. परिसाच्या आशेबरोबर त्यानं जोपासलेली सारी स्वप्नं चित्रपटासारखी डोळ्यांसमोर भराभर दिसायला लागली.

''मी एक चांगलीशी बंदूक घेतलंय.'' गणा नाथाकडे बघत म्हणाला.

गर्दीत हलकेच खसफस झाली.

''त्यो बंदूक घेतलंय म्हनता.''

रखमा हलकेच गणाच्या जवळ सरकली. बंदुकीच्या विचारानं ती मनातल्या मनात घाबरली. पण गणाला वाटत असलेली असुरक्षिततेची भावना ती चांगली उमजून होती.

गणाचे विचार बेभान झाले होते. माणूस कधीच मिळालेल्यात समाधानी नसतो.

माणसाचं हे असमाधान एका अर्थानं त्याची तत्त्वच्युती दाखवतं, पण दुसऱ्या हाताला या असमाधानामुळेच माणूस प्राणिमात्रात श्रेष्ठ ठरलाय. कारण या असमाधानापोटीच माणूस संशोधक वृत्तीचा बनला. त्यातूनच विज्ञानाची प्रगती झाली आणि अधिकाधिक भौतिक सुखांसाठी माणसाची धडपड वाढत गेली.

गणाचे उफाळलेले अनियंत्रित विचार रखमाच्या ध्यानात आले होते. ती स्तब्ध झाली. मोठ्या डोळ्यांनी ती गणाकडे एकटक बघत होती. गणानं परिसाच्या प्रतिबिंबात सोनूला शाळेत बसलेलं बघितलं. सोनूनं स्वच्छ धुतलेला परिटघडीचा शाळेचा गणवेश घातला होता आणि बाकावर बसून सोनू एक मोठ्ठं पुस्तक एकाग्रतेनं वाचत होता. सगळ्यात मोठ्ठं पुस्तक... इतर साऱ्या विद्यार्थ्यांच्या पुस्तकापेक्षा मोठ्ठं... कदाचित गणाच्या झोपडी एवढं मोठ्ठं....

"सोनूक शाळेत पाठवायच हा. त्येका लय मोटो सायेब बनवतलंय म्या. लय वाचतलो सोनू... लय शिकतलो आनि मगे आमका सगळ्यांका पन शिकवतलो... सोनू आकडे आनि गनिता करतलो. या नरकात्सून सोनूच आमका सगळ्यांका भाएर काडतलो."

विचार करकरून गणा थकला.

"एवड्यो सगळ्यो गोष्टी तर परिस करतलोय... अगदी निच्चीत."

गणानं त्याच्या आयुष्यात एका वेळेला एवढा प्रचंड विचार आणि एवढं एकत्र बोलणं कधीच केलं नव्हतं. नक्की खात्री नसताना 'अमुक एक नक्कीच होईल' असं म्हणताना माणूस मनातनं जसा घाबरतो, गणालाही तशीच आतल्याआत भीती वाटली. पटकन परिस त्यानं दोन्ही हातांच्या मुठीत बंद केला. सोनकणांवरून परावर्तित होऊन झोपडीभर पसरलेला मंद प्रकाश क्षणात नाहीसा झाला. गणानं त्याच्या बंद मुठीकडे बघितलं आणि बोटांच्या पेरांवरच्या जखमा त्याला दिसल्या.

रखमानं सोनूचं दुपटं बदललं आणि नवीन दुपट्याचा छोटासा झोका बनवून तिनं सोनूला त्या पाळण्यात घालून स्वत:च्या गळ्यात अडकवलं. तिनं चूल पेटवली. गणाच्या विचारप्रवाहाबरोबर काही काळ तीपण वाहत गेली होती... पण काही काळच. पेटवलेली चूल ही रखमाची, झोपडीत बसलेल्या शेजाऱ्यापाजाऱ्यांनाही निघण्याची सूचना होती.

"गणा, दामूभट येताव हकडे."

दामूभट पोहचण्यापूर्वीच खबर गणापर्यंत पोहचली. दामूभट झोपडीजवळ आला तशी झोपडीजवळची गर्दी बाजूला झाली.

"गणा भायेर ये. दामूकाका इलो हा." कुणा शेजाऱ्यानं सांगितलं.

"रे माका झोपडीत जावूक येता. समजलास?" दामूभट शेजाऱ्यावर खेकसला.

खरंतर भटाचा महाराच्या झोपडीत प्रवेश म्हणजे जवळजवळ अशक्यप्राय गोष्ट, पण आजचं सारं वेगळंच होतं.

'महाराच्या झोपडीत प्रवेश करायला धर्मानं थोडाच मज्जाव केलाय? नंतर घरी

जाऊन तुळशीपत्रानं स्नान केलं की झाली शुद्धी.'

दामूभट स्वत:ची समजूत काढत झोपडीत शिरला.

"गणा, अरे तुझ्या मुलाचं नामाभिधान केलेलं नाही. जावळ काढलेलं नाही. धर्मशास्त्राप्रमाणे साऱ्या गोष्टी व्हायला पाहिजेत बाबा."

"काका, हा नामाभिधान आणि जावळ मंजे ता काय आनी?"

"अरे बाबा, शास्त्राप्रमाणे विधीवत बारसं झालेलं नाही तुझ्या मुलाचं. त्याचे केस कापायचे, त्याचेही काही नियम घालून दिलेत शास्त्रानं. तुम्ही लोक या रीतीभाती काही पाळत नाही म्हणून असे राहता."

रखमानं दामूभटाकडं तिरस्कारयुक्त कटाक्ष टाकला.

"काही वर्षांनी माझा मुलगाच सांगेल की, खरोखर शास्त्रांमध्ये कायकाय लिहिलंय ते."

तिनं परत चुलीकडे लक्ष दिलं.

"आता तुमी काय मनशाल तसा करूया काका. कदी काय करूचा ता तुमीच सांगा, आमी तसा करतांव." गणा नम्र स्वरात बोलला.

"ठीक आहे मी परत येईन. मग ठरवू कसं काय ते."

म्हणजे नक्की काय ते गणाला कळलं नाही, पण सवयीनं त्यानं डोकं हालवलं.

"गणा तुला परिस गावलाय म्हणे?"

गणानं न बोलता मूठ उघडली. विस्मयातिशयानं दामूभट दगडासारखा निश्चल झाला.

"वाऽ वाऽऽ विश्वनियंत्या, तुझी करणी अपार आहे. गणा खरा नशिबवान आहेस. मात्र त्या ईश्वराला विसरू नकोस."

"काका त्येच्या आशीर्वादानं तर ह्यो माज्या घरात इलो हा. त्येका कसो इसरान म्या?"

"हे बघ, गावच्या देवळाचा उद्धार करायची जबाबदारीच त्यानं तुझ्यावर टाकलीये. मी सांगेन तुला कसंकसं कायकाय करायचं ते. नाहीतर मूर्खासारखं सारं धन उडवून टाकशील, काय समजलास?"

पुन्हा एकदा न कळून गणानं डोकं हालवलं. पुन्हा एकदा रखमानं क्रोधानं दामूभटाकडं कटाक्ष टाकला.

दामूभट बाहेर पडतापडताच डॉक्टरची स्वारी हजर झाली. झोपडीच्या दारात दोघंही एकमेकांकडं पाहून छद्मीपणानं हसले. झोपडीत हजर होताच डॉक्टरनं प्रथम साऱ्या झोपडीतून शोधक नजर फिरवली. नंतर रखमाच्या सर्वांगावरून... रखमाला चुलीतलं जळतं लाकूड डॉक्टरला फेकून मारावंसं वाटलं.

"काय गणा, बघू बरं तुझ्या बाळाला. काय विंचूच चावलाय ना? काही फारशी काळजी करायचं कारण नाही."

“पन आता सोनूक बरा वाटता हा डाकतर. तुमी काळजी करू नुको.” चुलीजवळ बसूनच रखमानं तुसडेपणानं सांगून टाकलं.

“छे... छे... अरे विंचवाच्या विषाचा भरवसा नसतो. कधीकधी तर चोवीस तासांनंतर सुद्धा ते असर करतं आणि मग आपल्या हातात काहीच राहत नाही बाबा. मी असे कित्येक पेशंट बघितलेत. दुसऱ्या दिवशी मला येऊन भेटतात आणि त्यावेळेला खूप उशीर झालेला असतो. पेशंट दगावतोच. मग मी तरी काय करणार?”

गणाला डॉक्टरचा अजिबात भरवसा वाटत नव्हता, पण त्याच्यावर शंभर टक्के अविश्वास तरी कसा दाखवणार? चुकून डॉक्टर खरं बोलत असेल तर? आणि सोनूच्या बाबतीत असा धोका पत्करण्याचं धाडस गणा-रखमात नव्हतंच. डॉक्टरचं बोलणं ऐकून रखमापण पटकन उठली.

“तसा नाय डाकतर. तुमी इलास ता आमच्यावर उपकारच हत. पन वाईच सोनूक बगा आता.” रखमा अजीजीनं म्हणाली.

गळ्यातला पाळणा सोडून तिनं सोनूला स्वत:च्या छातीपाशी दोन्ही हातावर आडवं धरलं अन् डॉक्टरला सोनूला तपासता यावं म्हणून एक पाऊल पुढं सरकली. डॉक्टर मात्र रखमाच्या जरा जास्तच जवळ सरकला आणि सोनूच्या डोळ्याची खालची पापणी ओढून बघताना, त्याचे पोट दाबून बघताना, त्याची जीभ बघताना त्यानं एक–दोनदा रखमाच्या छातीलापण निसटता स्पर्श करून घेतला. रखमाला मळमळून आल्यासारखं वाटलं, पण तिचा काहीच इलाज नव्हता.

“हं....” डॉक्टर खोल आवाजात उद्‌गारला.

“गणा, विष अजून पुरतं उतरलेलं नाहीये. जीभेचा रंगच सांगतोय, पण अजूनही उशीर झालेला नाहीये. नीट उपचार केले तर पोर वाचेल तुझं नक्की. मात्र आता का करायचं, ते तुम्ही सांगा.”

“काय करूचा मंजे डाकतर. जे काय होती ते सगळे उपचार करूकच होये. कसा पन करून माज्या झीलाक वाचवा.”

“अरे, हो. मी तर सगळं काही करीन. पण आता जे उपचार करावे लागतील ती औषधं फार महाग आहेत आणि....”

“तुमी सांगशान तेवडे पैसे देतलंय मी.” रखमानं डॉक्टरचं बोलणं मध्येच तोडलं.

“माझो झील खयच्यापन परिस्थितीत वाचूकच होयो.”

डॉक्टरला रखमाच्या नजरेची थोडी भीती वाटली.

“अरे हो बाबा, आवश्यक ती सगळी औषधंपण आहेत माझ्याकडे, पण तुम्ही एवढे पैसे कुठून आणणार?”

“डाकतर माका परिस गावलो हा. खरोखुरो. तो इकून तुमी मागशाल तेवडे पैसे देयन.”

"काय? परिस घावलाय? तुला? दारूबिरू पिऊन बोलतोयस की काय?" डॉक्टरनं आपला विश्वास नसल्याचं नाटक केलं.

"हो काय तो...." असं म्हणत गणानं परिस डॉक्टरच्या समोर धरला.

देदिप्यमान परिस बघून डॉक्टर स्तंभित झाला. हलकेच खिशातून दवाखान्याची किल्ली काढून डॉक्टरनी ती परिसाला स्पर्श केली मात्र किल्लीचा पुनर्जन्म झाला. लखख सोन्यानं किल्ली उजळून निघाली. डॉक्टरचा स्वत:च्या डोळ्यांवर विश्वास बसेना. कितीतरी वेळ डॉक्टर परिसाकडे आणि किल्लीकडे परतपरत बघत राहिला. पॅरिसच्या नशील्या रात्री डॉक्टरच्या डोळ्यांसमोर परत तरळून गेल्या.

"बापरे, गणा अरे, हा परिस म्हणजे कोट्यवधी रुपयांची मालमत्ता आहे. तुला सांभाळता येईल का? कुणीही पळवून नेईल. पाहिजे तर माझ्याकडे दे. माझ्या घरी भक्कम लोखंडी तिजोरी आहे. त्यात ठेवू या."

"डाकतर माज्या झीलाक वशीद देताय ना?" रखमानं डॉक्टरला जमिनीवर आणलं.

"अं... हो... हो... कुणालातरी माझ्याबरोबर पाठवा. मी सहा गोळ्या देतो. आत्ता दोन, उद्या सकाळी दोन आणि दुपारी दोन अशी एक पांढरी आणि एक लाल गोळी पाण्यात विरघळवून बाळाला पाजा. ठीक होईल बाळ. काळजी करू नका आणि हो औषध देण्यात चूक करू नका हं. उद्या संध्याकाळी दवाखान्यात घेऊन या दाखवायला."

"चालात. पैशे किती डाकतर?"

"ते नंतर सांगीन."

डॉक्टर बाहेर पडला. बुद्धवाड्यातली दोन-तीन पोरंपण उड्या मारत गेली, सोनूचं औषध आणायला.

गणानं रखमाकडं बघितलं. तिच्या डोळ्यांतून दोन अश्रू ओघळून गालावर आले होते. खाडीच्या पलीकडच्या तीरावरनं लांबून कोल्हेकुई ऐकू येत होती, अभद्र....

चार

रात्रीची जेवणं आटोपली. डॉक्टरबरोबर गेलेल्या पोरांनी आणलेलं औषध रखमानं सोनूला दिलं. बाहेर सारं नीरव झालं होतं. खाडीला ओहोटी लागली होती. एका लयीत समुद्राकडं पळत असलेल्या खाडीच्या संततधार पाण्याचा मंद आवाज येत होता. हवेत गारठा आणि दमटपणा होता. झावळ्यांच्या छपरामधून वाऱ्याच्या झुळका झोपडीत शिरत होत्या. बुद्धवाड्यातल्या झोपड्यांमधून तशी निजानिज झाली होती, पण अजूनही एखाददुसऱ्या झोपडीतून स्त्रीपुरुषांचा आवाज ऐकू येत होता. गणानं कोयता घेतला अन् झोपडीत त्याच्या झोपायच्या जागी उशाखाली सारवलेल्या

जमिनीत थोडंसं खणून खड्डा केला. परिस त्यानं खड्ड्यात ठेवला. त्यावर दाबून माती भरली, त्यावर त्याची आणि रखमाची चटई अंथरली. गणानं रखमाकडे बघितलं.

"तुमका कोणाचो संशेय येता की?" रखमानं हलक्या आवाजात विचारलं.

"परतेकाचोच."

गणाला कुणाबद्दल खात्री नव्हती. गणा मनाची तयारी करत होता. मनोमन कठोर बनत होता. डॉक्टर, दामूभट असे लोक बुद्धवाड्याकडे कधी फिरकतही नसत. ते आज स्वत:हून त्याच्या झोपडीत आले होते. ही घटना अघटित होती. पण ती चांगली होती की वाईट होती, याचं विश्लेषण गणाची बुद्धी करू शकली नव्हती आणि म्हणूनच येईल त्या प्रसंगाला निकरानं टक्कर द्यायची, असं त्यानं मनोमन ठरवून टाकलं. न बोलताच रखमा गणाचे विचार समजू शकत होती आणि म्हणूनच ती घाबरली होती.

गणानं चटईवर दोघांची पांघरुणं टाकली. रखमानं चूल नीट विझवली. सोनूला तिनं आज पाळण्यात न झोपवता स्वत:शेजारी दुपटं पसरून त्यावर झोपवलं. देवाकडं बघून हात जोडले. रॉकेलचा दिवा विझवला आणि ती येऊन अंथरुणावर पडली. गणा झोपडीच्या बाहेर गेला आणि दोन–तीन मिनिटं पूर्ण शांततेनं त्यानं बाहेरचा अंदाज घेतला. अन् झोपडीच्या जवळपास अंधारात कुणी नसल्याची खात्री करून घेतल्यावर परत आला.

झोपडीत मिट्ट काळोख होता. सवयीनं गणा त्याच्या नेहमीच्या झोपायच्या जागेवर जाऊन आडवा झाला. अंधारात चाचपडून त्यानं कोयता अंथरुणाच्या जवळच असल्याची खात्री करून घेतली. गणाच्या डाव्या हाताला रखमा झोपली होती. ती हलकेच गणाच्या जवळ सरकली. तिच्या जवळ सरकण्यावरनंच गणानं तिची अस्वस्थता ओळखली. रखमाचा श्वास गणाला त्याच्या खांद्यावर जाणवत होता. गणा मात्र शांत होता.

"माका खयचीतरी भीती वाटता हो." रखमानं सरळ सांगितलं.

"खयची भीती रखमा?" गणानं मनापासून चौकशी केली.

"माका नक्की काय ता ठाव नाय. पन आज ह्या दामूकाका आनि डाकतर हकडं इलेले, ता काय चांगला चिन्ह नाय दिसता."

गणानं रखमाला स्वत:च्या कुशीत ओढून घेतलं. तिला बरं वाटावं म्हणून तिच्या डोक्यावर तो हलकेच थोपटायला लागला.

"रखमा सगला ठीक होईन, शांत रव."

"नाय ओ, त्या डाकतराची मेल्याची नजर बगलीस तुमी? शीऽऽ जनावर मेलो. अस्सो टकामका बगत होतो, त्यो माझ्याकडं."

"रखमा, तुला मायती असा ना की, या दुनियेत आता एकतरी माणूस चांगलो रवलेलो हा की? आनि पुन्ना आमी गरीब. या मोठ्यो लोकांशी काय टक्कर घेनार? पन

माज्या बाये तू शांत रव. जवसर म्या जिवंत हा तवसर तुझ्या केसाक पन कोनाक धक्को लावू देनार नाय म्या.''

रखमा गणाच्या कुशीत शिरत त्याला आणखी घट्ट बिलगली.

''बाये तू आता कशाक काळजी करतेस? आमी हयसुन फुडे रोज एक वस्तू सोन्याचो करात आणि इकून शेकड्यात पैशे मिळात आणि मगे बग, आपल्याकडं पैशे इले का ह्याच सारी मानसा आपल्या अवतीभवती हात जोडून नाचतली.'' गणा-रखमाच्या केसातून हलकेच बोटं फिरवत बोलला.

''माझा थोडा ऐकशान?''

''बोल माझी बाये.'

''हो रोज एक वस्तू सोन्याची बनवून इकन्याचो धंदो कशाक करता? त्यापेक्षा ता परिसच सोनाराक विकून टाका. एकदाचोच काय येतील ता पैशे. तेवडे बस हत आपनाक.''

''काय बोलतंस काय रखमा? परिस इकून टाकू? श्या:... अगे, सोनार लोक परिसाची अशी कितीशी किंमत देतले? खरी कमाई त रोजचा सोना इकन्यातच व्हईत रखमा. आगो, थोडो धीर धर. आता म्या बग तुका कशी हिऱ्यामोत्यानं मढवून टाकतो ते.'' गणानं बोलताबोलता हलकेच रखमाच्या कपाळावर ओठ टेकले.

''तुमी मंता ना खराच हो. पन जवसर हा परिस घरात राहीत, तवसर ह्ये दामूकाका आनी डाकतरासारखे नालायक मानसा आमच्या घरात येईतच रहातले. असल्यो लोकांचो माका थोडोसुद्धा भरोसो वाटत नाय. त्या परिसापायी तुमाक ठार मारूक पन ह्या मानसा फुडेपाठी बगुचे नायत. असा काय बरावाईट घडला तर त्येची किंमत परिस माका भरून देईत?''

रखमाचा आवाज भीतीनं कापत होता. गणानं रखमाचा चेहरा आपल्या छातीशी घट्ट कवटाळून धरला. गणाच्या कानात त्याचं प्रेमगीत गुंजत होतं... पण या वेळेस ते करुण झालं होतं... अगदी मंद....

गणाचा डोळ्याला डोळा लागत नव्हता. तास-दीडतास अशाच निस्तब्धतेत गेला आणि गणाला झोपडीबाहेर काहीतरी खसफसल्यासारखं वाटलं. नीट ऐकू यावं म्हणून गणानं श्वास रोखून धरला. रखमा अजूनही गणाच्या कुशीतच होती. खसफस तिनंही ऐकली. गणाच्या पाठीवर तिच्या हाताची पाचही बोटं घट्ट दाबली गेली. दोनचार मिनिटं पुन्हा नीरवतेत गेली आणि पुन्हा एकदा आवाज झाला. कुणीतरी... नक्कीच कुणीतरी होतं बाहेर. वाळलेल्या पानांवर पावलांचा कमीतकमी आवाज होण्याची दक्षता घेत कुणीतरी झोपडीच्या जवळ पोहचलं होतं. दरवाजापर्यंत... बहुतेक... आणि दरवाजाबाहेर उभं राहून ती व्यक्ती बहुतेक आतला अंदाज घेत असावी.

गणानं पुन्हा एकदा रखमाचा चेहरा स्वत:च्या छातीशी दाबून धरून तिला धीर

दिला. तीन-चार मिनिटं शांततेत गेली आणि दरवाजा लोटल्याचा बारीक आवाज झाला. बाहेरची व्यक्ती पूर्ण सावधगिरीनं दरवाजा लोटून उघडण्याचा प्रयत्न करत होती. झोपडीत थंड वाऱ्याची झुळूक शिरली. नवीन आलेल्या थंडीनं रखमा थोडी शहारली. गणाच्या लक्षात आलं की, दरवाजा बऱ्यांपैकी उघडला गेलाय. तो ताठ झाला. कोयत्याची मूठ त्यानं उजव्या हातात घट्ट पकडली. पुन्हा क्षण-दोन क्षण शांततेत गेले आणि तेवढ्यात पुन्हा पाऊल वाजल्याचा आवाज झाला.

त्या आवाजावरनंच गणानं ओळखलं की, बाहेरची व्यक्ती दरवाजात येऊन उभी ठाकलीये आणि मग क्षणाचीही वाट न बघता, विजेच्या चपळाईनं गणा दरवाजाकडे झेपावला. दरवाजापाशी पांढरं काहीतरी हालताना दिसलं. साऱ्या ताकदीनिशी गणानं त्या हालणाऱ्या पांढऱ्या लक्ष्यावर वार केला. कोयत्यात फक्त कपडा अडकून टर्रकन फाटल्याचा आवाज झाला. पाठोपाठ बाहेरच्या माणसाचा एक अस्फुट आवाज आला आणि त्याच क्षणी गणाच्या डोक्यात कुठल्यातरी कठीण वस्तूचा प्रहार झाला. गणाच्या डोक्यात असह्य कळ उठली, डोळ्यांसमोर काजवे चमकले आणि तो जमिनीवर कोसळला. बाहेरच्या व्यक्तीनं गणाच्या डोक्यावर फटका मारून पळ काढला. झोपडीपासून लांब पळत जाणाऱ्या पावलांचा आवाज अंधार फाडत गेला....

झाल्या प्रकाराचा अंदाज घेऊन रखमा घाईघाईनं उठली. तिनं पटकन रॉकेलचा दिवा पेटवला. गणा अजूनही पडलेलाच होता. त्याला भोवळ आली होती. रखमा पटकन त्याच्या जवळ गेली आणि गणाचा चेहरा तिनं हातात घेतला. गणाच्या कपाळावर जखम झाली होती. त्यातून रक्त वाहत होतं.

रखमानं एका छोट्या पातेल्यात थोडंसं पाणी घेतलं आणि पदर त्या पाण्यात भिजवून गणाचा चेहरा तिनं स्वच्छ पुसला. उजव्या हाताच्या ओंजळीत थोडंसं पाणी घेऊन तिनं गणाच्या चेहऱ्यावर त्याचा हबका मारला. गणानं हलकेच डोळे उघडले.

"दुकता काय हो जास्ती?" रखमानं गणाच्या अगदी जवळ होऊन विचारलं.

"नाई गे, आता ठीक हा. कपालावर जकम झाली काय?"

परिसाच्या माध्यमातून गणानं त्याच्या भवितव्याच्या योजना आखल्या होत्या. भवितव्याच्या योजना हे सत्य असतंच, पण या योजनांवर बाह्य हल्ला झाला नाही तरच ते सत्य मूर्त स्वरूपात उतरतं. पण माणसाचं नशीब असंच आहे. नशीब त्याला भवितव्याच्या योजना बनवायला माध्यमं देतं आणि मग त्या योजना हाणून पाडायला हल्लेपण आखतं, म्हणूनच खरीखुरी यशस्विता माणसाला अपघातानंच मिळते. योजनाबद्ध रीतीनं, कष्टानं यशस्विता मिळवायची असेल तर या बाह्य हल्ल्यांपासूनच्या संरक्षणाचाही विचार करावा लागतो. मनुष्यप्राणी क्वचितच तो करतो.

गणाला त्याच्यावर होणाऱ्या शारीरिक हल्ल्यांची शंका होतीच. मात्र पहिला हल्ला एवढ्या लवकर होईल, असं वाटलं नव्हतं. पण आता मात्र तो निश्चयी झाला. कारण हा पहिला हल्ला म्हणजे पुढे होणाऱ्या महायुद्धाची नांदीच असल्याची त्याची

खात्री झाली. तिरस्कार त्याच्या मस्तकात उफाळायला लागला....

गणा उठला. दरवाजा बंद करून त्याची कडीपण त्यानं आतनं घट्ट अडकवली. चुलीजवळ जाऊन तो भांडंभर पाणी प्यायला आणि परत त्याच्या अंथरुणावर जाऊन आडवा झाला. रखमानं तिच्या पदराचं टोक, ज्यानं तिनं गणाचा चेहरा पुसला होता, पाण्यानं धुतलं आणि घट्ट पिळलं. रॉकेलच्या दिव्याची वात तिनं लहान केली, पण दिवा विझवला मात्र नाही. पुन्हा एकदा गणाच्या डाव्या बाजूला, सोनू नि गणाच्या मध्ये रखमा आडवी झाली. प्रेमानं तिनं गणाच्या केसांमधनं हात फिरवला.

"हं... माका ठीक वाटता आता, तू झोप."

गणाचा आवाज थंड अन् रूक्ष झाला होता. त्याचं लक्ष रखमाकडे नव्हतं. तिरस्कार त्याच्या मस्तकात उफाळला होता.

"बगलंत? म्या म्हनला तस्साच झाला. ही मानसा तुमाक ठार मारूक पण फुडेपाठी बगुची नायत. त्यो परिस आमच्या घरात नुको. पयलो इकून टाक त्याका. ह्यो आशीर्वाद खयचो? माका तर वाटता ह्यो परिस मंजे श्राप असता श्राप. हो श्राप आमका तिगांका पन संपवून टाकीन. त्येका सड्यावरच्या खानीत फेकून द्या, नायतर हातोड्यानं ठेचून त्याचा कूट करून टाकूया. पन् माजा ऐका, ह्येका घरात ठेवा नुको."

रॉकेलच्या दिव्याच्या प्रकाशातही रखमाचे डोळे अन् ओठ भीती आणि रागानं थरथरताना दिसत होते.

"रखमा, ह्यो परिस म्हंजे नशिबानं मिळालेली संदी असा. आमच्या झीलग्यात साळेत पाठवुची संदी. सोनूचा आयुष्य ह्या नरकात जाता कामा नये. तो मोटा सायेब होऊक होयो."

"खयची संदी? आमच्या तिघांच्या नरडीचो घोट घेतलं ही संदी?"

"श्या:... कायतरीच काय बोलतंस रखमा. ठीक हा, तुझ्या म्हनन्यापरमान, सकालीच आपन येईत त्या किंमतीत परिस विकून टाकू. आता गप रव." गणानं बायकोची समजूत काढली आणि तिला धीर वाटावा म्हणून जवळ घेतलं.

रात्रभर गणाला झोप लागू शकली नाही. बुद्धवाड्यातल्या कोंबड्यांनी एका मागोमाग एक बांग दिली. पक्ष्यांनी पहाटेच्या भूपाळ्या आळवायला सुरुवात केली. उगवत्या पहाटेनं गणाचं मन उल्हसित झालं. येणाऱ्या नव्या दिवसाकडं तो आशेनं बघायला लागला.

खेडेगावाचं एक तंत्र असतं. गावातल्या घडामोडी, गावातल्या प्रत्येक कुटुंबात घडणाऱ्या चांगल्यावाईट घटना, प्रत्येक व्यवहार या साऱ्याची मोजदाद गाव ठेवतं. या साऱ्याला गावाची म्हणून एक प्रतिक्रिया असते. गावातला प्रत्येक माणूस विशिष्ट गोष्टीबाबत विशिष्ट पद्धतीनंच वागतो. अगदी लहान मूलसुद्धा त्याच लयीत गोष्टी करत राहतं. कुणीच काही वेगळं करत नाहीच. कारण साऱ्यांची विचार करायची पद्धतही एक सारखीच असते. कुणी नवीन काही प्रयोगही करून पाहत नाही. कारण

इतर कुणी नवीन प्रयोग करत नाही. पण या सगळ्या संस्थेच्या बाहेर एखाद्यानं पाऊल टाकायचं ठरवलं, तर मात्र गावाचं तंत्र बिघडतं. गावाचे घटक– नागरिक अस्वस्थ होतात. त्यांना हे कळत नाही की, ह्याबाहेर पाऊल टाकणाऱ्याच्या मागे आपण जायचं का नाही. त्यांना मनातून विलक्षण भीती वाटते.

गावातल्या प्रत्येकाला माहीत होतं की, गणा आज त्याचा परिस गावातल्या एखाद्या सोनाराकडं जाऊन विकणार. लहानथोरांना, गरीबांना, श्रीमंतांना, निरूद्योगी रिकामटेकड्यांना, कष्टाळू बुद्धवाड्याला, किराणामालाच्या दुकानदाराला, दाढी करताकरता गावातल्या लफड्यांवर चवीनं चर्चा करणाऱ्या न्हाव्यांना, बागाईतदारांना, सरकारी कारकुंड्यांना– साऱ्या साऱ्यांना ठाऊक होतं की, गणा आज त्याचा परिस विकणार. गावात सकाळ उजाडल्यापासून घराघरात फक्त हीच चर्चा होती.

बुद्धवाड्याची उत्सुकतापण शिगेला पोहचली होती. महारांच्या घरांमध्ये, प्रत्येक जण आपल्याला परिस मिळाला तर आपण कायकाय करू हे बोलत होता. बायकासुद्धा या विषयावर आपलं मत नोंदवण्याची इच्छा मनातल्या मनात दाबू शकत नव्हत्या. चिऱ्यांच्या खाणीतल्या कामगारांच्या बायका आपल्या नवऱ्यांच्या नावानं बोटं मोडत होत्या. आपण गणाची बायको नसल्याबद्दल स्वत:च्या नशिबाला कोसत होत्या. गणाला नक्की किती पैसे मिळतील आणि एवढे पैसे मिळाल्यानंतर गणा त्याचं कायकाय करू शकेल, याचे अंदाज बांधले जात होते.

प्रत्येकाला मनोमन वाटत होतं की, गणा श्रीमंत झाला की तो बुद्धवाड्यासाठीही बरंच काही करेल, म्हणजेच पर्यायानं त्याचा आपल्यालाही फायदा होईलच. गणारखमा साऱ्या बुद्धवाड्याचे आवडते होते, म्हणूनच सगळ्यांना सतत खोलवर भीतीही वाटत होती की, श्रीमंत झाल्यावर गणा शहरात तर निघून जाणार नाही ना? आपल्याला विसरणार तर नाही ना?

आजचा सौदा गणा कसा काय करणार, यावरही उलटसुलट भाष्य होत होतं.

‘म्या तेका काय आज वळाकतंय? सोनार तेका असो तसो गंडवू शकूचा नाय.’

किंवा...

‘श्या:... गणाक काय खाक कळता वेवाराचो? एवडो लहानगो झील तो. सोनार तर तेका कस्सो पन गंडवतलो.’

किंवा....

‘रखमा भारी हुश्शार असा. ती गणाक एवड्यातेवड्याक परिक इकूक देयत की?’

असं आणि असंच बरंच काही.

गावातल्या सोनारांनाही चांगलंच ठाऊक होतं की, गणा परिस विकायला आज येणार. प्रश्न एवढाच होता की, नक्की कोणत्या दुकानात परिसाचा सौदा होणार. गावातल्या सगळ्या पाच-सात सोनारांची दुकानं एकाच गल्लीत होती. सगळेच लबाड

होते. परिस सापडल्याचं समजल्यापासून गणाकडून कमीतकमी किमतीत परिस कसा हस्तगत करता येईल, याचाच विचार प्रत्येक जण करत होता. प्रत्येक सोनारानं आपापल्या दुकानात ज्याच्यात्याच्या ऐपतीप्रमाणे रोख रकमापण आणून ठेवल्या होत्या. सोनारांच्या बायकांनी त्यांच्या अल्पमतीनुसार आपापल्या नवऱ्यांना सौदा कसा करा आणि काही झालं तरी परिस मिळवाच, असं परतपरत सांगितलं होतं आणि सोनार आपापल्या बायकांवर 'गो बायकांना व्यवहारातले काय कळते?' असं खेकसले होते.

बाबीशेट सोनार म्हणजे गावातला जुना सोनार, महामुरब्बी खेळाडू. येणाऱ्या गिऱ्हाइकांशी विनोदी बोलून हसवत असतानाच, दुःखसुद्धा त्यानं त्याच्या दिमतीला तयार ठेवलेलं असायचं. बोलताबोलताच गिऱ्हाइकांच्या मावशीच्या मृत्यूची बातमी त्याला कळल्याचं तो सांगायचा आणि त्याच्या डोळ्यांत चटकन पाणीपण यायचं.

बाबीशेटानं आज स्वच्छ परिटघडीचा पांढरा शर्ट आणि धोतर घातलं होतं, रोज वापरायचा नाही, पण आज मात्र त्यानं त्याची खास चारपदरी सोन्याची माळ मुद्दाम दिसेल, अशी गळ्यात घातली होती. रोज दाढीचा कंटाळा करणाऱ्या बाबीशेटानं आज मात्र तीन-तीन वेळा घोटूनघोटून दाढी केली होती. कानात अत्तराचा एक छोटासा फाया ठेवायलापण तो विसरला नव्हता. आदल्या दिवशी संध्याकाळी त्यानं आपल्या गड्याकरवी दुकानाची साफसफाई करून घेतली होती. सकाळी दुकान उघडल्यावरही त्यानं पुन्हा एकदा दुकानाच्या स्वच्छतेवर हात फिरवायला सांगितला. दुकानासमोरचा रस्तापण झाडून घेतला, त्यावर सडा शिंपडला. दुकानातल्या धार्मिक तसबिरींना नवीन हार घातले. देवाची, तिजोरीची आणि तराजूची पूजा केली. चार कोपऱ्यांमध्ये चार उदबत्त्या लावल्या आणि आपण कामात गर्क आहोत, असं दाखवण्यासाठी चार कागद पुढे ओढून त्यावर काहीतरी लिहीत बसला.

बुद्धवाड्यात आज कुणीच कामावर गेलं नव्हतं. 'गणाच्या परिसाची विक्री' हा एक सामाजिक विषय होता आणि प्रत्येकानं त्याच्या परीनं त्याच्यात भाग घेणं आवश्यक होतं. ही गावची— बुद्धवाड्याची पद्धत होती. गणाच्या झोपडीत गणा, रखमा अन् सोनू तयार झाले. सोनूला, कुणा भटा-बामणाकडनं मिळालेलं सुंदर झबलं अन् कुंची रखमानं घातली. तिच्या लग्नातली साडीचोळी तिनं नीट घडी करून जपून ठेवली होती. आज तिनं ती नेसली. गणानं स्वच्छ कपडे घातले. सवयीनं तो कमरेला कोयता अडकवणार होता, पण त्यानं आज ते टाळलं.

जमिनीत पुरलेल्या ठिकाणाहून गणानं परिस बाहेर काढला. स्वच्छ फडक्यानं तो पुसला अन् देवासमोर ठेवला. गणा-रखमानं मनोभावे देवाला आणि परिसाला हात जोडले. एका स्वच्छ कागदात गुंडाळून गणानं परिस त्याच्या सदऱ्याच्या आत, कोपरीमध्ये डाव्या खिशात ठेवला. पायात चपला अडकवल्या आणि तिघंही झोपडीबाहेर पडले. बुद्धवाड्यातले शेजारीपाजारी तयार होऊन आधीच झोपडीबाहेर जमा झाले होते. जे अजून तयार होत होते. त्यांना इतरांनी हाका मारून लवकर निघायच्या सूचना

केल्या.

"रे आवर. गणो निघालो."

सारा जथ्था गावाच्या दिशेनी वाटचाल करायला लागला. सगळ्यांत पुढे होते गणा आणि गणाचा भाऊ नाथा. रखमा आणि फुला त्या दोघांच्या पाठोपाठ आणि मागे सारी वरात.

"गणा, रे काय ता समजून–उमजून नीट सवदो कर हां." नाथानं गणाला सूचना केली, "हे सोनार लोक महाचालू. येईत त्येका गंडवूकच बसलेले. केवड्याक विकूचो ठरवलं हस तू?"

"नाथा, रे माका तरी खय मायती हा की परिस केवड्याक विकूक होया ते." गणानं आपल्या भावाकडे सरळ कबुली दिली.

"पन त्यातल्या त्यात जेवडा काय जास्ती जास्त मिळात तेवडा बरा."

गणा आणि नाथाच्या व्यतिरिक्त वरातीत कुणीच कुणाशी काही बोलत नव्हतं. मुलांनासुद्धा आरडाओरडा करू दिला जात नव्हता. दंगा करणाऱ्या मुलांच्या पाठीत धपाटे बसत होते.

"अरे व्वा! या... या... आज काय सारा बुद्धवाडा सोनं लुटायला बाहेर पडलाय की काय?"

बाबीशेटानं आश्चर्य वाटल्याचं नाटक करत गणा आणि नाथाचं स्वागत केलं.

"बोला काय सेवा करू?"

"सेवा खयची? माका परिस गावलो हा, त्यो इकुचो हा."

गणानं सरळ मुद्याला हात घातला. नाथाला मात्र वाटत होतं की, गणानं थोडं क्लृप्तीनं बोलायला पाहिजे होतं.

"परिस? बघू तरी. काल कुणीतरी म्हणालं खरं मला. बघू... बघू...."

बाबीशेट त्याची परिस बघण्याची उत्सुकता बाहेर न दिसण्याची कशीबशी धडपड करत बोलला.

दुकानात फक्त गणा, नाथा, रखमा आणि फुला चौघेच जण आत आले होते. बाकी लोक दुकानाच्या बाहेरनंच टाचा ताणताणून आत काय चाललंय, याचा अंदाज घेत होते. दोन-तीन लहान पोरं बाबीशेटच्या दुकानाच्या खिडकीवर बसली होती आणि तिथून आतल्या घडामोडीचं धावतं वर्णन बाहेरच्यांना सांगत होती. बाहेरचे लोकपण त्यांना प्रश्न विचारून अधिक माहिती मिळवायचा प्रयत्न करत होते.

"बाबीशेटाक आश्चर्य वाटला काय रे?"

सदऱ्याच्या आत हात घालून गणानं कोपरीतून परिस बाहेर काढला आणि कागदाची पुरचुंडी सोडून बाबीशेटाच्या डेस्कवर ठेवला. दरवाजातून, खिडकीतून आलेला प्रकाश परिसाच्या सोनकणांवरून परावर्तित होऊन बाबीशेटच्या चेहऱ्यावर, चार पदरी माळेवर आणि स्वच्छ पांढऱ्या कपड्यांवर पसरला. एक क्षण बाबीशेटला

त्याच्या हृदयाचा ठोका चुकल्यासारखं वाटलं. डेस्कखाली दोन्ही हात एकमेकात अडकवून एकमेकांवर घट्ट दाबले गेले. बाबीशेटचे डोळे लकाकले, पण चेहरा मात्र त्यानं हुशारीनं निर्विकार ठेवला. बाबीशेटचा नाटकीपणा हेच त्याचं खरं कसब, त्याच्या धंद्याचं मूळ भांडवल होतं.

"हा तुझा परिस काय? लोखंडाला स्पर्श केला तर लोखंडाचं सोनं होतं? तू प्रयत्न करून बघितलंस?" बाबीशेटनं व्यावसायिकतेनं विचारलं.

"मी तर बगलंय. पन तुमी सुदा काय लोखंड वगैरे चिकटवून प्रयत्न करून बगा बाबीशेट, मंजे तुमका पन खातरी होईत." गणानं विश्वास दिला.

बाबीशेटानं त्याच्या डेस्कातून सोन्याचे डाग बनवण्याची छोटीशी हातोडी काढली आणि परिसाला हलकेच स्पर्श केला. हातोडीचा पुनर्जन्म झाला. बाबीशेट विस्मयानं थक्क झाला, पण तेही त्यानं चेहऱ्यावरनं लपवलं. जीभ गालातून घोळवत त्यानं आता काय खेळी करावी, याचा विचार केला.

"ओ हो होऽऽऽ हातोडी तर सोन्याचीच झाली की. व्वा! गणा, हा तर चमत्कारच म्हणायचा. आता फक्त एक करूया. हातोडीच्या सोन्याचा कस जरा तपासून बघतो म्हणजे मग व्यवहाराचं बोलायला आपण मोकळे."

गणा, नाथा, रखमा आणि फुला चौघांनीही संमतीदर्शक मान हालवली. बाबीशेटनं त्याच्या डेस्कातून सोनं तपासायची त्याची हत्यारं बाहेर काढली आणि बराच वेळपर्यंत तो हातोडीचं वेगवेगळ्या पद्धतीनं निरीक्षण करत राहिला. हातोडीचं लोखंड अगदी शंभर नंबरी सोनं बनलं होतं, निश्चित. बाबीशेटची पूर्ण खात्री पटली. वरच्या दातांखाली त्याचा खालचा ओठ दाबला गेला.

"हं..." बाबीशेट छद्मीपणे हसत म्हणाला, "गणा, मला जी शंका होती तीच खरी ठरली. हातोडीच्या लोखंडाचं खरं सोनं बनलंच नाहीये. आपल्याला जे दिसतंय ते नुसतं सोन्याचं पाणी चढवल्यावर बसतो तसा वर्ख आहे, हे काही सोनं नव्हे. तूच बघ."

बाबीशेटानं हातोडी गणाकडं सरकवली. गणाला हे सारंच अनपेक्षित होतं. दिङ्मूढतेनं त्याच्यानं हातोडीला स्पर्शपण करवेना.

"श्या: कायतरीच काय बोलता? शेट, माका मायती हा परिसाच्या स्पर्शानं परतेक गोष्टीचा श्याप भतूरसून संपूर्ण सोना व्हता." गणानं एका दमात म्हणून टाकलं.

"अरे बाबा, मला काय वेड लागलंय? पिढ्यान्‌पिढ्यांचा धंदा आहे आमचा सोनारकीचा. उपजत ज्ञान असतं आम्हा लोकांना याचं."

"बाबीशेट, जरा परत तावून बगा तरी. तुमच्या तपासण्यात कदाचित खयतरी कायतरी चुकलाबिकला असात." रखमानं आर्जव केलं.

"अरे बाबांनो, नक्की खातरी करूनच बोलतोय मी. गणा, पाहिजे तर ही हातोडी तुला घेऊन जा." बाबीशेटानं डाव्या हातानं पटकन हातोडीची मूठ धरून ठेवली.

"तुझ्या घरी घेऊन जा, आठ दिवस ठेव आणि बघ काय होतंय ते. आठ

दिवसात हे सोनं काळंठिक्कर पडेल आणि हातोडी मूळपदावर येईल.''

गणाला खात्री होती की, बाबीशेट खोटं बोलतोय.

''शेट, असला खोटा, नाटा कायतरी करूक हामी काय जादूगार वगैरे वाटलाव की काय? आमच्या घरान्याक कुलदेवतेचो आशीर्वाद असा म्हणूनच हो परिस आमका गावलो हा. तो कुलदेवतेचो आशीर्वाद पन खोटोच आसा की? तुमच्या सोन्याच्या पान्याच्या वर्खासारका?'' गणा कठोर स्वरात बोलला.

''हे बघ गणा, जी सत्य परिस्थिती आहे ती मी तुला सांगितली. अरे माझ्यावर विश्वास ठेव. तुला हा जो परिस म्हणून वाटतोय ना, तो परिस नाहीच. एक विशिष्ट प्रकारची नजरबंदी आहे ही.''

''मंजे बाबीशेट, हामी काय नजरबंदीचा खेळ करणारे वाटलाव काय?'' रखमालापण आता राग चढायला लागला होता.

''तुम्हाला कोण दोष देतंय? या निसर्गात अशी नजरबंदी करणारी कित्येक रसायनं वाहत असतात आणि त्यातलीच काही झिरपून या दगडात उतरलीत. असले भरपूर दगड सापडतात इकडेतिकडे. तुला विकायचाच असेल तर जास्तीत जास्त पाचशे रुपये देतो मी याचे तुला.''

गणाच्या मनात संताप उफाळला होता, पण तो स्वत:ला कसंबसं आवरत होता.

पाचशे रुपयाची बातमी बाहेरच्या गर्दीत पोहचली आणि त्यावर उलटयासुलटया प्रतिक्रिया उमटायला लागल्या. आजूबाजूच्या दुकानांमधले सोनार बाबीशेटच्या दुकानातल्या घटनांचा अंदाज घेतच होते. त्यांच्याच्यानंही स्वस्थ बसवत नव्हतं. शेवटी न राहवून त्यापैकी दोन-तीन सोनार 'कसली रे ही गर्दी?' असं नाटक करत बाबीशेटच्या दुकानात आलेच.

''हे बघ गणा, हे दोघे-तिघे सोनार आलेत, यांनाही तू ओळखतोसच. तुझं माझं कायकाय बोलणं झालंय, ते मी यांना सांगत नाही. त्यांचं काय मत पडतंय ते बघूया आपण.''

''काय बाबीशेट, काय प्रकार आहे?'' आप्पा कुलकर्ण्यानं चौकशी केल्यासारखं केलं.

''आप्पा, या गणाला हा परिस सापडलाय असं याचं म्हणणं आहे. मी ही हातोडी परिसाला लावल्याबरोबर हातोडी सोन्याची झाली. ही पहा, म्हणून मी त्या सोन्याचा कस बघितला आणि त्यावरून परिसाची एक किंमत सांगितली. आता तुम्ही परीक्षण करा आणि बोला, तुम्ही याची काय किंमत द्याल?''

आप्पा कुलकर्ण्यांच्या सारं काही ध्यानात आलं. तो बाबीशेटएवढा मुरब्बी नसला तरी धंद्यात तावून सुलाखून निघालेला होता. त्यानंही बराच वेळ हातोडीचं निरीक्षण केलं आणि मग खोल आवाजात स्वत:चं मत नोंदवलं.

''तीनशे किंवा फारच झालं तर साडेतीनशे देईन मी याचे. दगडाचे आणखीन

किती पैसे द्यायचे?''

रखमाच्या कपाळावरची शीर रागानं ताडताड उडायला लागली. गणाचा हात कमरेकडं गेला आणि त्याला आठवण झाली की, कोयता त्यानं घरातच काढून ठेवला होता.

नाथानं हातानंच गणाला शांत राहण्याची खूण केली.

''पेडणेकर, तुम्ही बोला काय देणार?''

''श्या:, आमच्या गोव्याला मडगावच्या बाजारात कितीतरी कुणबी असले दगड विकायला बसतात रस्त्यावर. मी नाही असल्या गोष्टींचे व्यवहार करत.'' पेडणेकरांनी निष्काळजी दर्शवत उत्तर दिलं.

''बघ बाबा गणा, आता तू काय तो विचार कर.'' बाबीशेटच्या आवाजात सलगी उत्पन्न झाली होती.

''माझो इचार झालो.'' गणा ताडकन उठत म्हणाला.

डेस्कवरचा परिस उचलून त्यानं परत कागदात गुंडाळला. सौदा तुटत चाललेला पाहून तीनही सोनारांच्या हृदयात बारीक कळ उमटली.

''बघ गणा, हे लोक तर नकोच म्हणतायत, पण मी फारतर हजार रुपये देतो तुला. काय एखादा व्यवहार तोट्यात.'' बाबीशेट पुन्हा एकदा नेट लावायचा म्हणून बोलला.

''का? हो तर नजरबंदीचो धोंडो असात ना? मग त्याची किंमत अचानक पाचशेवरून हजार कशी झाली?''

गणानं एव्हाना परिस कोपरीत परत बंद केला होता. गणाच्या पाठोपाठ रखमापण उठून उभी राहिली होती. तिच्या डोळ्यांत तिडीक उमटली होती.

''बाबीशेट, तुमचे सोयरे तुमका सल्लो देतात ना, हो धोंडोच आसा म्हनून? मग कशाक हजार रुपये अशे फुकाफुकी वाया घालवतास? सोयऱ्यांचा आयका थोडा....''

रखमानं निघतानिघता बाबीशेटला आशीर्वाद दिला.

परिसाचा सौदा तुटला. सारी वरात बुद्धवाड्यात परत आली. सौदा तुटल्यामुळे बुद्धवाडा जणू सुतकात गेला. बुद्धवाड्यातल्या बऱ्याच जणांना असं वाटत होतं की, गणानं वेडेपणा केला. हजार रुपये मिळत होते, ते पदरात पाडून घ्यायला हवे होते. हजार रुपये म्हणजे नक्की किती, हेही यांच्यातल्या बऱ्याच जणांना माहीत नव्हतं. हजार रुपये एक रकमी या लोकांच्यातल्या बहुतेक कुणी बघितलेच नव्हते. दिवसभर चिऱ्यांच्या खाणीत किंवा कुणाच्या आंब्याच्या आडीत राबराब राबून संध्याकाळी यांच्या हातावर जेमतेम पाच-सात रुपये पडायचे. मोठ्या शेतकऱ्यांकडे कामाला गेलं की, कधीकधी एक वेळचं जेवणपण मिळायचं, पण हे सारं काम असेल तेव्हाच. काम बंद असेल तेव्हा तेही मिळायची मारामार. हजार रुपये एकरकमी म्हणजे जवळजवळ आठ-दहा महिन्यांची कमाईच, पण गणाची खात्री होती की, हजार रुपयात परिस

विकायचा म्हणजे जवळजवळ फुकट देऊन टाकल्यासारखाच होता तो. गावातले सोनार गणाला गंडा घालायला बघत होते. आपल्या झोपडीत येऊन बसला तरीही गणाचा क्रोध कमी होत नव्हता. त्याचा श्वासोच्छवास जोरजोरात होत होता.

शेजाऱ्यापाजाऱ्यांपैकी बहुतेक सारे पांगले. दोन-पाच जण गणाच्या झोपडीबाहेर रेंगाळत राहिले. झोपडीत पुन्हा गणा, नाथा, रखमा अन् फुला उरले. दहा–एक मिनिटं कुणीच कुणाशी काही बोललं नाही. झाल्या प्रकारानं त्यांना अपमानित झाल्यासारखं वाटत होतं. मोठ्या लोकांनी छोट्या लोकांची केलेली ही एक प्रकारची टवाळीच होती. बाहेर खाडीला पूर्ण भरती आली होती. लाटा बांधावर फुटून आपटल्याचा आवाज येत होता. मोठ्या माशांची झुंड खाडीत छोट्या माशांच्या झुंडीच्या मागं लागली होती. छोटे मासे घाबरून इकडंतिकडं पळत होते, पाण्याच्या बाहेर उड्या मारत होते आणि बाहेर जीवन नसल्याची जाणीव होताच परत आत जात होते... मोठ्या माशांपासून जीव वाचवण्यासाठी....

पाच

''गणा, आता कसा काय करूचा म्हंतस?'' नाथानं शांतता मोडली.

''माका वाटता नाथा, मी शेरात जातंय, रत्नागिरीक... नायच जमला तर मुंबईक, पन परिसाक योग्य किमतीकच विकात मी. हयसर नाय जमुचा ता.''

गणा विचार करत बोलला. नाथापण गंभीरपणे विचार करत होता. दोन-पाच मिनिटं पुन्हा कुणीच कुणाशी काही बोललं नाही.

''बाबीशेट पाच–एक हजाराची जरी गोस्ट करता तरी मी देऊन टाकीत होतंय तेका परिस. पन पाचश्या अन् हजार मंजी काय ता कायतरीच बोलना त्येचा....'' गणा काहीतरी बोलायचं म्हणून बोलला.

''पन शेरात तरी भेटतील का नक्की एवढे पैशे? शेरात तर या बाबीशेटापेक्षा महाचोर असतले बसलेले. तुमका तोडूक पन पाठीफुडे बगुचे नाय.'' रखमा काळजीनं उद्‌गारली.

''हयसर तरी रखमा कुनाचो भरवसो देनार? काल रातच्यान काय झाला मायती हा ना?''

गणाचा आता गावातल्या कुणावरच विश्वास उरला नव्हता. कधीही काहीही होऊ शकत होतं.

''शेरातली गोस्ट एक दुसरी असा. थय या बाबीशेटापेक्षा मोटेमोटे सोनार बसलेले हत आणि ते पन शेकड्यान.''

शहरात जाण्याचं गणानं मनोमन पक्कं ठरवून टाकलं होतं.

''गणा तुका आटवता? आपला बाबा पूर्वी एक गोस्ट सांगायचा....''

काय बोलायचं याचा पूर्ण विचार करून नाथानं बोलायला सुरुवात केली, "बाबा सांगायचा की, जग मंजे एक मोटो किल्लो आसा आनि या किल्ल्यावर परतेक माणसाक देवान विशिष्ट जागी ऱ्हवान, विशिष्टच काम करूची आज्ञा दिलेली आसा. परतेक मानसाक त्या आज्ञेपरमान त्या विशिष्ट जागेक ऱ्हवोचा पडता. थंयसरच ऱ्हवान त्येका त्या जागेचा रक्षान करूचा पडता. मानसा जर हयसून थयसर आनि थयसून हयसर जायत येयत ऱ्हवली तर मगे या किल्ल्याचा रक्षान कोन करीत? आनि ज्या क्षणी किल्ल्याचा असा सगळा तंत्र बिगडून जायत, त्या क्षणी नरकाचो या किल्ल्यावर हल्लो होयत. महाभयंकर परलय येयत. तुका आटवता ही गोस्ट?"

"नाथा, माका सगळं आटवता आनि तू जे सांगलंस तापण काय चूक नाय. माका उमजता तू काय सांगलंस ता. पन नाथा, द्येवाच्याच कृपेनं ह्यो परिस आपल्या घरात इलो हा, तेका असो फुकटफाकटच कुणाक देऊन टाकू की काय?"

"गणा, परिस फुकट देऊचो की नाय हो एक परश्न असा. परंतु गणा देवाज्ञा तर अशीच असा की, आमका हयसर ऱ्हवोचा पडात आनि चिरे पन तासोकच हवे. काय समजलास? उद्या बाबीशेटान जर चिरो तासन्याचा काम करूचा ठरवल्यास तर त्येका जमात? ता त्येचा कामच नाय. कारन की तशी देवाज्ञा नाय. आपणाक हयसर रवण्याची देवाज्ञा आसा. गणा माझा एक ऐकशाल तर शेरात जाव नको तू."

"तू म्हंतस ता पटतं रे माका नाथा. पन माका एक सांग आपणाक परिस घावलो तो पन देवाचेच इच्छेन ना? आपल्या घरान्यात आज्या-पनज्यात्सून साऱ्यांक ठावूक होता की, एक ना एक दीस हो परिस आपल्याच घरात येतलो. आता तो कसो? देवाज्ञेशिवाय तर नाय ना? मंजे आपन शीरीमंत व्हाव हीपन देवाची इच्छाच ना? देवान या परिसाकडसून आपनाक मार्ग दाखिवल्यान. मगे आपून थोडी खटपट केली तर खंय बिगडता?"

गणानं नाथाला निरूत्तर केलं होतं, पण खरंतर मनातून आतनं त्याला ते फारसं पटलं नव्हतं. तरीही त्यानं एक शेवटचा प्रयत्न करून बघितला.

"गणा, हयसर आमी सगळे तुझ्या पाठीशी असत. शेरात कोन कुनाचा हाय? काय मदत लागली तर काय करशी तू एकटो?"

"नाथा, माज्या सोनूक माका साळंत पाठवूचो हा. त्येच्या पाय मी येयल त्या संकटाक तोंड देन्याक तयार असंय." हे शेवटचं ठासून सांगितलेलं उत्तर होतं.

सगळी दुपार अशीच नुसती चर्चा करण्यात गेली. गणाच्या अंगात विचित्र आळस भरला होता. काही करावंसंच वाटत नव्हतं. विचारांचंही ओझं वाटायला लागलं होतं. कारण कितीही विचार करूनसुद्धा त्यातनं काहीच निष्पन्न होत नव्हतं. गणाच्या डोक्यात शत्रुत्वाचं काळं गाणं निनादत होतं. थंड बसून, उतरत चाललेली संध्याकाळ गणा बघत होता.

रखमा गणाकडं बघत होती. ती त्याला उत्तम ओळखत होती. तिला चांगलं

माहिती होतं की, अशा वेळी न बोलणं उत्तम. फक्त रखमाच्या न बोलता जवळ असण्यानंच गणाला खूप मदत होणार होती. शत्रुत्वाचं गाणं रखमाच्या डोक्यातही निनादत होतं, पण घरगुती कामात लक्ष घालून किंवा सोनूला खेळवून, थोपटवून ती शक्यतो त्या गुंजारवापासून दूर राहण्याचा प्रयत्न करत होती.

बाहेर मिट्ट अंधार झाला होता. गणाला अंदाज आला होता की, झोपडीबाहेरच्या काळोखात काही अभद्र डोळे त्याच्या बाहेर येण्याची वाट पाहत थांबलेत. त्या जाणिवेसरशी गणाच्या अंगावर काटा आला, पण लगेचच मनोमन त्यानं ते आव्हान स्वीकारलं. सकाळपासून दूर ठेवलेला कोयता त्यानं उजव्या हातात घट्ट धरला. क्षणभर त्यानं स्वत:ची नीट तयारी केली आणि मग उठून झोपडीच्या दारात जाऊन उभा राहिला.

रखमा गणाला थांबवू इच्छित होती, पण तिनं स्वत:ला आवरलं. गणानं दरवाजात उभं राहून सावधपणे बाहेरचा अंदाज घेतला आणि मग हलकेच बाहेरच्या अंधारात पाऊल टाकलं. जेमतेम अर्धा मिनिटच स्तब्धतेत गेला असेलनसेल अन् रखमाला बाहेर झटापट चालू झाल्याचा आवाज ऐकू आला. कुणीतरी कुणाला तरी ओढत होतं... ढकलत होतं... अन् पाठोपाठ धक्काबुक्कीचे आवाज... रखमाच्या काळजात चर्र झालं. तिनं देवाचा धावा केला, सोनूला खाली ठेवलं, पदर खोचला अन् वरवंट्याचा दगड हातात घेऊन चपळाईनं बाहेर धावत आली. पण तोपर्यंत बाहेरची झटापट संपून गेली होती. गणा जमिनीवर पडला होता. उठण्याची धडपड करत होता. बाकी कुणीच आसपास नव्हतं. फक्त अंधार होता, पण त्या अंधारातच गावातली काळी दुष्टता दडलेली होती... झाडाझुडुपांच्या मागे... झोपडीच्या चारही बाजूंना ती दुष्टता तरंगत होती... परत संधी साधून झडप घालण्यासाठी....

रखमानं वरवंटा झोपडीच्या दरवाजाजवळ टाकला आणि गणाला आधार देऊन उभं केलं. तिच्या मदतीनं धडपडत गणा झोपडीत आत आला. त्याच्या डोक्याला खोच पडली होती आणि चेहऱ्यावर वार झाला होता, कानापासून तोंडापर्यंत. रखमानं गणाला त्याच्या चटईवर बसवलं अन् त्याच्या जखमा, त्याचा चेहरा ओल्या फडक्यानं स्वच्छ केला. गणानं जोरजोरात डोकं हालवलं. त्याला थोडं बरं वाटलं. त्याचा शर्ट फाटला होता. कपड्यांशी ओढाताण झालेली दिसत होती.

"कोन ता?" रखमानं कुजबुजत्या स्वरात विचारलं.

"ता समजला नाय. दिसलाच नाय कायसुद्दा."

रखमानं मधल्या वेळेत चुलीवर थोडं पाणी तापवलं होतं. तिनं गरम पाण्यानं पुन्हा एकदा गणाचा चेहरा, जखमा पुसल्या.

"माजा थोडा ऐकशान?" रखमानं आर्जवी स्वरात विचारलं. पण गणाची नजर शून्यात होती. चेहऱ्यावरचे भाव गोठून गेले होते.

"ऐकला काय?" रखमानं परत जरा मोठ्या आवाजात विचारलं.

"हां! ऐकतंय बोल."

"माजा ऐका. हो परिस मंजे आमच्या घरात इलेलो शाप असा. त्येका फेकून देवया तरीत. नायतर मोटो धोंडो घालून चूरून टाका त्येका. ह्यो खयचो आशीर्वाद? ह्यो शाप असा शाप."

रखमा बोलल्याबोलल्या पुन्हा गणाच्या डोळ्यात चमक आली. त्याचं शरीर आणि मन पुन्हा ताठ झालं.

"श्या: एवढी मोटी चालून इलेली संदी मी अशीतशी जाऊ देतंय की? गे मी एक पुरुष आसय. बांगड्यो भरलेल्यो नाय. आमचा, आमच्या सोनूचा भविष्य मी असातसा कुणाक माझ्या हातातून हिसकावून देतंय की?"

त्यानं हलकेच रखमाच्या खांद्यावर हात ठेवला.

"बाये, मी ही लडाय जिंकान, खयच्यापन परिस्थितीत. थोडो भरोसो ठेव."

दोन-एक मिनिटं परत शांततेत गेली.

"सकाळीच लवकर आपन शेराकडं जावया. थयसर लोक खरोखुरो धंदो करतत. आपणाक परिसाची खरी किंमत थयच मिळात. तू आणि मी... काळजी कशाक करतस? मी पुरुष आसय, पुरुष. आता शांत रव."

रखमाच्या मनातली भीती आणि गणाच्या मनातला संताप दोन्हीवर गणाच्या निर्धारानं कसंबसं तोकडं पांघरुण घालायचा प्रयत्न केला. रात्र हळूहळू शांत होत गेली.

मध्यरात्रीनंतर गणाला कसल्याशा चाहुलीनं जाग आली. अंधारातच डोळे किलकिले करून बघायचा त्यानं प्रयत्न केला. हालचाल त्याच्या शेजारीच होत होती.

रखमाच उठली होती. आवाज न होऊ देण्याची खबरदारी घेत रखमा चुलीजवळ पोहचली. चुलीतले निखारे विझून गेले होते. विझलेले निखारे, राख रखमानं बाजूला केली आणि त्याखाली खड्ड्यात पुरून ठेवलेला परिस तिनं बाहेर काढला.

गणा सारं बघत होता. त्याच्या मस्तकात राग उफाळायला लागला होता. रखमानं परिस घेतला अन् पावलांचा आवाज न होऊ देता ती झोपडीच्या बाहेर पडली. सोनूला पाळण्यात झोपवलं होतं अन् पाळण्याच्या मंद करकरीचा आवाज येत होता.

रखमाच्या पाठोपाठ गणापण झोपडीबाहेर आला होता. त्याच्या कपाळावरची शीर संतापानं थडथडायला लागली होती. रखमानं झोपडीबाहेरच्या स्तब्धतेचा शांत उभं राहून अंदाज घेतला आणि मग सरळ खाडीच्या दिशेनं चालायला सुरुवात केली, झपाझप पावलं टाकत.

गणा पाठलागावर निघाला. झोपडी, बुद्धवाडा मागे पडला. बुद्धांच्या नाचणीच्या शेतांमधनं रखमा बेभान धावत सुटली. खाडीचा खारट, दमट वास तिच्या नाकात शिरला. भेंडाची अन् पोफळीची झाडं आणि त्यानंतरची नारळाच्या झाडांची लांबच लांब रांग रखमानं पार केली. एका हातानं साडी किंचित वर धरून दगडांवरून उड्या मारत ती बांधावर पोहचली आणि परिस खाडीत फेकून देण्यासाठी तिनं हात

उंचावला....

गणा तिच्या पाठीवरच होता. क्रोधानं तो लालबुंद झाला होता. एव्हाना रखमाच्याही लक्षात आलं होतं की, गणा तिच्या पाठलागावर आला होता ते आणि म्हणूनच परिस फेकून देण्यात तिला आणखी उशीर करायचा नव्हता. बांधावर पोहचता क्षणी एका झेपेत गणानं रखमाला गाठलं आणि तिनं वर केलेल्या हाताला हिसडा देऊन परिस हस्तगत केला. गणाच्या धडकेनं रखमा जमिनीवर कोसळली आणि लगेच धडपडत उठून उभी राहिली. गणानं परिस डाव्या हाताच्या मुठीत घट्ट पकडला आणि त्वेषानं उजव्या हाताच्या कणखर पंजानं रखमाच्या गालफडावर थप्पड लगावली. रखमा परत कोसळली. गणा रागानं बेभान झाला होता. तिच्या बरगडीत लाथ मारण्यासाठी गणा थोडा मागं सरकला.. रखमानं वरती गणाकडे बघितलं... सापाच्या फुत्कारासारखे गणाचे डोळे फुत्कारत होते. त्यांच्यात खून चढला होता आणि रखमा मुसमुसून रडत होती. चंद्रप्रकाशात रखमाच्या डोळ्यांतली भीती, आर्जव आणि करुणा स्पष्ट दिसत होती आणि गणाकडे बघून तिनं हात जोडले.

"त्यो शाप असा, त्येका फेकून देवा."

परिस फेकून देण्याची भीक ती परतपरत गणाकडं मागत होती.

गणातल्या मनुष्यतेनं त्याला सावरलं. तो मागे वळला आणि मटकन गुडघ्यांवर बसला. चेहरा ओंजळीत लपवून तो हमसून-हमसून रडायला लागला. पाच-एक मिनिटांनी गणानं स्वत:ला सावरलं, उठून उभा राहिला आणि त्याने बांधावरनं उतरून बुद्धवाड्याकडे परत चालायला सुरुवात केली. परिस अजूनही त्याच्या डाव्या हातातच होता.

पुरुषी अहंभाव ही काय गोष्ट आहे आणि हा पुरुषी अहंभाव स्त्री–पुरुषामधल्या प्रेमावर क्रूर हल्लाच का चढवतो? गणाचं रखमावर मनस्वी प्रेम होतं अन् रखमासुद्धा आपल्या घरातली शांतता टिकवण्यासाठीच परिस फेकून द्यायला निघाली होती. असं असूनही अहंभाव गणाला क्षणात पाशवी कसा काय बनवतो? पुरुषाचं असं क्षणात जनावरात रूपांतर का होतं?

गणा बांधावरनं खाली उतरला. नारळाच्या झाडांची लांबच लांब रांग आणि त्या मागची पोफळीची अन् भेंडांची झाडं गणानं ओलांडली आणि नाचणीच्या शेतांमधनं गणा पुन्हा बुद्धवाड्याच्या दिशेनं निघाला.

पावलं झपाझप पडत होती आणि अचानक घाणेरीच्या झुडपामागं खसफस झाली. गणानं कमरेला लावलेला कोयता क्षणात बाहेर काढला. झुडपामागनं एक काळी आकृती बाहेर आली. तिचा देह प्रचंड होता आणि त्या व्यक्तीनं चेहऱ्यावर फडकं गुंडाळलं होतं.

गणाला विचार करायला क्षणाचाही वेळ न देता, ती आकृती गणाच्या अंगावर झेपावली. मिनिटभरच झटापट झाली... पण ती प्राणांतिक होती. काळी आकृती आणि गणा दोघांनीही एकमेकांना जमिनीवर लोळवलं... गणाच्या अंगावर प्रहार

झाले... गणाच्या कोयत्यानं वर्मी घाव केले... मिनिटभरानं सारं निपचित झालं.

बांधावर रखमानं स्वत:ला सावरलं. ती उठून उभी राहिली. तिनं स्वत:चे कपडे व्यवस्थित केले. तिच्या शरीरातून कळ उठत होती, पण तिनं तिकडं दुर्लक्ष केलं. ती पुन्हा एक पत्नी बनली. तिच्या मनात गणाविषयी अजिबात राग राहिला नव्हता.

त्या परिसापायी तिच्या घराची होऊ घातलेली धूळधाण तिला स्पष्ट दिसत होती. परिस फेकून देऊन ही धूळधाण वाचवायची तिची इच्छा होती, पण 'मी पुरुष आहे', असं परतपरत गणा तिला म्हणाला होता. 'मी पुरुष आहे.' या वाक्याचा अर्थ तिला चांगला ठाऊक होता. अर्थ ठाऊक असूनही ती त्या पुरुषाची पत्नी बनली होती, परतपरत बनत होती, स्वखुशीनं बनत होती.

तिच्या लेखी 'पुरुष' म्हणजे पन्नास टक्के ईश्वर आणि पन्नास टक्के जनावर. तिला माहीत होतं की 'पुरुष' म्हणजे त्याच्या सर्व ताकदीनिशी तो एखाद्या प्रचंड कड्याशीही टक्कर घेईल किंवा 'पुरुष' म्हणजे एखाद्या रूद्र समुद्राच्या अंगावरही धावून जाईल आणि तिला हेसुद्धा ठाऊक होतं की, कड्याशी टक्कर घेताना हा 'पुरुष' स्वत:च्या डोक्याच्या ठिकऱ्याठिकऱ्या उडवून घेईल किंवा समुद्राच्या अंगावर धावून गेल्यावर समुद्र एवढा प्रचंड उफाळेल की, अगदी सहज या 'पुरुषाला' गिळंकृत करून टाकेल. पण ही गोष्टच पुरुषाला 'पुरुष' बनवते, अर्धवट ईश्वर आणि अर्धवट जनावर....

हे सारं उमगत असूनही रखमाला गणाची साथ आवश्यक होती. गणामधल्या 'पुरुषाची' साथ आवश्यक होती. जगातल्या प्रत्येक स्त्रीला हे सारं उमगत असतं. पण जगातल्या प्रत्येक स्त्रीला पुरुषाची साथ आवश्यक असते. त्याच्यातल्या ईश्वराची साथ अन् त्याच्यातल्या जनावराचीपण साथ आवश्यक असते. पुरुषाच्या साथीशिवाय स्त्री अन् स्त्रीच्या साथीशिवाय पुरुष जगूच शकत नाही. पुरुषाला स्त्रीबद्दल आणि स्त्रीला पुरुषाबद्दल आध्यात्मिक आकर्षण असतं. रखमालापण ते आकर्षण जबरदस्त होतंच आणि म्हणूनच गणाच्या पाठीशी ती उभी होती.

कित्येक वेळेस रखमाच्या ठायी असलेली कार्यकारण वृत्ती, समंजसपणा आणि संगोपन करण्याची जन्मजात उमज यांनी गणामधल्या पुरुषत्वाला वाचवलं होतं. बांधावरनं उतरून रखमानं बुद्धवाड्याकडे जाणारी पाऊलवाट धरली.

नाचणीच्या शेतातनं जाताना एका ढेकळामागे पडलेल्या चमचमणाऱ्या कसल्यातरी वस्तूकडे रखमाचं लक्ष गेलं. परिस? हा तर आपलाच परिस. इथं कसा काय पडलाय? रखमानं पटकन परिस उचलून घेतला. थोड्या अंतरावर दोन काळ्या आकृत्या धुळीत अस्ताव्यस्त पडल्या होत्या.

रखमाच्या जीवाचा आकांत झाला. ती धावतच तिथं पोहचली. दोहोंपैकी एक गणा होता. प्राणांतिक वेदनांनी तो तडफडत होता. पलीकडची व्यक्ती निपचित पडली होती. त्या व्यक्तीची मान एका बाजूला कलली होती आणि तिनं चेहऱ्यावर गुंडाळलेल्या फडक्याच्या चिंध्या झाल्या होत्या. तोंड उघडं आणि तोंडातून येणाऱ्या लालकाळ्या

घट्ट द्रावानं अन् फेसानं त्या व्यक्तीच्या डोक्याखाली थारोळं केलं होतं. रखमानं पटकन गणाचं डोकं उचलून स्वत:च्या छातीशी घट्ट धरलं.

गणानं त्याच्या आणि रखमाच्या आयुष्यात एक मोठं स्थित्यंतर घडवलं होतं. त्यांचा आता त्यांच्याच पूर्व आयुष्याशी संबंध तुटला होता. मागचं सारं संपलं होतं. रखमाचा सारा प्रयत्न त्यांच्या आयुष्यातली पूर्वीची शांतता परत आणण्याचा होता, पण तिची सारी धडपड निष्फळ ठरली होती.

पलीकडे पडलेला मृतदेह आणि गणाचा रक्तात भिजलेला कोयता स्थित्यंतराची साक्ष देत होते. रखमाला परिस्थितीचा तंतोतंत अंदाज आला.

सहा

गणाचं डोकं हलकेच जमिनीवर ठेवून रखमा पलीकडे गेली. मृतदेहाला फरपटत नेऊन तिनं झुडुपामागं ढकललं. परत येऊन तिनं गणाला उठवून बसवण्याचा प्रयत्न केला. गणा हळूहळू शुद्धीवर येत होता.

"रखमा, सारा संपला बग, परिस घावलो त्येका. पळवून नेल्यान त्येनं. आपलो परिस हारावलो." गणा कसंबसं बडबडला.

"शांत रावा. परिस आसा माज्याकडं. तुमाक ऐकूक येता मी काय म्हंता ता? परिस आसा माज्याकडं."

रखमाचं बोलणं ऐकून गणाच्या जीवात जीव आला. सारी इच्छाशक्ती एकवटून तो उठून बसला. रखमा पदरानं त्याचा चेहरा पुसू लागली.

"आता नीट ऐका. तुमी एका मानसाचो खून केलेलो हा. आपणाक पळूक लागात आता ताबडतोब." रखमानं सांगितलं.

"त्येना हल्लो केल्यान माज्यावर. मी माका वाचवताना त्याचो जीव गेलो त्याला मी काय करू?"

"तुमचा बरोबर हा. माका कळता सगळा."

लहान मुलाला समजवावं तसं गणाला रखमानं समजावलं.

"पन बाकी मानसा कुनी तुमचा म्हनना मान्य करतील की? काल कायकाय जाला आठवता नं? कोन इश्वास ठेवीत आपल्याव?"

"बरोबर हा रखमा."

गणा एव्हाना बराच सावरला होता.

"तुजा म्हनना बरोबर असा रखमा. आपनाक हयसून ताबडतोब पळोक लागात."

गणा पुन्हा एकदा कणखर बनत चालला होता. गणाच्या साऱ्या शरीरातून कळा उठत होत्या, प्रत्येक अवयव दुखत होता. पण त्यानं तिकडं दुर्लक्ष केलं आणि उठून उभा राहिला....

आणि त्याच वेळेला बुद्धवाड्याच्या बाजूनं माणसांचा मोठा गलका ऐकू येऊ लागला. पाठोपाठ बरीच पळापळ अन् त्या पाठोपाठ आकाशात आगीचा लोळ उठला. गणा आणि रखमाच्या काळजात चर्र झालं. आगीच्या लोळाच्या उगमापाशीच त्यांची झोपडी होती... अगदी निश्चितच.

रखमानं तोंडातून फुटणारी किंकाळी कशीबशी दाबली. सोनूच्या आठवणीनं तिच्या जीवाचं पाणीपाणी झालं. ती आणि गणा आगीच्या दिशेनं बेफाम धावत सुटले आणि बुद्धवाड्याच्या अलीकडेच गर्दी उभी दिसली. आकाशात उठणाऱ्या ज्वालांकडं ती भीतीनं बघत उभी होती.

"फुला... फुला... सोनू खय हा?"

रखमानं फुलाला गदागदा हलवलं. रखमा आणि गणाला तिथं बघून फुलाला काही समजेनासं झालं.

"तुमी दोघे हय कसे?"

"फुला... सोनू झोपडीतच असा?" गणा ओरडला.

"नाय, नाय.. सोनू आमच्या घरात असा. त्येची कायपन काळजी करू नुको आनि तुमी दोघापन हयसर रावो नुको. पयला घरात चला."

फुला धावतच रखमाला आणि गणाला आपल्या झोपडीत घेऊन आली. पळतपळत जाऊन प्रथम रखमानं सोनूला उचललं आणि दोन्ही हातांच्या कवेत छातीजवळ घट्ट धरलं. गणापण रखमाजवळ येऊन उभा राहिला.

दोन-चार मिनिटांत धावतधावत नाथा झोपडीत शिरला. रखमाला आणि गणाला तिथं बघून त्याला आश्चर्याचा धक्का बसला. कारण बाहेर सगळ्यांचा समज असाच झाला होता की गणा, रखमा अन् सोनू जळणाऱ्या झोपडीत आतच राहिले होते. मारेकऱ्यांचा उद्देश तोच होता आणि कसंबसं साऱ्या गोंधळात नाथानं सोनूला पळवून आणून स्वतःच्या झोपडीत लपवलं होतं, कुणाच्याच ते लक्षात आलं नव्हतं.

गणाच्या झोपडीच्या ओळीत असलेल्या चार-पाच झोपड्याही मारेकऱ्यांनी पेटवून दिल्या होत्या. कुडाच्या भिंती आणि माडाच्या झावळ्यांनी बनवलेल्या झोपड्या अक्षरशः कापरासारख्या पेटल्या आणि क्षणात ज्वाळांमध्ये लपेटून गेल्या. नाथाची झोपडी खूप जुनी. त्यामुळे बुद्धवाड्यात सगळ्यांत मागं होती आणि म्हणूनच वाचली होती.

बाहेर लोकांचा प्रचंड गोंगाट चालू होता. मारेकऱ्यांनी आरडाओरडा करत येऊन तांडव नृत्य केलं होतं आणि झोपड्या पेटवून देऊन ते पळून गेले होते. नशीब बलवत्तर होतं, म्हणून नाथा सोनूला वाचवू शकला होता. रखमा परतपरत देवाचे अन् नाथाचे आभार मानत होती. गणा दिङ्मूढ झाला होता. प्रचंड मोठे शारीरिक आणि मानसिक आघात त्याच्यावर एका पाठोपाठ एक होत होते.

बाहेरच्या आगीचे आवाज नाथाच्या घरातही येत होते. आग कमी होत होती.

छपरं, भिंती कोसळल्याचे आवाज येत होते. काडेपेटीच्या काडीसारख्या झोपड्या पूर्ण जळून मगच विझत होत्या. बाहेर माणसांचं, बायकांचं किंचाळणं अजूनही चालू होतं. गणा अन् रखमा नाथाच्या घरात एका कोपऱ्यात अंग चोरून बसले.

"फुला, तू दारातच थयसर उभी रव आनि कुनाक आत येवक देव नुको." नाथानं आपल्या बायकोला आज्ञा केली.

"गणा, तुमी तीघापन वाचले हा फार बरा झालां. तुमका कोणी बघितल्यान तर नाय?"

"नाथा, नाचन्याच्या मळ्यात माझ्यावर हल्लो झालो आनि त्या मानसाचो खून झालो माझ्या हातून." गणानं एका दमात सांगून टाकलं आणि स्वत:च्या मनावरचं ओझं थोडं हलकं करण्याचा प्रयत्न केला.

"कोन होतो तो?" नाथानं चौकशी केली.

"नाथा, या अंधारात सगळ्यो काळ्यो सावल्योच नाचतंत. कोन होतो काय की? सगळे एकसारखे काळ्या भुतावानी दिसतंत."

"गणा, माझा ऐक. हो परिस मंजे मोटा संकट असा आपल्यावर इलेला. तो काय येईल त्या किंमतीक इकून ता संकट दुसऱ्याक देऊन टाक. तुजो सगळो संसार नष्ट केल्यान त्या परिसानं."

"नाथा, माजो सगळो संसार या लोकांनी विस्कटवल्येनी आनि त्येंकाच परिस देऊन टाकू म्हणतस? या लोकांनी माका खय पळून जाऊक पन् जागा ठेवल्येनी नाय. नाथा, तुझ्या घरात माका तू लपवतलंस?"

गणानं नाथाला विचारलं, पण लगेचच नाथाचा घाबरलेला आणि विचारग्रस्त बनलेला चेहरा गणाच्या लक्षात आला.

एक-दोन मिनिटं गणाला आपल्या भावाचापण राग आला. पण पुढच्याच क्षणी त्याच्याच मनानं त्याची समजूत घातली. गणानं आता उभ्या गावाशी वैर घेतलं होतं आणि गावानंही गणाला संपवण्याचा जणू चंगच बांधला होता. गणाला स्वत:च्या घरात ठेवणं म्हणजे त्याच्याबरोबर स्वत:च्या मुलाबाळांची राख-रांगोळी होण्याची शक्यता. नाथाला चटकन निर्णय घेता येईना. गणाला नाथाची मन:स्थिती पूर्णपणे लक्षात आली.

"नाथा, तुका संकटात ढकलूचो माजो विचार नाय. माका पन उमजता सगळा. पन नाथा, आता दीस वर येईन. आनी खुल्या प्रकाशात रखमाक आनि सोनूक घेऊन माका पळून जाऊक नाय येयचा. फक्त एक दीसाचा परश्न हाये नाथा. माका फक्त एक दीसापुरती लपन्याक जागा दी. रातच्यान आमी पळून जातलांव."

"गणा, तू माजो भाव असा. एक दीसपुरता तुका हयसर लपवूक माका काय पन परश्न नाय. फुला, दार बंद कर आनि या कानाचा त्या कानाक पन समजता कामा नये की, गणा-रखमा हयसर असत. समजला?"

दिवसभर गणा, रखमा सोनूला घेऊन झोपडीच्या कोपऱ्यात बसून राहिले. झोपडीच्या फटींमधून बाहेरच्या लोकांची लगबग लक्षात येत होती. रात्री झालेल्या या भीषण प्रकारामुळे बुद्धवाड्यातलं कुणीच आज कामावर गेलं नव्हतं. झोपड्यांच्या पडलेल्या राखेच्या ढिगाऱ्यात लोक गणा, रखमा अन् सोनूचे काही अवशेष सापडताहेत का, याचा अंदाज घेत होते. ज्यांच्या झोपड्या जळाल्या होत्या, त्यांच्या बायका ऊर बडवून घेत होत्या. पुरुषमंडळी आपली काही एखादी चीजवस्तू शिल्लक मिळतीये का पाहत होते.

बाहेर नाथानं लोकांना गणाबद्दल वेगवेगळ्या गोष्टी सांगितल्या. कुणाकुणाला त्यानं सांगितलं, "माका वाटता, गणान कुणाची होडी घेऊन तरीत्सुन पळून गेलेसा वाटता."

आणि कुणाला सांगितलं, "वानिवऱ्याच्या बाजूक जंगलात खयतरी माका वाटतो गेलो असेल."

आणि कुणाला सांगितलं, "रे माजी बाय ते धक्क्यान शीक झाली बघ. ताप इलो हा तिका. हो गणो खय पळून गेलो, ता काय समजत नाय."

संध्याकाळ उतरायला लागली. फुलानं नाचणीच्या भाकऱ्या बडवायला सुरुवात केली. सोनू मध्येमध्ये रडायला लागायचा किंवा काही आवाज करायचा. रखमा लगेचच त्याला चुचकारून, गोंजारून शांत करायची.

फुलानं पंधरा-वीस मोठ्या भाकऱ्या भाजल्या आणि एका स्वच्छ फडक्यात त्यांची चवड बांधली. एका जुन्या कसल्याशा बाटलीत थोडं तेल अन् एका कागदात थोडं तिखट बांधलं. थोडे पोहे आणि सोनूसाठी फणसाचं सांदणं. गणा-रखमाच्या प्रवासात निदान दोन दिवस पुरेल एवढा शिधा फुलानं तयार करून दिला.

नाथानं सोनूला पांघरण्यासाठी घरातली एक उबदार चादर काढली. दुपारी बाहेर जाऊन नाथानं कुठूनसा एक भक्कम धारदार सुरा पैदा केला होता. ते उत्कृष्ट शस्त्र होतं. बारा-चौदा इंची लांब पातं आणि भक्कम मूठ. त्याची आवश्यकताच होती. नाथा-फुलानं गणा-रखमाच्या प्रवासाची सारी तयारी करून दिली.

"गणा, आता तुझो इचार कसो काय?" नाथाच्या स्वरात काळजी होती.

"रत्नागिरीक जावं म्हनता, पन असा सरळ रत्नागिरीच्या दिशेनं मी जातंय, तर ह्ये लोक माका सोडतील की?" गणा विचार करून बोलला.

"तरीत्सून जायचो विचार करत असशाल तर ता होवचा नाय. तरीत्सून आनि वानिवऱ्याच्या जंगलात्सून ह्यांची मानसा तुका शोधुक गेलेली हत. मावळतीक पन जागता राखना असा. त्याबाजूक जान्यातपन कायसुदा अरथ नाय."

"ताच तर सांगलंय नाथा. दाभोळ्याच्या सड्यावरसून कनकवलीच्या दिशेनं जाव म्हनता. दाभोळ्याच्या फुडे जंगला चांगली असत. आमका लपन्याक थयसर जागा चांगली गावात. आठ-धा दीस थयसरच जंगलात लपून ऱ्हवात आमी आनि एकदा का ह्ये लोकांचो शोध थंड पडल्यान का मगे फुडचा बेत फुडे ठरवून येईत."

"ता खराच गणा. दक्षिणेक जाशाल तर माका वाटतंय, कुनाक संशय येन्याचो तसो कारण नाय."

कुठल्या दिशेला जायचं याची जुजबी आखणी नाथाबरोबर करून गणा लगेच उठला. नाथानं दिलेल्या चादरीचा रखमानं झोपाळा तयार केला आणि सोनूला त्यात ठेवून झोपाळा स्वत:च्या गळ्यात अडकवला. सोनूबाळ दिवसभर अगदी शहाण्या माणसारखा वागला होता. नेहमी चळवळ आणि आवाज करणारा सोनू दिवसभर अगदी गप्प होता.

नाथा, फुला, गणा, रखमा साऱ्यांनी एकमेकांचा निरोप घेतला. तो प्रसंग मन हेलावून सोडणारा होता. ती या चौघांची एकमेकांशी कदाचित आयुष्यातली शेवटची भेटगाठ होती. गणा-रखमानं फार मोठा धोका पत्करला होता. याचा शेवट गणा-रखमा अन् सोनूचा अंत होण्यानंसुद्धा होऊ शकणार होता.

नाथाच्या दृष्टीनं आपल्या सख्ख्या धाकट्या भावाच्या संपूर्ण कुटुंबाचा संभाव्य नाश हा विचार एवढा यातनात्मक होता की, सकाळपासून हा विचार मनात येऊ न देण्याच्या प्रयत्नापायी चाललेली त्याची केविलवाणी तगमग, गणा-रखमाच्या नजरेतनं सुटली नव्हती. दिवसभर महत्प्रयासानं दाबून ठेवलेला हा विचार नाथाच्या मनात उसळी मारून वर आला आणि त्याला हुंदका दाबता आला नाही.

नाथानं आपल्या धाकट्या भावाला घट्ट आलिंगन दिलं. रखमाला डोळ्यानंच 'काळजी घ्या', असा संदेश दिला. सोनूचा मुका घेतला अन् झटक्यात मान वळवली. नाथाच्या मनात आपण आपल्या धाकट्या भावासाठी काहीच करू शकत नसल्याबद्दल खंत आणि अपराधीपणाची भावना होती. नाथाचं दु:ख आणि त्याची अपराधी भावना यामुळे तो गणा-रखमाकडे बघूच शकत नव्हता.

सावधपणे बाहेरचा अंदाज घेऊन गणा-रखमानं झोपडीबाहेर पाऊल टाकलं.

ती रात्र अष्टमीची किंवा नवमीची होती. चंद्रोदय व्हायला अजून अवकाश होता. चालायला दिसण्याइतपत चांदण्याचा उजेड होता. काळ्याशार आकाशाच्या पार्श्वभूमीवर तारांगण फुललं होतं. गणानं आकाशाकडे नजर टाकली अन् त्याच वेळेस एक तारा निखळलेला त्याला दिसला. हा शुभशकुन होता की अपशकुन? गणाला ठरवता येईना. त्यामुळे तो विचार त्यानं झटकून टाकला.

बुद्धवाड्याला मागच्या बाजूनं वळसा घालून गणा मुख्य रस्त्याजवळ आला. सावधपणे अंदाज घेऊन गणानं रस्ता ओलांडला आणि गडग्यावरनं पलीकडच्या आडीत अलगद उडी मारली. रखमा त्याच्या पाठोपाठच होती. तिनं सोनूला हातावर उचलून गडग्यापलीकडं गणाकडं दिलं आणि स्वत: गडगा पार करून आली.

गणानं झपाट्यानं आडीतली वाट पकडली. यात धोका कमी होता, कारण रात्रीच्या वेळेस आढीत कुणी येण्याची शक्यता फारच कमी. आढीत जमिनीवर पडलेल्या आंब्याच्या वाळलेल्या पानांपासून मात्र काळजी घेणं आवश्यक होतं. कारण

या वाळलेल्या पानांवर पावलांचा आवाज खूप मोठ्ठा येतो आणि रात्रीच्या शांततेत तो अगदी ठणकावून माणसाचं अस्तित्व दाखवून देतो.

गणा अन् रखमा अवाक्षरही न बोलता पाऊलवाटेची चढण झपाझप चढत होते. गणाला त्याच्यामागे रखमाचा धाप लागल्यानं जोरात चाललेला श्वासोच्छ्वास स्पष्ट ऐकू येत होता, पण आता एकमेकांची विचारपूस करायला वेळच नव्हता. आढीतली अवघड चढण चढून गणा-रखमा सड्यावर पोहोचले. पायांची गती आता अजून जरा वाढली होती. सोनूला घेऊन गणाच्या गतीनं जाणं रखमाला अवघड जात होतं, पण छोटीछोटी पावलं टाकत, दगड-धोंडे चुकवत ती गणाच्या मागनं विनातक्रार धावत होती.

सड्यावर मात्र धोका जास्त होता. सारं पठार पूर्ण मोकळं होतं. यावर झाड तर जवळजवळ एकसुद्धा नव्हतं. जी होती ती फक्त खुरटीखुरटी करवंदाची झुडुपं किंवा भारंगीसारखी बुटकी छोटी झाडं. रात्रीच्या काळोखात अगदी मैला–दोन मैलांवरून सुद्धा कुणीही काळ्या आकृत्यांवरनंच ओळखलं असतं की, एक स्त्री अन् पुरुष कडेवर आपल्या पोराला घेऊन असाधारणरीत्या भराभर पावलं टाकत निघून चाललेत. मावळतीला गणाच्या चालण्याला समांतर खापरली पसरली होती. लांब कुत्री भुंकण्याचे आवाज येत होते. संपूर्ण धोका पत्करून खापरलीच्या सड्याचं पठार ओलांडण्याशिवाय गणाला पर्याय नव्हता आणि म्हणूनच जेवढ्या जलद शक्य होईल तेवढ्या जलद गणा कातळावरचं अंतर कापत होता आणि रखमा त्याच्या पाठोपाठ....

गणाचं कुटुंब कित्येक तास चालत होतं. खापरली खूप मागं पडली होती. पूर्वेकडे आकाश निवळायला लागलं होतं. पहाटेची चाहूल लागायला लागली. तशी गणानं मुख्य पाऊलवाट सोडली आणि डाव्या हाताच्या जंगलाच्या पट्ट्यात तो घुसला. पळस, पांगारा, फणस, ऐन, किंजळ, जांभळाच्या मोठमोठ्या झाडांचं ते जंगल खूप जुनं अन् घनदाट होतं.

पूर्वेला आकाश जरी निवळायला लागलं होतं तरीही जंगलातल्या झाडांची पानं थोडासासुद्धा उजेड आत येऊ देत नव्हती. आत अजूनही काळोखच होता. जंगलात शिरल्याशिरल्या दमट शुद्ध मातीचा वास गणाच्या अन् रखमाच्या नाकात शिरला. क्षणभर मन प्रसन्न झालं. साधारण अर्धा-पाऊण मैल जंगलात आत शिरल्यानंतर एका मोठ्या बुंध्याचा आडोसा बघून गणा थांबला.

पाठोपाठ रखमापण आली आणि सोनूला मांडीवर घेऊन खाली बसली. पहाटेचं पक्ष्यांचं गुंजारव चालू झालं होतं. वारा मंद होता, पण थंडीमुळे अंगाला झोंबत होता. गणा-रखमा कित्येक तास चालत होते आणि त्यामुळे थकले होते. पण सकाळचा पक्ष्यांचा किलबिलाट आणि मंद बोचणारी थंडी यामुळे वातावरण इतकं प्रसन्न झालं होतं की, दहा मिनिटांतच दोघांचाही थकवा दूर पळाला. गणानं पालापाचोळा, गवत वगैरे पसरून सोनूसाठी छोटासा बिछाना तयार केला. सोनूला रखमानं हलकेच त्या बिछान्यावर ठेवलं.

“आपनाक शोदूक हयसर पन मानसा येतील की?” रखमाच्या डोळ्यांत अजूनही काळजी होती.

“माका तर वाटता येतील, नक्कीच येतील. आनी आपन जर का घावलो तर मग परिसाक तर ते हिसकावतीलच.”

“तुमका काय वाटता? माका वाटता, काल बाबीशेटानं परिसाची किंमत सांगल्यान ता खरी किंमत तर नाय?”

“गे, सादो इचार कर, ती खरी किंमत असतली तर माका मारूक मानसा तरी इली असती का?”

गणाला समजेना की आपल्या बायकोला कसं समजवावं.

“तुमका मारूक इलेले ते सोनाराची मानसा व्हती की?”

“काय पन ता कलला नाय बग.”

गणानं कोपरीच्या खिशातून परिस काढून हातावर उघडा धरला. परिस स्वत:च्या दिमाखात चमकतच होता. रखमा गणाकडं एकटक बघत होती. गणानं आधीही कित्येक वेळा केलं होतं, तसंच आत्ताही तो परिसाला नीट निरखून-निरखून न्याहाळत होता.

गणानं त्याचं अन् त्याच्या कुटुंबाचं भाग्य स्वत:च्या तळहातावर तोलून धरलं होतं. जे चमचम-चमचम करत होतं, ते त्याचं भविष्य होतं? की परिसावरची सोनकणांची दिवाळी म्हणजेच गणाच्या आयुष्यातला अंध:कार? आकाशातनं चार टिटव्या कर्कश्श ओरडत समुद्राच्या दिशेनं उडत गेल्या.

“एकदा ह्येका शेरात विकलंय का मी बंदूक घेतल.” गणा परिसावरची नजर न हालवता म्हणाला.

परिसाची चमचम म्हणजे गणाला त्याचं भाग्यच वाटत होतं. त्याची नजर परिसाच्या चमचमीत बंदुकीचं चित्र कुठं दिसतंय का, ते शोधत होती.

पण दिसली ती मात्र नाचणीच्या शेतात तोंडातून रक्ताचा फेस येऊन पडलेली आकृती.

गणानं हातानं ते चित्र पुसायचा प्रयत्न केला अन् विषय बदलायचा म्हणून तो म्हणाला, “सोनूचा बारसा करतलंय आमी थाटामाटात.”

पुन्हा एकदा गणानं परिसातलं चित्र बघायचा प्रयत्न केला. परिसाची चमचम म्हणजे गणाला त्याचं भाग्यच वाटत होतं. परंतु परिसात त्याला दिसला आपल्याच बायकोला लाथ मारायला निघालेला गणा अन् त्याच्या पायाशी काकुळतीनं गयावया करणारी रखमा.

गणानं हेही चित्र काढून टाकायचा प्रयत्न केला अन् विचारांना कलाटणी देण्यासाठी तो म्हणाला, “सोनू आपलो शिकतलो, मोटो सायेब बनतलो.”

पुन्हा एकदा गणा परिसात डोकावला. परिसाची चमचम म्हणजे त्याला त्याचं भाग्यच वाटत होतं, पण परिसात मात्र प्रतिबिंब दिसलं गणाच्यावर प्रहार झालेल्या

विदीर्ण चेहऱ्याचं.

गणाला परिसाच्या चमचमीची भीती वाटली, स्वत:च्या भाग्याची भीती वाटली. घाईघाईनं त्यानं परिस पुन्हा कोपरीच्या खिशात ढकलला.

सूर्य आता बराच वर आला होता. पानांच्या छपरांच्या फटींमधून त्याचे कवडसे खाली उतरले होते. सोनूच्या शेजारी रखमापण आडवी झाली होती अन् तिचा हलकेच डोळा लागला होता.

डाव्या हातात सुरा धरून गणा शेजारच्या दगडावर बसला होता. त्याच्या पायाजवळून मुंगळ्यांची एक रांग लगबगीनं पळापळ करत होती. गणानं पाय मध्ये घालून रांग अडवायचा प्रयत्न केला. परंतु सेकंदाभरातच जणू काहीच घडलं नाही, अशा रीतीनं मुंगळ्यांनी गणाच्या पायावरून पुन्हा रांगेनं लगबग चालू केली. बराच वेळपर्यंत गणा एकटक त्या मुंगळ्यांकडे बघत बसला, पाय न हालवता....

सात

कसल्याशा चाहुलीनं गणाचं लक्ष विचलित झालं. नक्कीच कुणीतरी जंगलात शिरलंय... गणानं बाजूलाच आडव्या झालेल्या बायकोला हालवलं अन् नजर पुन्हा हालचालींचा अंदाज घेऊ लागली.

"काय ता?" गणा बघत होता त्या दिशेला बघत रखमानं दबक्या आवाजात विचारलं.

"श्शऽऽ... शांत रव." गणा नजर न हालवता म्हणाला.

तीन-चार मिनिटांच्या स्तब्ध निरीक्षणानंतर गणानं ओळखलं— तीन माणसं जंगलात शिरली होती. हे कुणी वाटसरू नव्हते, नक्कीच. म्हणजे मागावर आलेलीच माणसं...

गणाची खात्री झाली तसा तो उठला. मागावर आलेल्या माणसात एकतरी कातकरी असणार. माग काढायचं उपजत ज्ञान त्यांना असतं. कुठल्याही डोंगरात, कुठल्याही रानात, कुठल्याही जंगलात यांची तीक्ष्ण अतींद्रियं यांच्या दिमतीला असतात आणि त्यावरनं हे लोक अगदी अचूक माग काढतात.

मोठ्या बुंध्याच्या झाडामागे गणा अन् रखमा लपले. सोनूला उचलून घेताच त्यानं चुळबुळायला सुरुवात केली. रखमानं पोराला छातीजवळ धरलं आणि त्यानं काही आवाज करू नये, म्हणून त्याच्या तोंडात एक स्तन दिला.

झाडाआडून गणा तीनही मागकाढ्यांची हालचाल आता स्पष्ट बघू शकत होता. तिघंही हाकेच्या टप्प्यात होते अन् नक्कीच गणाचाच शोध घेत होते. तिघांपैकी त्यातल्या त्यात व्यवस्थित कपडे असलेल्या माणसाच्या हातात बंदूक होती अन् तिघांत सर्वांत डावीकडं आणि थोडासा मागं तोच होता. गणानं सुरा उजव्या हातात तोलला. शोधकऱ्यांच्या

डाव्या अंगानं लांबनं लपतछपत जाऊन मागनं सुऱ्यानं बंदुकधाऱ्यावर हल्ला करायचा, त्याला मारून टाकायचा आणि त्याची बंदूक हस्तगत करून इतर दोघांना बंदुकीनं सरळ उडवून टाकायचं, अशी योजना गणानं मनोमन आखली. प्राप्त परिस्थितीत तो तेच करू शकत होता, तेच योग्य होतं.

गणानं रखमाला हातानंच 'तिथंच शांत रहा', अशा अर्थाची खूण केली अन् लपलेल्या झाडामागनं, नजर शोधकऱ्यांवर स्थिरच ठेवून हलकेच मागं सरकायला सुरुवात केली. शोधकरी एव्हाना पन्नास फुटांवर आले होते. गणा खाली बसला, कोपर अन् गुडघे टेकून सरपटतच गणा छोट्या झुडुपामागनं डाव्या हाताच्या दुसऱ्या एका झाडामागे गेला.

शोधकरी एकमेकांशी बोलत नव्हते, पण पालापाचोळ्यांवर होणाऱ्या त्यांच्या पावलांचा आवाज लपवण्याची तसदीही घेत नव्हते. शोधकऱ्यांमध्ये आणि रखमामध्ये आता जेमतेम तीस-पस्तीस फुटांचं अंतर राहिलं होतं. रखमा श्वास रोखून धरायचा आटोकाट प्रयत्न करत होती. डावा हात तिनं सोनूच्या डोक्याखाली धरला होता अन् ती त्याचं तोंड आपल्या स्तनापासून दूर होऊ देत नव्हती. रखमा लपलेलं झाड आणि शोधकरी यांच्यामध्ये आता फक्त काटेरी निवडुंगांच्या झुडुपांची एक भली मोठी रांग होती.

अचानक तिघांमधल्या सर्वांत पुढच्या मागकाढ्या कातकऱ्याला लांब उजवीकडं काहीतरी असल्याचा संशय आला आणि एवढा वेळ थेट रखमाच्या दिशेनं येणाऱ्या त्या टोळीनं आपला रोख बदलला आणि उजव्या बाजूला गाडीवाटेच्या दिशेनं त्यांनी झपाझपा चालायला सुरुवात केली.

दैवानं फार मोठी मदत केली होती. रखमा अन् गणा दोघंही आपापल्या जागांवरून शोधकऱ्यांची चाल निक्षून न्याहाळत होते अन् उजव्या हाताला हाकेच्या अंतरावर पार ते तिघंही गेल्यावर दोघांनीही सुटकेचा दीर्घ निःश्वास टाकला. रखमानं गणाकडं बघितलं आणि गणानंही हाताचा पंजा उभारून 'आता ठीक आहे', अशी खूण केली.

गणा-रखमाच्या परत जवळ आला. त्याची खात्री झाली होती की, मागकाढे पुन्हा फिरून मागे येणारच अन् त्यांना शोधून काढणारच. शोधून काढणार म्हणजेच बंदुकीनं सरळ गोळी घालणार, त्याला आणि रखमालापण... आणि कदाचित सोनूलापण. अचानक गणाचं सारं अवसान गळालं.

"रखमा, ह्या मानसा हयसर परतून येतलंच. कातकरी मागावर इलेलो हा. ता आपनाक खयच्यापन परस्थितीत शोधल्याशिवाय ऱ्हवता की?"

गणा अचानक गर्भगळीत झाला. त्याला कसलीतरी अनामिक भीती वाटायला लागली.

"रखमा माका वाटता, जेवडा झाला तेवडा बास झाला. आमी हयसरच रवूया आणि मागकाढे परत इले की, मी त्येंका परिस देवन टाकतंय. माका पकडून नेतंय

म्हंले तर मी जातंय त्येंच्या बरोबर. तू आनी सोनू खापरलीत पुन्रा जाऊन नाथा आणि फुलासंगे रव. सगळा संपला आता रखमा.''

''तुमचा डोस्का फिरला का काय?''

रखमाची नजर परत सिंहिणीची झाली होती.

''परिस देतलास आनी तुमका काय वाटला सगळा परश्न मिटून जाईत? परिस घेवन ह्ये लोक तुमका जित्ते सोडतले? माका जिते सोडतले? माज्या झीलाक सोडतले? माजा ऐका. हयसर आता सेकंदभर सुदा थांबू नुको, चला.''

रखमाचा आवेश बघून गणाला स्वत:विषयीच राग आला. त्यानं भीती झटकली. उजव्या हाताच्या जड सुऱ्याची जाणीव त्याला चांगला धीर देत होती अन् गणामधला पुरुष पुन्हा एकदा जागा झाला.

''बराबर हा तुजा रखमा... चल, चल हयसून लगेच निघोक लागात. उगवतीच्या डोंगरात जावया चल. डोंगराच्या कपारीपात्सूनच त्यांका कसाबसा चूकवूक जमात.''

गणा–रखमानं भराभर सारं सामान गोळा केलं. नाथाच्या घरातनं घेतलेली शिध्याची आणि इतर सामानाची पिशवी गणानं डाव्या हातात घेतली, उजव्या हातात सुरा तोलला. रखमानं चादरीचा झोपाळा करून, सोनूला परत गळ्यात अडकवलं अन् त्वरेनं त्यांनी उगवतीचा रस्ता धरला.

पूर्वेकडे जवळपास अर्धा-पाऊण मैल रूंदीचं जंगल पसरलं होतं अन् त्यानंतर लगेच सह्याद्रीचा उभा डोंगर. गणा-रखमा झपाट्यानं चालत होते. परंतु जसजसे डोंगराच्या जवळ ते सरकत होते. तसतसं जंगल निबिड होत चाललं होतं. मोठमोठ्या वृक्षांमधलं अंतर कमी होत होतं. निवडुंग, करवंदं, भिरंग्या, पचकावळणीची झुडुपं सर्वदूर पसरली होती. पायाखाली जवळजवळ पाऊलभर उंचीचा पाचोळ्याचा थर साचला होता. मोठमोठाल्या आडव्या वेली, फांद्या अन् जाळी रस्ता रोखून धरत होत्या. गणा-रखमा जसंजसे पुढे सरकत होते, तसे डोक्यावरनं दोन कावळेपण 'काव काव' करत त्यांच्यावर लक्ष ठेवून पुढेपुढे जात होते. गणानं चिडून एकदा वर कावळ्यांकडे बघितलं खरं, परंतु त्यांच्यापुढे गणा थिटा होता.

मागकाढे तात्पुरते फसले होते. पण त्यांची चूक लक्षात आल्यानंतर ते परत येणार हेही निश्चितच होतं अन् परत आल्यानंतर गणा-रखमा ज्या झाडामागे आधी लपले होते, ती जागा त्यांना सापडणार होती. सोनूसाठी केलेला गवताचा, पाचोळ्याचा बिछाना त्यांना सापडणार होता आणि तिथून पुढचा माग काढणं त्यांना अजूनच सोपं जाणार होतं. कारण जिथंजिथं वेली, फांद्या जाणं अडचणीचं करत होत्या, त्या गणा सुऱ्यानं तोडून रखमाला येण्यासाठी वाट करून देत होता. पण या तोडलेल्या वेली, फांद्या, झुडुपं, दमट मातीवर उठलेली गणा-रखमाची पावलं अन् त्यांच्या चालण्यानं दबलेला पाचोळा आणि गवत मागकाढ्यांना पथदर्शक ठरणार होतं.

पण गणा आता या साऱ्याची काळजी करत नव्हता. लवकरात लवकर डोंगर

गाठणं आवश्यक होतं. गणा कोरड्या ओढ्यापाशी पोहचला. पावसाळ्यात डोंगरावरून येणारं लाल गढूळ पाणी खळाळत या ओढ्यातून यायचं आणि तसंच पुढं वेगानं पश्चिमेला खाडीच्या दिशेनं निघून जायचं. ओढ्यातले गोल गुळगुळीत दगड पाण्याच्या वेगाची साक्ष देत होते. डोंगराच्या पायथ्यापासून गणानं ओढ्यातनंच चालायला सुरुवात केली. उभा खडक चढून जाण्यापेक्षा ओढ्यातल्या दगडांवरनं उड्या मारत मार्ग काढणं सोपं होतं. डोंगरातून पाझरून झिरपून येणाऱ्या पाण्याची कुठंकुठं छोटीछोटी डबकी झाली होती. दगडांच्या मधल्या मातीत या पाण्यानं थोडी दलदल निर्माण केली होती. त्यात वाढलेल्या छोट्या वनस्पती, खुरटं गवत अन् छोटीछोटी पिवळी फुलं सारं अगदी ताजं टवटवीत होतं.

डोंगराची चढण लागली, तसं गणानं सोनूचा झोपाळा स्वत:च्या गळ्यात अडकवला अन् सुरा रखमाकडं दिला. रखमाला कित्येक ठिकाणी दगडांवर हात टेकवून, हातावर जोर देऊन वर चढावं लागत होतं. एका उंच दगडापाशी आल्यावर गणानं सोनूचा झोपाळा छातीवरून मागे पाठीवर फिरवला अन् दगडाच्या खोबणीत हात अडकवून स्वत:ला वर ओढून घेऊन गणा दगडावर चढला. पाठोपाठ रखमा होती. तिनं सुरा वरती गणाकडं फेकला आणि दगडाच्या खोबणीत हात घालून तीही वरती येण्याचा प्रयत्न करू लागली, पण तिला ते जमेना. गणानं सुरा अन् पिशवी बाजूला ठेवली. दगडावर तो खाली बसला, उजव्या पायानं त्यानं उजव्या बाजूच्या दुसऱ्या दगडावर जोर दिला. पूर्ण खाली वाकून त्यानं रखमाला हात दिला आणि तिला ओढून वरती घेतलं.

दगडाच्या पाठीमागं छोटीशी घळ तयार झाली होती. रखमा त्या घळीत उतरली. घळीत सावली होती अन् घळीच्या डाव्या बाजूला पाण्याचं एक छोटंसं डबकं तयार झालं होतं. रखमा झाडाच्या सावलीत दोन मिनिटं स्वस्थ बसली अन् मग तिनं गणाकडनं सोनूला स्वत:कडे घेतलं.

सोनू जागाच होता अन् आपल्या आईकडे बघून हसत होता. हातपाय हलवत होता. रखमा लाडेलाडे त्याच्याशी दोन शब्द बोलली. बाजूच्या डबक्यातलं पाणी स्वच्छ, नितळ दिसत होतं. रखमानं हाताच्या ओंजळीनं सोनूला पाणी पाजलं. मग स्वत:ही पाणी प्यायली अन् मग ओंजळीत आणखी पाणी घेऊन तिनं सोनूच्या आणि स्वत:च्या चेहऱ्यावर थोडंथोडं पाणी शिंपडलं. थंड पाण्याच्या शिडकाव्यानं तिला खूप बरं वाटलं. खाली उतरून गणाही थोडं पाणी प्यायला आणि रखमाच्या शेजारी सावलीत बसला.

"रखमा तू सोनूक घ्येवन हयसरच ऱ्हव. मी पुन्ना खाली जंगलात उतरतंय आनि मागकाढ्यांक माझ्या पाठीवर घेतंय आनि त्यांका पाठीवर घेऊन मी हयसून त्येंका लांब घेऊन चलतंय. तू हयसर दगडातच लपून ऱ्हव आनि मी त्येंका लांब पलवल्यावर तू कणकवलीक जा. परिस तुज्याकडं ठिव. मी जगलंय वाचलंय, तर मीपन मगे

कणकवलीक येऊन तुका भेटतंय.''

"तुमी आमाक सोडून जाव नुको हो.'' रखमा विनंतीच्या सुरात म्हणाली.

"रखमा, मी येकटो अस्तलं तर मी झपाट्यानं पळू शकतलं, पन तुझ्या आनि सोनू पाय माकापण हळूहळूच जावक पडता ना?''

"नुको. आमीपण तुमच्याबरोबरच ऱ्हवतलाव. माका आणि सोनूक अशा परिस्थितीत एकटीक सोडू नुको ओ.''

रखमाच्या डोळ्यांत आसवं उभी राहिली होती. ती दीन झाली होती. गणानं हलकेच तिला जवळ ओढून धरली. बायकोच्या आणि मुलाच्या स्पर्शानं गणा सुखावला. कुटुंबाच्या सुरक्षिततेची जबाबदारी आणि एकत्वाची भावना यामुळे त्याच्या अंगी बळ संचारलं.

गणा परत मोठ्या दगडावर चढला आणि गणाच्या काकदृष्टीनं हेरलं की, लांब खाली जंगलात दोन बारीक ठिपके दिसत होते. दोन ठिपक्यांपाठोपाठ तिसराही, त्यांच्यापेक्षा किंचितसा मोठा ठिपका, बंदूकधारी. तोपण नजरेत आला. गणा परत दगडामागच्या घळीत उतरला आणि दोन दगडांच्या मधनं फक्त डोकं वर काढून त्यानं मागकाढ्यांवर नजर लावली. गणाची चालू झालेली लगबग अन् सुऱ्यावरची घट्ट झालेली त्याची पकड रखमाच्या लक्षात आली.

"खयसर हत?'' रखमानं हळू आवाजात विचारलं.

"लांब असत. हयसर येऊक त्येंका नाय नाय म्हनला तरी तीन-चार तास तरी लागतील.''

गणानं वरती डोंगराचा अंदाज घेतला. उजव्या हाताला तीस-चाळीस फूट वरती छोट्याछोट्या दोन–तीन गुहा दिसत होत्या. कोरडा ओढापण वरती चढला होता, पण डाव्या अंगानं. त्यामुळे गुहांपासून तसा तो लांबच होता.

गणानं कोरड्या ओढ्यातली वाट सोडायचा निर्णय घेतला. पुन्हा एकदा सोनूचा पाळणा त्यानं रखमाकडनं स्वतःकडे घेऊन पाठीवर बांधला. सुरा सामानाच्या पिशवीत टाकला अन् पिशवी खांद्याला अडकवून अक्षरशः एखाद्या सरड्याप्रमाणे तो उभ्या कड्याला भिडला. तीस-चाळीस फूट उभा कडा चढून जायचं होतं, पण पाच-सात मिनिटांत तो वरती पोहचला. सामानाची पिशवी त्यानं वरच्या गुहेत ठेवली अन् तो परत खाली रखमाजवळ आला. तिला कडा चढायला जमत नव्हतं.

गणानं रखमाला स्वतःच्या खांद्यावर उचलून घेतलं आणि नंतर तिला खांद्यावर उभं राहायला सांगितलं. रखमानं सारी इच्छाशक्ती एकवटली, देवाचं नाव घेतलं आणि कपारींना धरत हळूहळू कडा चढायला सुरुवात केली.

गणा तिला खालनं दबक्या आवाजात सूचना देत होता आणि ती निमूटपणे त्याचं ऐकून त्याप्रमाणे कडा चढत होती. रखमाला गुहेपर्यंत पोहचायला जवळजवळ वीस-पंचवीस मिनिटं लागली अन् त्यात निदान चार वेळा तरी तिच्या पोटात गोळा

आला होता.

रखमाच्या पाठोपाठ पाचच मिनिटांत गणा पुन्हा गुहेत चढून आला. गुहेची उंची जेमतेम चार–एक फूटच होती. परंतु डोंगरात आतमध्ये ती चांगली पंधरा-वीस फूट लांब-रूंद अन् खोल होती. गुहेत आतमध्ये मागच्या बाजूला झिरपणाऱ्या पाण्याची बारीक धार लागली होती अन् ते पाणी गुहेतल्या जमिनीवर पसरलं होतं. गुहेत त्यामुळे एक प्रकारचा दमट कुबटपणा भरून राहिला होता. पुढच्या बाजूची जमीन मात्र कोरडीच होती. कारण मध्यान्हीनंतरच्या सूर्याचं ऊन या भागात रोज पडत होतं. गणानं सोनूला रखमाकडे दिलं आणि तिनं लगेचच बाळाला पाजायला घेतलं.

कुणीच कुणाशी बोलत नव्हतं. गुहेच्या तोंडाशी आडवं पडून गणा मागकाढ्यांवर लक्ष ठेवून होता. गणा अन् रखमा सकाळी ज्या झाडामागे लपले होते, मागकाढे साधारणपणे तिथपर्यंत पोहचले होते, पण ते तिथंच घुटमळत होते. बहुतेक तिघांची एकमेकांत काही चर्चा चालू होती. तिघांची बहुधा खात्री होत नसावी की, गणा नक्की कुठल्या दिशेनं गेला असावा. दुपार उलटली होती.

''रखमा, ह्ये लोक माका वाटता, वहाळात्सूनच वरती येतले. पण हकडं या वरती खड्ड्यात येतीलसे काय माका वाटत नाय. वहाळात्सूनच हे लोक वरच्या सड्यावर गेले की, आमी परत खाली उतरूया आनि जंगलात्सूनच परत कणकवलीच्या बाजूक जावया. तू फक्त सोनूक शांत ठेव. अजिबात आवाज येता कामा नये.''

''माज्या झीलाची काळजी करू नुको. कसो शानो हाय तो बगा. नायले माज्या शोन्या?''

रखमानं प्रेमानं बाळाचा पापा घेतला. अजून थोडा वेळपर्यंत आवाज यायला परवानगी होती. रखमा त्यामुळे लाडालाडानं सोनूला खेळवण्यात रमली.

गणाच्या अपेक्षेपेक्षा मागकाढ्यांना डोंगराच्या पायथ्याशी पोहचायला खूप उशीर झाला. गणा, बायकोला आणि तान्ह्या पोराला घेऊन एवढ्या निबिड जंगलातून उभ्या डोंगरात घुसला असेल, याबाबात तिघांचं एकमत होत नव्हतं. त्यामुळे गणानं जाताना सोडलेल्या खुणांच्या आसपासचं जंगल ते तपासून बघत होते. त्यामुळे ओढ्यात डोंगराच्या पायथ्याशी पोहचेपर्यंत समोर पश्चिमेला सूर्य पार बुडून गेला, संधिप्रकाश पडला. तिघा मागकाढ्यांनी डोंगराच्या पायथ्याशीच थोडी विश्रांती घ्यायचं ठरवलं. त्यांच्यातल्या बोलण्याचा आवाज आता वरती गुहेपाशी अस्पष्ट ऐकू येत होता. गणानं रखमाला खूण करून इथून पुढं सोनूला शांत ठेवण्याची सूचना केली. परंतु रखमानं त्यापूर्वीच सोनूला थोपटून–थोपटून झोपवलं होतं. संधिप्रकाश आता झपाट्यानं मालवत चालला होता.

मागकाढ्या तिघांपैकी दोघंजण ओढ्याकाठच्या झाडाखाली आडवे झाले. बंदूकधारी पहारा देत एका वाटोळ्या दगडावर बसला. तासभर असाच गेला. अंधार गडद होत चालल होता. बंदूकधाऱ्यानं विडी पेटवण्यासाठी बहुतेक काडी ओढली.

सेकंदभरच्या उजेडात गणाला दिसलं की, आडवे झालेले दोघे जण शांत झोपले होते. चंद्र उगवायला अजून बराच अवकाश होता. हीच वेळ योग्य होती....

गणा गुहेत रखमाच्या अगदी जवळ गेला.

''मी खाली जातंय.'' गणा कुजबुजला.

त्याचा गरम श्वास रखमाच्या गालावर जाणवला. ती भीतीनं शहारली. गणाचा सदरा तिनं हातात घट्ट धरला.

''नुको, तुमका मारतील ना ती मानसा?''

''रखमा, त्येंच्या अगोदर मीच तेंका गाठतंय. दोगा झोपली हत. बंदुकधाऱ्याक मारूक आतापेक्षा दुसरी चांगली संदी नाय.''

''पन त्येनी तुमका बगल्यान तर?''

''रखमा, चंद्र वरती येऊक अजून वेळ आसा. आत्ताच चांगली संदी हा. तू शांत रव.'' गणा बोलताबोलताच अचानक घुटमळला.

त्याच्या आणि रखमाच्या दोघांच्याही लक्षात आलं होतं, यात काहीही होऊ शकत होतं. पुढच्या अर्ध्या–एक तासात त्या तिघांच्याही आयुष्याचं भवितव्य ठरणार होतं.

गणा काही सौम्य शब्द शोधायचा प्रयत्न करत होता, पण आता त्यासाठी वेळ शिल्लक नव्हता. त्यामुळे थंड आवाजात गणानं रखमाला सांगितलं, ''रखमा, मी मेलो तर तू हयसरच थांब. मागकाढे निघून जाईपर्यंत शांतता बाळग आणि मगे सरळ कणकवलीक निघून जा.''

रखमाच्या डोळ्यांत पाणी आलं, पण हुंदक्याच्या आवाजालाही परवानगी नव्हती. रखमानं तिचा गाल गणाच्या डाव्या दंडावर दाबून धरला. गणानं तिच्या डोक्यावर हलकेच थोपटलं. कोपरीच्या खिशातून परिस काढून त्यानं रखमाच्या हातात ठेवला, रखमाची मूठ बंद केली आणि सुरा घेऊन गणा जायला उठला.

रात्र सर्वत्र पसरली होती. पुन्हा एकदा गणा सरड्यासारखा दगडांना भिडला. आता जास्त काळजी घ्यायला हवी होती. एखादा धोंडा पायाखालनं निसटून आदळत खालती गेला असता तरीही मागकाढे सावध झाले असते. आजूबाजूच्या खडकावर आपटून सुऱ्याचा आवाज आला असता तरीही मागकाढे उठले असते. प्रत्येक पाऊल पूर्ण काळजीनं टाकत गणानं उतरायला सुरुवात केली. ओढ्यातून उतरायचं गणानं टाळलं. कारण ओढ्यातल्या गोल गुळगुळीत दगडांवरून पाय घसरण्याची शक्यता होती. दुसरं म्हणजे ओढ्यात सुटे दगडधोंडेपण भरपूर होते. त्यातला एखादा सुटून आवाज करत खाली जाण्याची शक्यता होती.

रखमानं सोनूला चादरीत पूर्ण गुंडाळलं होतं. तिनं त्याला पदराखाली झाकून उचलून घेतलं अन् स्वत: गुहेच्या बाहेर येऊन अगदी तोंडाशी पाय खाली सोडून बसली. मागकाढ्यांचा, गणाचा अंदाज येत राहण्यासाठी गुहेच्या तोंडाजवळ बसणंच

आवश्यक होतं.

गणा एव्हाना खाली पोहचला होता. ओढ्यातल्याच एका मोठ्या दगडावर बंदूकधारी बसला होता अन् त्याच्यापासून पाच-सात फुटांवर पलीकडे उरलेले दोघे शांत झोपले होते. गणा अन् बंदूकधाऱ्यात आता जेमतेम वीस फुटांचं अंतर राहिलं होतं. गणा घाणेरीच्या एका झुडुपामागे सावध बसला होता. गणानं मान वळवून एकदा उगवतीकडे बघितलं. चंद्रोदयाची वेळसुद्धा झाली होती. आता चपळाई करणं आवश्यक होतं. एखाद्या बेडकासारखं सावधतेनं आणि दुडक्या उड्या मारत त्याच्यातलं आणि बंदूकधाऱ्यातलं अंतर तो कमी करत होता. श्वासोच्छवासाचा आवाज जोरात येऊ नये म्हणून त्यानं तोंड उघडंच ठेवलं होतं. पाठीमागनं चंद्र बहुतेक वर आला असावा. कारण बंदूकधारी गणाला आता स्पष्ट दिसत होता.

बंदूकधाऱ्यानं बंदूक खाली ठेवली अन् अजून एक विडी शिलगावली. चंद्राकडं बघत त्यानं एक मस्त खोल झुरका घेतला. 'आत्ताच... हाच तो क्षण.' गणानं विचार केला आणि त्याच क्षणी वरच्या दिशेकडून लहान मूल रडल्यासारखा अस्पष्ट आवाज आला. बंदूकधाऱ्यानं बंदूक उचलून गुहेच्या दिशेला बघितलं.

"कसला आवाज रे?" झोपलेल्यांपैकी एकानं पडल्यापडल्याच बंदूकधाऱ्याला विचारलं.

"तरस असेल रे. या डोंगरात तरसं भरपूर आहेत म्हणतात. तरस असंच लहान मुलाच्या रड्यासारखा आवाज काढतं."

मिनिट, दोन मिनिटं परत स्तब्धतेत गेली. गणा एव्हाना बंदूकधाऱ्याच्या अगदी मागे पोहचला होता अन् पुढच्याच क्षणी त्याच्यावर झेप घेणार होता. एवढ्यात वरती परत रडण्याचा अस्पष्ट आवाज आला. झोपलेल्यांपैकी एक जण उठून बसला.

"रे गोळी घाल. तरस असो नाही तर काहीही असो. आवाज बंद होऊन जाऊ दे." बाजूच्यानं बंदूकधाऱ्याला आज्ञा केली. बंदुकीचा खटका ओढल्याचा आवाज गणानं ऐकला आणि झपाट्यानं त्यानं बंदूकधाऱ्यावर झेप घेतली. पण गणा हवेत असतानाच बार उडाला होता. गणाच्या मस्तकात खून उफाळला. दहा हत्तींचं बळ त्याच्या अंगात संचारलं. गणाच्या धडकेनं बंदूकधारी कोलमडला. दुसऱ्या क्षणीच गणाचा सुरा बंदूकधाऱ्याच्या गळ्यावरनं सफाईनं फिरला. बंदूकधाऱ्याला आवाजही करायला वेळ मिळाला नाही.

गणा विजेच्या चपळाईनं हालचाल करत होता. बंदूकधाऱ्याला आडवा करतानाच गणाच्या डाव्या हातानं त्याची बंदूक उडवली अन् पुढच्या झेपेत गणानं उठून बसलेल्याला गाठलं. बंदूकीच्या दस्त्यानं त्याच्या डोक्यात प्रहार झाला. या गडबडीनं तिसरापण उठला होता, पण दोन्ही साथीदार आडवे झाल्याचं बघून त्याची बोबडीच वळली. तो उठून पळून जायचा प्रयत्न करू लागताच गणानं बंदूक उचलून त्याच्या दिशेला धरली अन् चाप ओढला. जागच्या जागी उडून तिसराही खाली आपटला.

गणानं तिघांनाही खलास केलं होतं, पण तरीही कुठंतरी काहीतरी चुकलं होतं. तीनही शत्रू गारद झालेले बघून गणाच्या मेंदूत उफाळलेला खून उतरायला लागला अन् त्यानं वरती गुहेकडे नजर टाकली. रात्रीच्या अंधाराला फाडत गुहेच्या दिशेकडून मोठ्यांदा रडल्याचा, किंचाळल्याचा आवाज येत होता, भेसूर... मृत्यूदर्शक... शहारे आणणारा....

खापरलीतल्या प्रत्येकाला गणाच्या कुटुंबाचं पुनरागमन चांगलं आठवतं. गावातल्या म्हाताऱ्याकोताऱ्यांनी तर ते स्वत: बघितलं होतं, पण ज्यांनी बघितलं नव्हतं त्यांना त्यांच्या वडिलधाऱ्यांनी स्वत: बघितल्याचं सांगितलेलं चांगलं आठवतं. हा प्रसंग जणू प्रत्येकानं स्वत: अनुभवला होता.

दुपार टळून गेलेली होती. गावातली दोन बारकी पोरं भेदरून ओरडत, बोंबलत गावात शिरली आणि त्यांनी साऱ्या गावात बातमी पसरवली की, गणा अन् रखमा परत येताहेत. सारं गाव खडबडून उठलं अन् त्या दोघांना बघण्यासाठी लगबग करू लागलं. मावळतीकडं सूर्य दूर समुद्रावर तरंगत होता. सावल्या लांब झाल्या होत्या आणि म्हणूनच त्या चित्राची परिणामकारकता अधिक तीव्र झाली होती.

दाभोळ्याच्या सड्यावरून येणारी वाट सोडून, दोघांनी गावात येणारा मुख्य रस्ता धरला. नेहमीप्रमाणे रखमा गणाच्या पाठोपाठ चालत नव्हती, तर दोघं एकमेकांच्या शेजारनं चालत होते. सूर्य त्यांच्या डोळ्यांसमोर होता अन् दोघांच्या लांब सावल्या दोघांमागनं फरफटत येत होत्या, जणू काही भीषण अंधार ते ओढून आणत होते.

गणाच्या खांद्यावर बंदूक होती अन् रखमाच्या पाठीवर चादरीचा केलेला झोपाळा...

अन् त्या झोपाळ्यात होता एक छोटा थंड गोळा... वाळून गेलेल्या बऱ्याच रक्ताचा चादरीवर मोठ्ठा लाल काळा डाग पडला होता आणि झोपाळा रखमाच्या पाठीवर मंद हेलकावे खात होता. रखमाचा चेहरा कठोर दिसत होता, पण त्याच वेळेला अतिश्रमानं सुकून गेला होता. तिचे मोठ्ठे झालेले डोळे खोलवर स्वत:लाच शोधत होते. या रस्त्यावरून चालताना या साऱ्या विश्वापासून ती विलग झाल्यासारखी भासत होती. गणानं तोंड घट्ट बंद धरलं होतं.

लोक म्हणतात, एखाद्या रौद्र वादळासारखा तो भीषण दिसत होता. भीती त्याच्या अवतीभवती तरंगत होती. ते दोघे जणू मानवी अनुभवापासून स्वतंत्र झाले होते. दु:ख भोगून, पार करून ते पलीकडं पोहचले होते अन् त्यामुळे त्या दोघांभोवती एक अदृश्य कणखर, कवच तयार झालं होतं. त्यांना बघण्यासाठी गर्दी केलेले लोक दोघांना जाण्यासाठी रस्ता करून देत होते. सारं गाव, सारी गर्दी चिडीचूप शांत होती.

गणा अन् रखमा गावातून जणू ते गाव त्यांचं नसल्यासारखेच चालत होते. त्यांची नजर फक्त नाकाच्या रेषेत समोर होती... शून्यात... त्यांचे पाय कळसूत्री बाहुल्यांसारखे यांत्रिक हालचाल करत होते. काळा अंधार स्वत:वर लेवून ते चालत

होते आणि जसजसं गावातून ते पुढेपुढे जात होते, तसे सोनार लोक दुकानाच्या बाहेर यायचं टाळून खिडक्यांच्या गजांमधनं चोरट्या नजरांनी त्यांच्याकडं बघत होते. आयाबाया आपल्या पोरांची तोंडं स्वतःच्या ओटीपोटात दाबून धरत होत्या.

गाव संपवून घाटी उतरून गणा अन् रखमा बुद्धवाड्यातून जाऊ लागले. शेजारीपाजारी मागे हटून त्यांच्यासाठी रस्ता मोकळा करत होते. दोघांना भेटण्यासाठी नाथा पुढे आला आणि नक्की काय करावं, ते न समजून तसाच ताटकळला.

गणाच्या कानात त्याचं जुनं प्रेमगीत भेसूर रडत होतं. तो निर्ढावलेला अन् भयानक दिसत होता आणि त्याच्या कानातलं गाणं प्रेतावर तुटून पडणाऱ्या गिधाडाप्रमाणे अभद्र बनलं होतं. गणा-रखमा त्यांच्या जळून पडलेल्या घराजवळून पुढं गेले. बुद्धवाडा ओलांडून नाचणीच्या मळ्यातून दोघंही खाडीच्या बांधावर पोहचले.

बांधावर उभं राहून दोघांनीही छाती दडपवून टाकणाऱ्या समोरच्या भव्य खाडीकडे बघितलं. गणानं बंदूक खाली ठेवली, कोपरीच्या खिशातून परिस बाहेर काढला आणि तळहातावर समोर उघडा धरला.

परिसावरून परावर्तित होणारा पिवळा प्रकाश विकृत वाटत होता. आगीचा डोंब अन् दुष्ट आकृत्या परिसात प्रतिबिंबित होत होत्या. डबक्यात मरून पडलेल्या बंदूकधाऱ्या मागकाढ्याची आकृती... गुहेत डोकं छिन्नविछिन्न होऊन पडलेल्या सोनूची आकृती... दुष्ट आकृत्या... परिस विकृत दिसत होता, गळवातल्या पूवासारखा.

गणाचा हात थरथरला. त्यानं हात रखमाच्या समोर धरला. रखमा अजूनही पाठीवर तो मेलेला गोळा घेऊन गणाच्या शेजारी उभी होती. तिनं सेकंदभरच परिसाकडे बघितलं अन् झटकन नजर वळली गणाच्या डोळ्यांकडं... खोल....

गणा थोडं मागं सरकला. उजवा हात त्यानं जास्तीत जास्त मागं ताणला अन् साऱ्या ताकदीनिशी त्यानं परिस खाडीच्या दिशेनं उंच भिरकवला. परिसाचा फिरत जाणारा पिवळा प्रकाश गणा अन् रखमा निश्चलतेनं पाहत होते. परिस पडला त्या जागी पाणी थोडं उसळलं आणि शांत झालं. खाडीतल्या लाटांनी तरंग खाऊन टाकले. सेकंदात खाडी पूर्ववत झाली. गणा अन् रखमा एकटक परिस बुडाला, त्या जागेकडे पाहत उभे राहिले.

परिसाच्या गाण्याचा आवाज मंद होत गेला... कुजबुजला... अन् शांत झाला.

∎

(जॉन स्टाईनबेक यांच्या 'द पर्ल' या दीर्घकथेवर आधारित)

सुलताना

भारतीय स्वातंत्र्यसंग्रामात भाग घेतलेल्या एका स्वातंत्र्यसैनिकाची ही कथा आहे. पण ही शौर्यकथा नाहीये किंवा स्वातंत्र्यसंग्रामाच्या इतिहासाचा भागपण नाहीये. ही आहे एक प्रेमकथा. अर्थात रूढार्थानं जिला प्रेमकथा म्हणतात, तशी ही नाहीये.

या कथेच्या नायकाचं नाव आहे राजाराम कऱ्हाडे. राजाराम कोल्हापूरचा. भारतीय स्वातंत्र्यसंग्रामात जसा वासुदेव बळवंतांचा किंवा पत्री सरकारचा जहाल स्वातंत्र्यवादी गट होता, तसाच कोल्हापूरचाही एक छोटासा पण अतिजहाल गट होता. राजाराम कऱ्हाडे या गटाचा सदस्य. इंग्रज अधिकाऱ्यांवर, पोलीस चौक्यांवर, सरकारी खजिन्यांवर हल्ले चढवायचं आणि सरकारला हादरे द्यायचं काम हा गट करायचा. या सगळ्या उद्योगात राजाराम अतिशय क्रियाशील होता.

कोयनेच्या खोऱ्यातल्या निबिड जंगलात यांचा अड्डा होता. पळवलेली शस्त्रास्त्रं, दारूगोळा, खजिना सारं काही कोयनेच्या जंगलात यांनी लपवून ठेवलं होतं. अशा ठिकाणी, ज्या ठिकाणी मनुष्यच काय, पण कदाचित जंगली श्वापदांनासुद्धा पाय ठेवणं जिकिरीचं होतं.

इतिहासाला या गटाबद्दल फारशी माहिती नाही. कारण एकदा पोलिसांना पाठीवर घेऊन हा गट जेव्हा देशावरून महाबळेश्वरकडे पळत होता, त्या वेळेला आयत्या वेळेस निर्णय घेऊन गटातले सगळे सदस्य, पोलिसांना चकवण्यासाठी, वेगवेगळ्या दिशांना पांगले. पोलीस बाकी सगळ्यांना सोडून यांच्या प्रमुखाच्या मागे लागले.

प्रमुखानं शेवटी काहीच उपाय नाही म्हणताना, महाबळेश्वरच्या एका कड्यावरून स्वत:ला झोकून देऊन प्राणत्याग केला. जे सदस्य पांगले त्यात कुणी गुहागरच्या जंगलात लपलं, कुणी जावळीच्या रानात गेलं, कुणी उमरठच्या बाजूनी कोकणात

पळालं.

राजाराम कऱ्हाडे यांच्यातच होता. तो तापोळ्याच्या दिशेनं गेला आणि तापोळ्याकडून कोयना ओलांडून हा जंगलाच्या दिशेनं गेला. राजारामला कल्पनाच नव्हती की, पोलिसांनी त्याचा पाठलाग सोडून दिलाय आणि त्याच्या प्रमुखानं आत्महत्या केलीये. त्याचा होरा होता की, कोयनेच्या जंगलात आपल्या अड्ड्यावर जाऊन थांबावं, म्हणजे एकतर पोलीस तिथपर्यंत पोहचू शकणार नाहीतच आणि दुसरं म्हणजे आज ना उद्या, बाकी कुणी नाही तरी आपला गटप्रमुख अड्ड्यावर नक्कीच परत येईल. तो येईपर्यंत तिथं जंगलातच राहावं आणि तो भेटल्यानंतर त्याच्या सल्ल्याप्रमाणे पुढील कार्यक्रम ठरवावा. या अड्ड्यावर पाच-सात लोकांना पंधरा–एक दिवस पुरेल इतका शिधा कायम ठेवलेला असायचा. त्यामुळे या अड्ड्यावर मुक्काम करण्यात अडचण कोणतीच नव्हती. एवढ्या निबिड जंगलात एकट्यानं राहणं सोपं काम नव्हतं.

तापोळ्याजवळ राजारामानं कोयना ओलांडली त्यावेळी सूर्यास्त होऊनही बराच अवधी होऊन गेला होता. थोड्याच वेळात मिट्ट काळोख पडला असता आणि मग जंगलात शिरण्यात धोका होता. नदीकाठी चार झोपड्या होत्या. त्यातली लोकं या अनाहूत वाटसरूला बघून बाहेर आली. राजारामनं तो महाबळेश्वरहून आलाय आणि पालीला त्याच्या पाहुण्याकडे चाललाय अशी थाप ठोकून दिली. उद्या तो गेल्यावर पोलिस इथे आल्यानंतर त्यांची दिशाभूल होणं आवश्यक होतं. रात्री त्याच वस्तीवर राहून, भल्या पहाटे उजाडण्यापूर्वीच राजारामनं मंडळींना रामराम ठोकला आणि जंगलाची पाऊलवाट पकडली.

कोयनेचं जंगल महा घनदाट. अगदी भल्याभल्यांनाही तोंडात बोटं घालायला लावणारं. महाबळेश्वर कडनं येऊन तापोळ्यावरनं दक्षिणेकडे वाहणारी कोयना आणि तिच्या पूर्व-पश्चिम दोन्ही अंगांना दक्षिणोत्तर पसरलेल्या सह्याद्रीच्या अभेद्य रांगा. आणि या डोंगर रांगांना संपूर्ण आच्छादून टाकणारी निबिड वृक्षराजी... नजर पोहोचेपर्यंत. हिरडा, बेहेडा, ऐन, किंजळ, आंबा, फणस, पांगारा, साग, वड, पिंपळ, आवळा, शेवरी असे एक ना अनेक प्रकारचे वृक्ष. शिकेकाई, करंदं, निरगुडी अशी शेकडो प्रकारची झुडुपं आणि रामेठा, घाणेरा, अश्वगंधा, गुळवेली, नागवेली अशा हजारों जातींच्या वेली. पक्षी, प्राणी तर किती विविध प्रकारचे. वाघ, बिबटे, चित्ते, गवे, रानडुकरे, कोल्हे, तरसं, साळिंदरं, हरणं, काळवीटं, माकडं, ससे, साप, नाग, अजगर... किती किती म्हणून सांगू आणि हे सारं कदाचित सृष्टीच्या निर्मितीपसून असंच, कुणाची दृष्ट न लागलेलं. एक स्वतंत्र, भलं प्रचंड, छाती दडपवून टाकणारं विश्वचं असल्यासारखं.

भल्यापहाटे पकडलेली, जंगलातली प्राण्यांच्याच येण्या-जाण्यानं पडलेली, पाऊलवाट राजारामनं जवळजवळ दुपारपर्यंत सोडली नव्हती. आता तो जंगलाच्या

चांगलाच अंतर्भागात पोहोचला होता. खुणेच्या दगडापाशी राजारामनं पाऊलवाट सोडली अन् करवंदीची जाळी हातानं बाजूला करत झाडीत पाय घातला. ऐन, किंजळ, फणस, पांगारा, साग, शेवरीच्या झाडांची एवढी दाटी होती की, सूर्यकिरण जमिनीपर्यंत पोहचू शकत नव्हते. वेगवेगळी झुडपं आणि वेली एवढ्या माजल्या होत्या की एक एक पाऊल टाकायलाही वेळ लागत होता. जमिनीवर वाळलेल्या पानांचा थर होता. या थराखालच्या जमिनीचा ओलावा जाणवत होता. वर्षानुवर्षं, शतकानुशतकं ही जमीन अशी दमट थंड राहिलेली होती. कारण सूर्यप्रकाश इथं कधी पोहोचलेलाच नव्हता. माणसं तर या इथं एवढ्या आत कधीच यायची नाहीत. त्यामुळे राजारामसारख्या क्वचित कुणी येणाऱ्यानं पाचोळ्यात पाय घातला की, पानांखाली वेलींच्या आड दडलेले साप, सरडे सर्रकन पळून जात अन् अंगावर काटा उभा राही. वेली बाजूला करत कधी छोट्या झुडुपांच्या खालनं रांगत, काटेरी झुडुपांनी अंग ओरबाडून घेत, एक एक पाऊल सावधपणे टाकत राजाराम आत जंगलात खोलवर घुसला. एक तासाभरानं राजाराम एका छोट्या टेकाडावर पोहोचला. या नंतर समोर एक छोटीशी घळ होती. घळीच्या डाव्या हाताला काळ्या कुळकुळीत पत्थराचा छोटासा कडा होता. या कड्यावरून एक ओहोळ वाहत घळीत उतरला होता. पावसाळ्यात या ओहोळाचाच एक रूद्र धबधबा व्हायचा. घळीत ओहोळाचं रूपांतर छोट्याशा ओढ्यात झालं होतं. अन् पुढे हाच ओढा दगडा-धोंड्यांतून खळाळत उजवीकडे खाली खोलवर गेला होता. घळ आणि ओढा पार केल्यावर समोरच्या टेकाडावर गुहेत राजारामचा अड्डा होता. या गुहेच्या शेजारनं, दगडावरनं वरती चढून गेलं की वरती मोठ्ठं पठार होतं अन् या पठाराच्या पलीकडच्या टोकाला सरळ रेषेत खाली कोकणात उतरणारे कडे होते.

या गुहेची रचना नैसर्गिकरित्याच अशी विशिष्ट होती की, गुहेच्या समोरच्या टेकाडावर, जिथं आत्ता राजाराम उभा होता तिथं असलेल्या घनदाट जंगलातून कुणालाही कल्पनाच करता यायची नाही की, पलीकडे पाषाणातलं असं एखादं टेकाड असेल अन् त्याच्यात एवढी मोठी गुहा असेल. दुसरी गोष्ट घळ दक्षिणोत्तर होती, दक्षिणेला धबधब्याचा कडा होता, उत्तरेला ओढा खाली कोयनेला मिळायला गेला होता. समोरचं पाषाणातलं टेकाड पूर्वाभिमुखी होतं, पण त्यातली गुहा मात्र उत्तर दिशेला तोंड करून होती. तसंच कुणाला गुहा अगदी लक्षात जरी आली तरी गुहेजवळच्या माणसाला झाडीतून टेकड चढून येणारा माणूस किंवा प्राणी कितीतरी आधीच लक्षात आलेला असायचा. त्याशिवाय कोकणातल्या बाजूनी कुणी यायचं ठरवलं तर पठाराच्या पश्चिमेकडच्या ताशीव कड्यांमुळे तेही अशक्य होतं. घाटमाथ्याच्या जंगलातून तरीसुद्धा कुणी पठारावर पोहोचलं तरीही वरनं गुहा दिसायची नाही.

राजाराम घळीत उतरला. ओढ्यातले दगड गोल गुळगुळीत अन् निसरडे झाले होते. काळजीपूर्वक एकेका दगडावर पाय टाकत त्यानं ओढा पार केला अन् हळूहळू

पुन्हा समोरचा पहाड चढत गुहेपाशी पोहचला. मागच्या आठ-दहा दिवसाच्या धावपळीनं राजाराम पुरता थकून गेला होता.

गुहेत आत शिरताच त्यानं सभोवर नजर टाकली, सगळ्या गोष्टी व्यवस्थित जागेवर आहेत, याची खात्री करून घेतली आणि सतरंजीची घडी उलगडून राजारामनं अंग टाकलं. अर्धा-पाऊण तास विश्रांती झाल्यावर राजाराम उठला अन् ओढ्यावर जाऊन स्वच्छ अंघोळ करून आला. असं एकट्यानी किती दिवस राहावं लागणार होतं, कुणास ठाऊक?

उन्हं कलली होती. राजारामनं गुहा झाडून स्वच्छ केली. गुहेत खायला काय आहे याचा अंदाज घेतला. फराळ केला, अंथरुण घातलं. एक भरलेली बंदूक अन् एक मोठा सुरा जवळ घेतला आणि तो आडवा झाला. मागचे दोन महिने फार धामधुमीचे गेले होते. क्षणाची उसंत नव्हती. पोलीसही हात धुवून मागे लागले होते. अर्धा ताससुद्धा कुठं बसायची सोय नव्हती. राजारामच्या डोळ्यांसमोरून सगळी दृश्यं हालत होती अन् त्यातच त्याचा डोळा कधी लागला त्याला कळलंसुद्धा नाही!

मध्यरात्रीनंतर कसल्यातरी आवाजानं राजारामची झोप चाळवली गेली. पडल्या पडल्याच त्यानं डोळे किलकिले केले. सगळीकडे मिट्ट काळोख होता. रातकिड्यांची किरकिर सुरू होती. पलीकडल्या जंगलातल्या झाडापानांची सळसळ आणि ओढ्याच्या पाण्याचा आवाज ऐकू येत होता. अन् त्याच वेळेला राजारामच्या लक्षात आलं की, गुहेत त्याच्याशिवाय अजून कुणीतरी होतं. या अजून कुणीतरीच्या श्वासोच्छ्वासाचा जोरदार आवाज येत होता. हा मनुष्य प्राणी नाही, नक्कीच... म्हणजे कुठलं तरी श्वापद?

राजारामला घाम फुटला. उजव्या हातानं चाचपून त्यानं बंदूक जवळच असल्याची खात्री करून घेतली आणि सुऱ्याची मूठ घट्ट हातात धरली. राजारामच्या अंगावर भीतीनं काटा उठला होता. दोन्ही कोपरं टेकून राजारामनं डोकं आणि पाठ हलकेच थोडी वर उचलली. उजव्या हातात सुरा तसाच होता. अंधारात हलकेच त्याच्या डोळ्यांनी वेध घ्यायला सुरुवात केली. त्याच्यापासून दोन-तीन पावलांवर त्याच्या आणि गुहेच्या दरवाजाच्यामध्ये दोन पिवळे बारीक दिवे चमकले.

अरे बापरे! तिथेच काहीतरी होतं. पण काहीतरी म्हणजे काय? वाघ? की अस्वल? की अजून कुठलं जनावर? अंधाराला डोळे थोडे सरावल्यावर राजारामच्या लक्षात आलं की ते नक्कीच कुठलंतरी मोठं जंगली श्वापद होतं.

राजारामनं हलकेच पाठ आणि डोकं अंथरूणावर परत टेकलं. डोळे उघडे ठेवून सुरा हातातच धरून राजाराम पडून राहिला. कुठंही खुट्ट जरी झालं तरी राजारामला वाटायचं की श्वापद आपल्यावर उडी घ्यायला उठलं. परंतु बराच वेळात विशेष असं काहीच घडलं नाही आणि राजारामनं अंदाज बांधला की श्वापद आपल्यावर हल्ला करण्याच्या इराद्यानं आलेलं दिसत नाहीये. उजाडायला लागलं की, बहुतेक निघून

जाईल. या विचारानं थोडा जीवात जीव आला. 'अहो पण काय सांगावं. जसं एखादा व्यावसायिक योद्धा आपल्या प्रतिस्पर्ध्यावर पाठीमागून किंवा बेसावध क्षणी वार करत नाही तसलंच काहीसं तत्त्व या प्राण्याचंही असायचं!'

राजारामच्या मनात विचारांची गर्दी झाली होती. 'एक काम करू. उजाडेपर्यंत वाट पाहू. उजाडल्यावरही हे श्वापद नाही हाललं, तर बंदुकीनं सरळ उडवून टाकू.' राजारामनं ठरवून टाकलं.

बाहेर हळूहळू फटफटायला लागलं होतं. पक्ष्यांचे आवाज, दयाळाचं गाणं गुहेत आतमध्ये ऐकू येत होतं. गुहेतही हळूहळू दिसायला लागलं होतं. राजाराम हलकेच कुशीवर वळला. हातात उघडा सुरा तसाच होता. राजारामला समोर पसरलेलं श्वापद आता स्पष्ट दिसत होतं आणि ते दृश्य बघून पुन्हा एकदा त्याला दरदरून घाम फुटला...

एक पूर्ण वाढ झालेला मोठ्ठा चित्ता समोर बसला होता. पुढचे दोन्ही पाय त्यानं पुढं पसरले होते. हनुवटी पायांवर टेकवून उघड्या डोळ्यांनी तो राजारामकडेच बघत होता. राजाराम कुशीवर वळलेला बघून त्यानं हलकेच मान वर उचलली. डोळे उघडेच अन् राजारामवर रोखलेले. काळजाचा थरकाप उडवणारी थंड नजर... दोन मिनिटंच त्यानं राजारामकडे बघून घेतलं अन् परत हनुवटी पायांवर टेकली. हलकेच डोळेही मिटून घेतले. राजारामनं मंद निःश्वास टाकला.

राजारामला नक्की काहीच ठरवता येईना. आता काय करावं? एकदा त्याला वाटलं, बंदूक उचलून गोळी घालावी. पण चित्ता एवढा जवळ होता की, एवढ्या कमी अंतरावरचा, नेम धरणंच अवघड होतं. पुन्हा वाटलं, हातातल्या सुऱ्यानं वार करावा, पण श्वाश्वती काय, एका घावात हा प्राणी मरेलच? अन् पुन्हा नेम चुकला किंवा घाव वर्मी बसलाच नाही किंवा निसटताच बसला तर? म्हणजे गच्छंतीच! पळून जावं म्हटलं तर ते तरी कसं शक्य आहे?

बाहेर पूर्वेचं आकाश लख्खं झालं होतं. गुहेतही स्वच्छ दिसायला लागलं होतं. राजारामनं नीट बघितलं. ती चित्तीण होती, मादी होती. तिच्या पुढच्या पंजाभोवती आणि तोंडाभोवती रक्त लागलेलं दिसत होतं.

'अच्छा, म्हणजे रात्री जेवण झालेलं दिसतंय.'

त्यातल्या त्यात त्याला थोडं बरं वाटलं.

'आता सकाळी सकाळी ती वखवखलेली तर नसणार.'

ती खरोखरच सुंदर चित्तीण होती. गुहेतल्या उजेडात तिची काया चकाकत होती. सोनेरी अंगावर काळे मोठे तुकडे उठून दिसत होते. पोटाकडचा भाग पांढराशुभ्र अन् मऊ मखमली होता. पायांवरची कातडीपण सोनेरी होती. पंजाच्यावर नाजूक काळी रेघ होती, एखाद्या सुंदर तरुणीच्या पायातल्या पैंजणासारखी. लांबलचक सोनेरी पांढरी शेपटी तिनं मागं सोडून दिली होती. चंदेरी मिशा असलेला तिचा चेहरा

डोळे मिटलेले असताना मोहकच दिसत होता.

'काल सकाळी कदाचित मी पोलिसांच्या गोळीचा नेम झालो असतो.'

राजारामनं विचार केला. सहा महिन्यांपूर्वी घर सोडलं, त्याच वेळेस जीवाची पर्वापण सोडून दिली होती. जीवाची पर्वा जर सोडूनच दिली आहे, तर या चित्तिणीला कशाला घाबरायचं? अंगावर आली तर आपल्या सुऱ्यानिशी लढत देऊ. जास्तीत जास्त काय? मृत्यू येईल. त्याला तर मागचे सहा महिने बरोबरच घेऊन हिंडतोय.

राजाराम उठून बसला. चित्तिणीनंही डोळे उघडले. मान वर केली, राजारामकडे बघितलं आणि हलकेच उठून उभी राहिली. राजाराम हातात सुरा घट्ट धरून चित्तिणीवर लक्ष ठेवून होता. मांजरं जसा आळस देतात, तसं पाठ उंच करून, पंजे ताणून चित्तिणीनं व्यवस्थित आळस दिला आणि तोंड उघडून मोठी जांभई दिली.

राजारामला त्या वेळेला आतल्या सुळ्यांचं 'रमणीय' दर्शन झालं. व्यवस्थित आळोखेपिळोखे देऊन झाल्यावर ती हलकेच वळली आणि गुहेच्या दरवाजाजवळ जाऊन, उन्हात बसून पंजांच्या भोवती लागलेलं रक्त चाटू पुसू लागली. राजारामनं आता मात्र उठायचं ठरवलं. कारण एक निश्चित झालं होतं की, चित्तिणीचा त्याच्यावर निदान आत्ता लगेच तरी हल्ला करण्याचा इरादा नक्कीच नव्हता.

राजाराम उठला. तोही गुहेच्या बाहेर येऊन एका मोठ्या दगडावर बसला. लक्ष चित्तिणीकडेच आणि उजव्या हातात सुरा घट्ट. चित्तिणीनं आपली साफसफाई संपवली होती आणि राजेशाही थाटात ती ऊन खात बसली होती. लक्ष समोरच्या जंगलावर.

या सकाळच्या उन्हात तिचं सौंदर्य अधिकच खुललं होतं. सोन्याच्या झळाळीवर नजर ठरत नव्हती. तिनं पांघरलेला सोनेरी, काळा अंगरखा जसा नाजूक अन् सुंदर होता, तसेच तिचे दात, सुळे, स्नायू मजबूत अन् बळकट होते.

एक क्षण राजारामला असं वाटलं की, या गुहेच्या दरवाजापाशी बसून समोरच्या जंगलावर लक्ष ठेवणारी ही या जंगलाची अनभिषिक्त सम्राज्ञी आहे. इथं हिचं राज्य आहे. हिच्या दयेनं आपण इथं गुहेच्या बाहेर बसलोय. ही इथली सुलताना आहे, खरंच... सुलताना.

नकळत राजारामच्या तोंडातून बाहेर पडलं, 'सुलताना....'

सुलतानानं एकदाच मान वळवून राजारामकडे बघितलं आणि पुन्हा आपल्याच मस्तीत जंगलाचा वेध घेत राहिली.

राजाराम उठून दगडांवरून उतरत खाली ओढ्यापाशी गेला. कपडे काढून त्यानं स्वच्छ अंघोळ केली. राजारामच्या पाठोपाठ सुलतानापण दगडावरनं उड्या घेत खाली आली होती. दगडांवरून उड्या घेताना तिचा प्रत्येक स्नायू लयबद्ध रीतीने स्वतंत्र हलत होता.

अंघोळ उरकून राजाराम वरती गुहेपाशी आला आणि गुहेच्या दरवाजापाशीच उन्हात बसला. सुलताना राजारामच्या अगदी शेजारी येऊन उभी राहिली. राजारामच्या

हातात सुरा सतत तयारच होता. धीर करून दुसऱ्या हातानं त्यानं सुलतानाच्या डोक्यावर हलकेच थोपटल्यासारखं केलं. सुलतानानं पसंतीदर्शक मान आणखी थोडी पुढे केली.

राजाराम तिच्या डोक्यावरनं हलकेच हात फिरवत होता. हळूहळू राजारामनं तिच्या पूर्ण अंगावरनं हात फिरवायला सुरुवात केली. तिच्या मखमली अंगरख्यातून त्याचा हात तिच्या डोक्यापासून शेपटीपर्यंत फिरत होता.

सुलताना आणखी थोडी पुढे सरकली. तिच्या डोळ्यांत आता अंगार दिसत नव्हता. तिची नजर आता छातीत धडकी भरवत नव्हती. राजारामनं तिच्या डोक्यावर, पाठीच्या मणक्यांवर खाजवल्यासारखं केलं. सुलतानापण खुशीत आली.

आपली खुशी व्यक्त करण्यासाठी तिनं घशातून विशिष्ट आवाज काढला, पण हा आवाज एवढा मोठा होता की, त्यानंच एखाद्याचा थरकाप उडाला असता!

एका बाजूला राजाराम हा पण विचार करत होता की, हिला आत्ताच संपवून टाकावं. आपल्या हातातला सुरा जर आरपार गेला तर हिला उलट हल्ला करायची संधीसुद्धा मिळणार नाही. गळ्यात किंवा पोटात जर का पातं नीट आतपर्यंत गेलं तर सारं जमून जाईल, पण पुन्हा विचार आला की हे करायचं का? कशाला मारायचं? हिच्या डोळ्यांत, चेहऱ्यावर मैत्री भावना अगदी स्पष्ट दिसतीये.

'बाबा रे, आत्ता ठीक आहे. तिचं पोट भरलेलं आहे, पण जेव्हा तिला भूक लागेल तेव्हा समोर एवढं भक्ष्य दिसत असताना ती दुसरं भक्ष्य शोधायला जाईल का?'

राजाराम सुलतानाला नीट न्याहाळत होता. ती जवळपास तीन फूट उंच आणि चांगली साडेचार-पाच फूट लांब अशी पूर्ण वाढ झालेली चित्तीण होती. शेपटीची लांबी वेगळीच. तिचा चेहरा चांगला गोल आणि मोठ्ठा होता. चेहऱ्यावर विशिष्ट क्रूरता, भेदकता होतीच. पण त्यात एक विशिष्ट शुचितापण होती. तिची नजर काळजाचं पाणी करणारी होतीच. पण एखाद्या सुंदर तरुणीचा मदही त्यात होता. तिच्या चेहऱ्यावरचा आनंद आणि खेळकरपणा लपत नव्हता. घरातल्या मांजरांसारखंच सुलतानापण राजारामच्या पायाला अंग घासत होती.

एकमेकांच्या ओळखीचा हा कार्यक्रम जवळजवळ तासभर चालला होता. राजारामनं नीट सर्व बाजूंनी विचार करून निर्णय घेतला की, हिला मारायचं नाही. फक्त खबरदारीचा उपाय म्हणून एका हातात सुरा सतत तयार ठेवायचा अन् हिला मारण्यापेक्षा या जंगलच्या सम्राज्ञीला आपल्या प्रेमात पाडावं. आपल्या गटातल्या लोकांना इथं यायला कदाचित अजून आठ-दहा दिवससुद्धा लागतील. तोपर्यंत केवढा मोठा आधार आहे हिचा आपल्याला. हिला मारण्यापेक्षा हिच्या डोळ्यांत दिसणाऱ्या प्रेमाचा, मैत्रीचा आदर करावा.

हा विचार चालू असताना सुलताना वळून ओढ्याच्या दिशेनं जायला लागली. मोठमोठ्या दगडांवरून सहज उड्या मारत ती खाली जात होती.

'सुलतानाऽऽऽ' राजारामनं जोरात हाक मारली.

तिनं थांबून मान वळवून राजारामकडे बघितलं आणि मिनिटभरानं पुन्हा खाली उतरायला लागली. ओढ्याजवळही ती थांबली नाही. तशीच ओढ्याच्या काठानं अजून खाली उतरत राहिली. राजारामच्या लक्षात आलं, खूप खाली, एका मोठ्या दगडाआड तिनं काल रात्री मारलेलं भक्ष्य ठेवलं होतं. बहुधा चितळ किंवा काळवीट होतं. भक्ष्य पुढं ओढून सुलतानानं त्यावर ताव मारला.

दुपारनंतर उन्हं कलली तसा दगडांच्या कपारींना धरत चढत राजाराम गुहेच्या मागनं वरच्या पठारावर गेला. पाठोपाठ सुलतानाही होतीच. वरती चढायला राजारामला जेवढा त्रास झाला, सुलताना तेवढीच लीलया वरती आली. वर पठार मोकळंच होतं. कातळाच्या मधनंमधनं खुरटं गवत भरपूर फोफावलं होतं.

पठारावर बेफाम वारा सुटला होता. समोर पश्चिम क्षितिजावर कोकणची रेषा अस्पष्ट दिसत होती. शंभरदोनशे एकरांचं समोर पसरलेलं भव्य मोकळं पठार अन् तेवढीच भव्य क्षितिज रेषा. पठारावर जागोजाग गव्यांची विष्ठा पडलेली दिसत होती. हे वरचं कातळ आणि त्या कातळाच्याच समांतर दक्षिणेला घाटमाथ्याचं जंगल, हा सारा गव्यांचा प्रदेश होता.

सुलतानाबरोबर राजारामला आता अगदी मोकळं वाटत होतं. भीती कुठल्याकुठं पळून गेली होती. अर्थात तरीही एका हातात सुऱ्याची खबरदारी होतीच, पण सुलतानासुद्धा एखाद्या पाळलेल्या कुत्र्यासारखी राजारामच्या पाठोपाठ चालत होती. पठाराच्या पश्चिम टोकापर्यंत राजाराम चालत गेला आणि तिथंच एके ठिकाणी स्वच्छ कातळ बघून खाली बसला. सुलताना आणि तो आता एकमेकांशी खेळत होते. राजारामची आणि तिची एवढी गट्टी जमली होती की, त्यानं आता तिला शेपटीला धरून ओढलं तरी ती चिडत नव्हती. उलट तीच त्याचं मनगट तोंडात धरायची किंवा त्याच्या मांडीवर पाय ठेवायची.

राजाराम आणि सुलताना म्हणजे प्रियकर–प्रेयसी जसे एकमेकाला साद-प्रतिसाद देतात तसंच चाललं होतं. पश्चिमेला आकाश लाल झालं, तसा राजाराम जायला उठला. सुलताना तर एवढी खुशीत आली होती की, ती राजाराम जायला उठल्यावर पठाराच्या या टोकापासून त्या टोकापर्यंत सुसाट पळून आली. ती जेव्हा चारही पाय एकत्र करून पुढे झेप घेत पळायची, त्या वेळेला तिच्या वेगावर नजर ठरत नव्हती. उतरत्या उन्हात तिचा वेगवान हालचाल करणारा सोनेरी देह विजेच्या लोळासारखा भासत होता. सुलतानाची प्रत्येक अदा खानदानी होती. तिचा दिमाख खऱ्या अर्थानं राजेशाही होता.

राजाराम गुहेजवळ परतला, त्या वेळेस गुहेत बऱ्यापैकी अंधार झाला होता. सुलताना परत खाली गेली. सकाळच्यातलं राहिलेलं जेवण तिनं परत दगडाआड ठेवून दिलं होतं. ती जेवायला गेली त्या वेळेस समोरच्या जंगलातनं वानरांची एक टोळी आणि काळवीटांची एक जोडी ओढ्याजवळ पाण्यावर यायला बघत होते. सुलताना

दिसताच त्यांची पळता भुई थोडी झाली. सुलतानानं तिकडं ढुंकूनही बघितलं नाही.

हा सगळा आता रोजचाच कार्यक्रम झाला होता. सुलताना गुहेतच राजारामजवळ राहत होती. रात्री अंधार पडल्यावर मात्र दोन–तीन तास ती दिसेनाशी व्हायची. तिची जेवायची सोय करायला ती जायची. रात्री कधीतरी परत यायची, त्या वेळेला राजारामला झोप लागलेली असायची. बाकी दिवसभर ती राजारामबरोबरच असायची. सकाळी ओढ्यावर अंघोळ करताना, दुपारी जंगलात जाऊन आवळे, चिंचा, जांभळं खाताना किंवा संध्याकाळी वरच्या पठारावर फिरायला गेल्यावर सुलताना अन् राजाराम एकत्रच असायचे. त्या दोघांचं एकमेकांवर जीवापाड प्रेम जमलं होतं.

तरीसुद्धा राजाराम सतत सावध असायचा. एका हातात उघडा सुरा तो कायमच तयार ठेवायचा.

'न जाणो कधी लागोपाठ दोन-तीन दिवस जर तिला काही भक्ष्यच मिळालं नाही तर?'

त्यामुळे तो ही खबरदारी घ्यायचा. राजाराम अन् सुलतानाचं नातं एव्हाना एवढं घट्ट झालं होतं की, मनात एका बाजूला राजारामला नक्की खात्री होती की कितीही उपाशी राहिली तरी ती आपल्यावर हल्ला करणार नाही. पण तरीसुद्धा तो कुठल्याही प्रकारचा धोका पत्करायला तयार नव्हता.

दिवस भराभर जात होते. अजूनही त्यांच्या गटातल्या कुणा सदस्याचा काही पत्ता नव्हता. राजाराम रोज उंच ठिकाणी जाऊन लांबपर्यंत कुणी येताना दिसतंय का याचा अंदाज घ्यायचा.

या काळात त्यानं सुलतानाचं अगदी सखोल निरीक्षण केलं होतं. तिचे वेगवेगळे आवाज, त्यांचे अर्थ, तिच्या डोळ्यांत दिसणारे तऱ्हेतऱ्हेचे भाव, तिच्यातला खोडकरपणा, भक्ष्य दिसल्यावर तिची दबकत चालण्याची आणि नंतर झेप घेण्याची पद्धत, तिचा वेग, राजाराम आश्चर्यचकित होऊन बघत राहायचा.

जवळजवळ पंधरा दिवस असेच गेले आणि मग एक दिवस, जसा कुठल्याही प्रेमकथेचा होतो, तसाच शेवट याही कथेचा झाला. निव्वळ गैरसमजातून झालेला शेवट. प्रेमप्रकरणात जसं एक जण दुसऱ्यावर शंका घेतो, काही न बोलतासवरता संबंध तोडून टाकतो आणि स्वत:च स्वत:च्या सुखाचा गळा दाबतो, अगदी तसंच.

रोजच्यासारखंच संध्याकाळी राजाराम अन् सुलताना पठारावर फिरायला गेले होते. पठाराच्या प्रचंड मोकळ्या भूभागावर सुलताना अगदी चेकाळून जायची. पठाराच्या या टोकापासून त्या टोकापर्यंत लांब उड्या घेत धावायला तिला मनापासून आवडायचं. राजारामपासून खूप लांब जाऊन तिकडनं ती धावत आली आणि तिनं सरळ राजारामवर झेप घेतली.

हाच तो क्षण... राजारामला वाटलं... याचीच आपल्याला भीती होती... 'शेवटी तिनं आपल्यावर हल्ला चढवलाच...' क्षणात राजारामनंही सुरा सरसावला आणि

सुलताना हवेतच असताना त्याच्या सुऱ्याचं पातं तिच्या पोटात आरपार घुसलं.

सुलतानाचं धूड तिथंच जमिनीवर कोसळलं. तिचे डोळे उघडेच होते. त्यातून घळाघळा पाणी वाहायला लागलं. करुण, आर्त भाव त्यात दाटून आले. सुलतानाला बोलता येत नव्हतं, पण तिचे डोळे बरंच काही सांगत होते.

'काय केलंस हे मित्रा? माझं काही चुकलं होतं का? मला वाटलं, तू माझ्याशी खेळतोयस? असा दगा करायचा होता तर प्रेम तरी कशासाठी केलंस?'

राजाराम मटकन खाली बसला.

'देवा, काय करून बसलो मी हे? माझ्या सुलतानाचा मी खून केला. देवा, काही करून माझ्या सुलतानाला परत आण, झालं तर माझा जीव त्यासाठी घे.'

राजारामनं सुलतानाचा चेहरा हातात घेतला. पण तोपर्यंत खूप उशीर झाला होता.

'सुलताना... सुलताना... मी चुकलो सुलताना... परत ये... परत ये....'

राजाराम जोरात ओरडला. सुलतानानं केव्हाच प्राण सोडला होता. तिच्या थंडगार कलेवरावर डोकं ठेवून राजाराम ओक्साबोक्शी रडायला लागला.

■

(होनोर दे बालझॅकच्या 'पॅशन इन द डेझर्ट' या फ्रेंच कथेवर आधारित)

नॉस्ट्राडॅमस

१२ सप्टेंबर २००१

आजही सकाळी उठायला उशीर झाला. त्यामुळे साहजिकच बँकेत पोहचायलापण उशीर झाला. मला वाटत होतं की, आजही अकौंटंटच्या शिव्या खायला लागणार. पण आज मजाच झाली. काल न्यूयॉर्कच्या वर्ल्ड ट्रेड सेंटरवर झालेल्या हल्ल्याबद्दलच बँकेत दिवसभर गप्पा चालल्या होत्या. अकौंटंटसुद्धा दिवसभर त्याच खमंग विषयाची चर्चा करत बसला होता. त्यामुळे मी उशिरा पोहचलेलो फारसं कुणाच्या लक्षात आलं नाही.नाहीतरी उशिरा पोहचलो काय किंवा वेळेत पोहचलो काय, काय फारसा फरक पडतो? आणि बाकीचे लोक तरी मारे वेळेत येऊन काय मोठे दिवे लावतात? साला बँक सरकारी आहे, म्हणून फावतं या लोकांचं आणि मला शिव्या घालणारा अकौंटंट तरी काय असा मोठा शहाणा लागून गेलाय एवढा? माझ्या हातात राज्य आलं ना की, या सगळ्या बँक कर्मचाऱ्यांना पहिला सरळ करीन मी.

आजचं पूर्ण वर्तमानपत्र आणि टी.व्ही. वरचे सगळे चॅनल्स आज दिवसभर फक्त वर्ल्ड ट्रेड सेंटरवरच्या हल्ल्याचीच चित्रं परत परत दाखवतायत. सारं भयानकच आहे ते. नुसतं बघूनही अंगावर काटा येतोय. आज दिवसभर बँकेतही तीच चर्चा होती. सगळा स्टाफ काम सोडून त्याच बातम्या चवीचवीनं एकमेकांना सांगत होता.

दिलीप आज म्हणत होता की, हल्ला होणार हे भाकित नॉस्ट्राडेमसनं पूर्वीच करून ठेवलं होतं. मी दिलीपची भरपूर टिंगल केली, तर लोकांनी मलाच वेड्यात काढलं.

अरे लेको, नॉस्ट्राडेमसनं जर पूर्वीच या हल्ल्याबद्दलचं भविष्य वर्तवलं होतं आणि नॉस्ट्राडेमसचं भविष्य वेगवेगळ्या देशांमधून, कित्येक विचारवंतांनी, वेगवेगळ्या दृष्टिकोनांमधून जर अभ्यासलंय, तर हा हल्ला थांबवण्यासाठी या लोकांपैकी कुणीच काही कसं केलं नाही?

एखादी गोष्ट घडून गेल्यानंतर, आम्ही हे आधीच सांगितलं होतं, या म्हणण्याला फारसा काही अर्थ नाही. पण आमच्या बँकेतले लोक मात्र मोठ्या उत्साहानं नॉस्ट्राडेमसबद्दल बोलत होते.

अर्थात बँकेतल्या कारकुनांबद्दल काय बोलणार? बोलूनचालून मेडिऑकरच ते. त्यांची बुद्धिमत्ताही तितपतच. तो नॉस्ट्राडेमस एक मूर्ख होता, त्याची चुकीमाकीची भाषांतरं काढणारे शतमूर्ख आणि आंधळेपणानं या भाषांतरांवर विश्वास ठेवणारे याहूनही मोठे महामूर्ख! या सगळ्यांना बुद्धिवाद वगैरे म्हणजे गाढवापुढे वाचली गीता...!

जाऊ दे, दिलीप नॉस्ट्राडेमसवरचं पुस्तक मला देतो म्हणालाय. ते वाचून बघू. निदान त्यातला फोलपणा लक्षात येण्यासाठी तरी ते वाचलंच पाहिजे. दिलीप विसरला तरी त्याच्या मागं लागून ते पुस्तक त्याच्याकडून घेतलं पाहिजे.

१३ सप्टेंबर २००१

आज नीता बँकेत आली होती. बरोबर तिचा कुत्राही होताच. बँकेत आली तशी सरळ माझ्या काऊंटरपाशीच आली. काय दिसत होती! मी तर एकदम पाहतच राहिलो. नजरच हटेना. पण जरा चुकलंच ते. असं बघायला नको होतं. काय वाटलं असेल तिला?

एका खात्यातून दुसऱ्या खात्यात पैसे कसे ट्रान्सफर करायचे विचारत होती. यात विशेष अवघड काय? एवढे दिवस बँकेत तिची खाती आहेत आणि एवढं साधंही तिला कसं माहिती नव्हतं? जाऊ दे म्हणा. त्यामुळेच मला तिच्याशी बोलायची संधी तर मिळाली, पण मी बोलताना बहुतेक काहीतरी गडबड केली असणार. जरा गोंधळ उडाला होता खरा, पण मला नाही वाटत मी काही चुकीचं बोललो.

माझ्याशी बोलून नंतर ती अकौंटंटकडे कशाला गेली कुणास ठाऊक? आणि नंतर ते दोघं मला वाटतं माझ्याबद्दलच काहीतरी बोलत होते. बँकेतून बाहेर पडताना साधं बघितलंही नाही माझ्याकडे. अकौंटंटनं साल्यानं काहीतरी सांगितलं असणार माझ्याबद्दल. त्याला काय घेणं आहे तसल्या बाबतीत नाक खुपसायला? बँकेत आल्याआल्या ती माझ्याच काऊंटरवर आल्यामुळं साला जळला असणार. या अकौंटंटला एक दिवस धडा शिकवावा लागणार.

घराच्या दरवाजाच्या चौकटीला भुंग्यांनी पोखरून-पोखरून भोक पाडलंय आणि दोन भुंगे सारखे 'गुं... गुं...' करत त्याच्या अवतीभवती उडत राहतात. दार उघडं राहिलं तर कधीकधी घरातपण घुसतात. मागचे आठ-दहा दिवस मला एक शंका येतीये. एखादा बारीकसा भुंगा बहुतेक मी झोपेत असताना कधीतरी माझ्या कानातून आत शिरलाय आणि तिथून आत जाऊन त्यानं आतमध्ये मेंदूच्या खाली त्याचं घर केलंय बहुतेक. कानात आतमध्ये खोलवर त्याचा गुं... गुं... असा आवाज येत राहतो.

एक दिवस साल्याला बाहेर काढायला पाहिजे. हं... म्हणजे अकौंटंट आणि कानातून आत घुसलेला भुंगा दोघांचा काटा काढायचाय तर... ठीक आहे, बच्चमजी, बुद्धिवादी लोक काटा काढायचं कामही बौद्धिक चातुर्यानं करतात म्हणावं.

१४ सप्टेंबर २००१

आज दिलीपनं नॉस्ट्राडेमसचं पुस्तक दिलं. उद्या बँकेला दांडी मारावी. दिवसभर बसून हे पुस्तक उडवून टाकू. दीड-दोनशे पानांचं पुस्तक फस्त करायला माझ्यासारख्याला किती वेळ लागणार?

आज संध्याकाळी घरी येताना नीता दिसली. शॉपर्स स्टॉपमधून बाहेर पडत होती. भरपूर शॉपिंग केलेलं दिसत होतं. ही मुलगी उद्या माझी बायको झाल्यावर कसं काय होणार? माझ्यासारख्या इंटलेमुच्युअल्सना असं फालतू शॉपिंगबिपिंग करण्यात इंटरेस्ट नसतो, हे सांगावं लागेल तिला. अर्थात तिच्याही लक्षात येईलच म्हणा ते. त्यामुळे तीही मला असल्या गोष्टी करायला लावायची नाही. अर्थात तिला एकटीला शॉपिंग वगैरे करायचं असलं तर माझी काही हरकत नाही. कारण सर्वसाधारणपणे मुलींची बुद्धिमत्ता शॉपिंग, सिनेमा आणि स्वयंपाक यांच्यापुढं काही जाऊ शकत नाही.

आज दिवसात दोन–तीन वेळा त्या कानातून आत घुसलेल्या भुंग्यानं सतावलं. त्याचा एकदा नीट बंदोबस्त करावाच लागणार.

१५ सप्टेंबर २००१

आज नॉस्ट्राडेमसवरचं पुस्तक वाचायचं होतं, म्हणूनच बँकेलापण दांडी मारली. पण वाचायला मूडच लागला नाही. दिवसभर नुसताच पडून होतो. नीताचे विचार डोक्यातून अजिबात हटत नाहीयेत. काय सुरेख दिसते ती! तिच्या नुसत्या विचारांनीही बेचैन व्हायला होतं.

कानातून आत घुसलेल्या भुंग्यानं आज दिवसभर सतावलं. सतत गुं... गुं... आवाज येत होता. पण त्याला गप्प करायची एक शक्कल सापडलीये मला. आधी आधी डोक्यावर मागच्या बाजूला जोरात टप्पल मारली की, शांत व्हायचा तो. नंतर नंतर त्यालाही जुमानेसा झाला. पण आता जोरात डोकं हलवून मागे एक टप्पल मारली की, शांत बसतो तो.

आईपण जरा वेडपटच आहे. मी असं डोकं हालवून–हालवून मागे टप्पल मारतो ते ती दरवाजाच्या आड उभं राहून लपून बघत होती. पण माझ्या लक्षात आलंच ते.

मी म्हटलं तिला, ‘अगं, असं लपून काय बघतेस? फारसं काही नाहीये, कानातून एक भुंगा आत जाऊन बसलाय, त्याला असं डोकं हालवून टप्पल मारली

की, शांत बसतो तो.'

हे ऐकल्यावर आईनं माझं डोकं तिच्या पोटाशी धरलं आणि तिच्या डोळ्यांत पाणी आलं.

मी म्हटलं तिला, 'तू कशाला रडतीयेस?'

पण काहीच बोलली नाही ती त्याच्यावर. पण खरं सांगू आईनं असं पोटाशी धरलं की, किती बरं वाटतं! अगदी शांत वाटतं....

उद्यापण बँकेला दांडी मारावी लागणार. नॉस्ट्राडेमसचं पुस्तक नाहीतर वाचूनच होणार नाही. आजचा दिवस भुंग्यानं वाया घालवला, पण उद्या असं करून चालणार नाही.

आजची तारीख नीटशी आठवत नाहीये....

आजही बँकेला दांडी मारली. सकाळीच आईनं विचारलं की, मी बँकेत जाणार नाहीये का म्हणून? आई बिचारी फार साधी सरळ आहे. तिला काय कळणार बुद्धिजीवी वर्गाची मानसिक बैठक? मी तिला नीट समजावून सांगणार होतो, तेवढ्यात भुंग्यानं गुणगुणणं चालू केलं. त्यामुळे डोकं हालवून–हालवून टपला मारण्यातच वेळ वाया गेला आणि आईला समजावण्याचं राहूनच गेलं. आईपण जास्त काही न बोलता देवासमोर जाऊन बसली.

नॉस्ट्राडेमसचं पुस्तक वाचून झालं आज. दिलीप म्हणत होता त्यात तथ्य आहे, असं वाटतंय. एकुणात पुस्तक खूपच इंटरेस्टिंग वाटतंय. अजून निदान एक-दोन तरी पारायणं करणं आवश्यक आहे.

नॉस्ट्राडेमसनं त्याला जे दिसलं ते लिहून ठेवलंय, पण आम्हा लोकांची बुद्धीच तोकडी. नॉस्ट्राडेमसनं वर्तवलेलं भाकित आम्हा लोकांना नीट उमजायला ती घटना घडून जावी लागते. जाऊ दे. अर्थात सर्वसामान्यांकडून फार अपेक्षा करणं, ही चूकच आहे. पण मला नॉस्ट्राडेमसचं भविष्य इतरांपेक्षा थोडं जास्तच लक्षात येतंय. आज जे पुस्तक वाचलं, त्या लेखकालाही खरंतर फारसा नॉस्ट्राडेमस कळलाय असं मला नाही वाटत, पण मला मात्र नॉस्ट्राडेमसच्या चार-चार ओळींच्या ज्या काव्यपंक्ती आहेत, त्यातल्या प्रत्येक ओळीचा अर्थ कळतोय. इतकंच काय त्यांचा अन्वयार्थ, दूरान्वयार्थ वगैरे सारं काही लक्षात येतंय.

एक गोष्ट खूपच लक्षणीय म्हटली पाहिजे, नॉस्ट्राडेमसनं ज्या हिंदू जगज्जेत्याबद्दल भाकित केलंय, त्यात त्यानं लिहून ठेवलेलं वर्णन मला किती तंतोतंत लागू पडतंय.

मला तर अशी खात्रीच वाटायला लागलीये की, तो हिंदू जगज्जेता म्हणजे दुसरातिसरा कुणी नसून मीच असणार. नाहीतरी, उद्या या पृथ्वीचा मी सार्वभौम राजा झालो की, हे राज्य कसं चालवायचं याचे आराखडे माझ्या डोक्यात केव्हापासूनच तयार आहेत. या साऱ्या गोष्टींवर आधीच किती विचार करून ठेवलाय मी. आता या

साऱ्या गोष्टींचा मी आधीच विचार करून ठेवलेला असावा आणि नॉस्ट्राडेमसनंही त्याच्या भविष्य कथनात माझंच वर्णन केलेलं असावं, याला काही नुसताच योगायोग म्हणता येणार नाही. मला तर वाटतं, ही सारी दैवानंच आखलेली योजना आहे.

नॉस्ट्राडेमसला अभिप्रेत असलेला विश्वनेता मीच असणार, याबद्दल आता अगदी शंकाच नको. त्यानं सांगितलं आहे की, हा नेता हिंदू असेल. मी हिंदू आहेच. त्यानं सांगितलंय की, हा नेता ओरिएंटमधला असेल. आता ओरिएंट म्हणजे नक्की कोणता प्रदेश? पण ज्या अर्थी आपल्या भाष्यकारांनी ओरिएंट म्हणजे भारतच म्हटलंय, त्याअर्थी ओरिएंट म्हणजे भारत असणारच. ते कशाला उगाच खोटं बोलतील? पण खरंतर चीनलाही ओरिएंट म्हटलं जातं आणि फ्रेंच भाषेत तर मला वाटतं ओरिएंट म्हणजे इजिप्तच्या आसपासचा प्रदेश. म्हणजे आपले सगळे भाष्यकार काय मूर्ख? मी तर म्हणतो आपलेच काय पण नॉस्ट्राडेमसचे सगळेच भाष्यकार मूर्ख आहेत. पण तरीही मी जगज्जेता होणार, यात शंकाच नाही. कारण नॉस्ट्राडेमसनं सांगितलेल्या इतर सगळ्या गोष्टी तर मला तंतोतंत लागू पडताहेतच. शिवाय जगावर राज्य कसं करायचं, याचा अगदी साद्यंत आराखडा माझ्या डोक्यात तयार आहे. शिवाय माझ्यासारखी अफाट बुद्धिमत्ता ही फक्त जगज्जेत्याच्याच ठायी असू शकते. ह्या सगळ्याला एक विशिष्ट अर्थ आहे.

नॉस्ट्राडेमसनं या विश्वनेत्याला ग्रेट शायरॉन असं म्हटलंय. हा पाच नद्यांच्या प्रदेशातला असेल, असं म्हटलंय. म्हणजे आपल्या मुळा, मुठा, इंद्रायणी आणि पवना आणि पाचवी नदी? हां, आपल्या मुठेचा डावा कॅनॉल आहे ना. शिवाय नॉस्ट्राडेमसनं म्हटलंय, हा शायरॉन अगदी लव्हड्, फिअर्ड अँड अनचॅलेंज्ड् असेल, म्हणजे नक्कीच मी.

किती प्रेम करतात सगळे माझ्यावर. आईची तर जीवापाड माया आहे. पण त्याचबरोबर माझा दराराही आहे. शिवाय बुद्धिचातुर्याबाबत कुणीही मला चॅलेंज करू शकत नाही. नॉस्ट्राडेमसच्या पुस्तकात म्हटलंय की, हा विश्वनेता चांद्रसेनीय असेल, गुरूवार त्याचा उपासनेचा दिवस असेल आणि सोमवार सुटीचा दिवस असेल. सारं काही बरोबर मिळतंजुळतं आहे.

आमच्या अकौंटंटनं मला एक्सटेंशन काऊंटरला टाकून मला रविवार वर्किंग आणि सोमवारची सुटी केली होती. तेव्हा केवढा राग आला होता मला, पण आता या साऱ्या गोष्टींचा उलगडा होतोय. मला विश्वनेता बनवण्याच्या ईश्वराच्या योजनेतलाच हा एक भाग होता.

खरंच विश्वनियंत्या तू थोर आहेस... नॉस्ट्राडेमस तूही थोर आहेस... जय नॉस्ट्राडेमस!

आता झोपायला पाहिजे. उद्या बँकेत जाणं आवश्यक आहे. कानामागच्या भुंग्याचा त्रास वाढतोय. हं... 'कानामागून आला आणि तिखट झाला', अशा म्हणीऐवजी 'कानामागून आला आणि भुंगा झाला', अशी म्हण काढायला हरकत

नाही. उद्यापासूनच साऱ्या जगभर ही म्हण प्रसारित करायला सुरुवात करू.

३० सप्टेंबर २००१

हल्ली बँकेच्या कामात लक्षच लागत नाही. आवश्यकसुद्धा नाही म्हणा. कारण एकदा का या जगाचा मी सार्वभौम राजा झालो की, मला बँकेची नोकरी करायला थोडाच वेळ मिळणार आहे? कानामागच्या भुंग्याची कटकट आजकाल फारच वाढलीये. मी डोकं जोरजोरानं हालवून मागे टपला मारायला लागलो की, बँकेतले लोक माझ्याकडे विचित्र नजरेनं बघायला लागतात. तरी मी त्यांना आपली म्हणही सांगितली 'कानामागून आला आणि भुंगा झाला!' हॅ: पण कुणाला त्याचा अर्थच कळला नाही. न कळू दे म्हणा. या लोकांबरोबर आपले संबंध आता कितीसे असे राहणार आहेत? एकदा का मी या जगावर प्रभुत्व मिळवलं की, सगळे साले रोज येऊन मुजरा घालतील. अकौंटंटचाही मग चांगला वचपा काढू.

नीता आजकाल बँकेत आली तरी माझ्याकडे बघतही नाही. रूसलीये वाटतं माझ्यावर. आज तिचा अकौंट ओपनिंग फॉर्म काढून, त्यातून तिच्या घरचा पत्ता शोधला. एक दिवस तिच्या घरी जावं लागणार. तिची समजूत काढायला पाहिजे आणि पुढचे सगळे प्लान्सही तिला सांगावेत. नको... एवढ्यातच तिला सारं काही सांगायला नको. फक्त तिची समजूत काढू आणि तिला जरा धीर धरायला सांगू... हे करणं फार आवश्यक आहे. कारण एकदा का तिसरं महायुद्ध सुरू झालं की, मला तिच्यासाठी वेळ मिळणं अवघडच होईल.

दोन महिन्यापूर्वीची तारीख आज पुन्हा एकदा आली.

हल्ली मी बँकेत जाणं सोडून दिलंय. जागतिक राजकारणाचं प्लॅनिंग करताकरता बँकेत जायला वेळच मिळत नाही. आईला काय झालंय कळत नाही. आजकाल सारखं रडू येत असतं तिला, पण मी दिसलो की, ती ते माझ्यापासून लपवायचा प्रयत्न करते. सारखी देवासमोर तरी असते किंवा काम करत असली की, व्यंकटेश स्तोत्र म्हणत राहते.

आज आईबरोबर अमेरिकेचे अध्यक्ष जॉर्ज बुश आले होते. त्यांनी आल्याआल्याच माझ्याशी अगदी प्रेमळ हस्तांदोलन केलं. मी मनात म्हटलं, 'यानंही नॉस्ट्राडेमस वाचलेला दिसतोय, म्हणून तर ओसामा बिन लादेननं पळता भुई थोडी केल्यानंतर आता आलाय बच्चमजी बरोबर माझ्याकडे.'

अर्थात मी वरकरणी तसं काहीच दाखवलं नाही. उलट हसतहसत म्हटलं, "बोला बुश साहेब, आज कसं काय येणं केलंत?" पण त्यांनीही मोकळेपणानं उत्तर

दिलं, म्हणाले, ''तुमचं सहकार्य मागायला आलोय. तुमच्या सहकार्याशिवाय हा प्रॉब्लेम सोडवणं अशक्य आहे.'' मग मात्र मी त्यांना ऐकवलं, म्हटलं, ''बुशसाहेब आम्ही सहकार्य करू, पण आधी आमचं मांडलिकत्व पत्करा. अहो, नाहीतरी शेवटी संपूर्ण जगाचं सार्वभौमत्व आमच्याकडेच येणार आहे. त्यामुळे तुमची मस्ती सोडा. त्यातच तुमचा फायदा आहे.''

बुशनंही मग जास्त आढेवेढे न घेता माझं म्हणणं मान्य केलं. निघायच्या आधी बुश मला म्हणाला, ''जीभ दाखवा.''

मी मनात म्हटलं, 'ही उत्तम संधी आहे.' म्हणून लगेच जीभ दाखवून मी त्यांना वेडावलं. तर ते हसायलाच लागले. म्हणाले, 'तसं नाही. आऽऽ करून जीभ दाखवा.' तसा म्हणे आजकाल आंतरराष्ट्रीय प्रोटोकॉलच आहे. मला सत्तेवर आल्यावर पहिलं म्हणजे असले सगळे संकेत बदलावे लागणार. मी त्यांना आऽऽ करून जीभ दाखवली. माझ्या डोळ्याच्या पापण्या वर करून त्यांनी आत काहीतरी डोकावून बघितलं. आता आंतरराष्ट्रीय प्रोटोकॉलच असल्यामुळे मीही त्यांची जीभ बघितली आणि त्यांच्या डोळ्यांच्या पापण्या उचलून आत डोकावून बघितलं.

बुशच्या डोळ्यांच्या आत मला बरंच काही दिसलं. क्लिंटननंतर या महाशयांच्याही डोक्यात लेविन्स्किचे विचार घोळतायत! निघायच्या आधी बुशसाहेबांनी... छे! आता तर त्याला नुसतं जॉर्जच म्हटलं पाहिजे, म्हणजे जॉर्जनं डॉक्टर बघतात तसं माझं ब्लडप्रेशर बघितलं आणि स्टेथोस्कोप लावून छातीची स्पंदनंपण ऐकली. एक दुसऱ्या राष्ट्रांचे नेते असं एकमेकांचं ब्लडप्रेशर आणि हृदयाचे ठोके तपासून बघतात, हे मला ठाऊक नव्हतं. मलाही आता एक स्टेथोस्कोप आणि एक ब्लडप्रेशरचं यंत्र घ्यायला पाहिजे. निघण्यापूर्वी जॉर्जनं अगदी पूर्ण कबूली दिली की, माझ्या रक्तदाबावरून आणि हृदयांच्या ठोक्यांवरून अगदी सारखं काही त्याच्या व्यवस्थित लक्षात आलं आणि म्हणनूच आमचं मांडलिकत्व पत्करायला अमेरिकेची कुठचीही हरकत नव्हती.

आजची जॉर्जबरोबरची मीटिंग त्या दृष्टीनं अगदी महत्त्वाची ठरली. उद्या आता जगभरातले प्रेसवाले मथळेच्या मथळे भरून या भेटीची साद्यंत हकीकत छापणार आणि राजकीय तज्ज्ञ त्यांची समीकरणंपण मांडणार... बावळट कुठचे!

आई जॉर्जला बाहेर त्याच्या गाडीपर्यंत सोडायला गेली होती. मी खिडकीतून बघितलं. जॉर्जच्या गाडीजवळ ते दोघं बराच वेळ गंभीरपणे काहीतरी चर्चा करत उभे होते. आईला काळजी वाटणं साहजिक आहे. पण आईला सांगावं लागेल की, 'तिसरं महायुद्ध झालं तरी काळजी करण्याचं तसं कारण नाही. कारण शेवटी विश्वनेता मीच होणार आहे.' नॉस्ट्राडेमसनंही तसं अगदी स्पष्टच शब्दात लिहून ठेवलंय. उगाच नाही अमेरिकेनं माझं मांडलिकत्व एवढ्या सहजासहजी पत्करलं. जय नॉस्ट्राडेमस...!

आज चार–पाच तारखा एकाच दिवशी आल्यात..

आज सकाळी नीताचा पत्ता शोधतशोधत तिच्या घरीच जाऊन पोहचलो. दरवाजावरची बेल वाजवली आणि काय आश्चर्य... जॉन मेजर! इंग्लंडचे पंतप्रधान. त्यांनीच येऊन दार उघडलं. मी मनात म्हटलं, हा लेकाचा नीताच्या घरी काय करतोय? अच्छा आलं लक्षात. माझं वाढत चाललेलं महत्त्व ओळखून नीताच्या मदतीनं मला पटवण्याचा डाव आहे वाटतं याचा. पण मला वाटतं, जॉननं मला ओळखलं नाही.

मला म्हणाला, "येस? कोण पाहिजे?"

मी अर्थातच लगेच सांगितलं, "जॉन, मला ओळखलं नाहीस? मग इथं नीताशी साटंलोटं करायला कशाला आला होतास? चल नीघ इथनं."

त्यावर मला म्हणतो, "तुम्ही काय बोलताय काही कळत नाहीये मला. तुम्हाला कोण पाहिजे?"

मनात म्हटलं, 'बाळ, कालच जॉर्जनं माझं मांडलिकत्व पत्करलंय. पेपर वाचला नाही वाटतं यानं आजचा.'

तेवढ्यात नीताच दरवाजापाशी आली.

"कोण आहे?"

अन् मला बघून ओळखदर्शक हसली. नशीब म्हणायचं माझं.

"पप्पा, अहो हे इथल्या बँकेत क्लार्क आहेत."

पप्पा? जॉन मेजरनं लगेच नीताला आपली मुलगीच करून टाकलंय वाटतं. कायकाय खेळी खेळतात हे लोक.

मी नीताला मग सरळच सांगितलं. म्हटलं, "नीता, तू ब्रिटनच्या पंतप्रधानांना वडील मानत असलीस तरी मला आता तुझ्याशी काही महत्त्वाचं बोलायचंय आणि त्या गोष्टी इतक्यातच ब्रिटनच्या पंतप्रधानांच्या कानावर जाव्यात, असं मला वाटत नाही. कारण त्यामुळे सगळीच जागतिक समीकरणं बदलतील. आत्ताच्या घडीला तर हे सारं जास्तच महत्त्वाचं आहे. कारण तिसऱ्या महायुद्धाचे नगारे वाजायला लागलेत."

नीता आणि जॉन मेजर दोघंही विचित्र नजरेनं माझ्याकडे पाहत होते. मला वाटत होतं की, माझं बोलणं ऐकल्यावर जॉन आम्हाला दोघांना एकटं सोडून निघून जाईल. पण तो तिथनं हालायचं नावच घेईना. मग मात्र मला स्पष्टच सांगावं लागलं.

मी म्हटलं, "जॉन, तू त्वरित लंडनला परत जावंस हेच ठीक. मला आणि नीताला खासगी वेळाची निकड आहे."

त्यावर तो मला म्हणतो, "काय? तुम्ही कोण आहात? आणि काय वेड्यासारखी बडबड लावलीये?"

मग मात्र माझ्याच्याने राहवेना. मी सरळ नीताचा दंड पकडला आणि तिला आतल्या दालनाकडे घेऊन जायला लागलो. अचानक हे सारं काय घडतंय हे नीताला

न कळल्यानं ती ओरडायला लागली. जॉननं माझ्या शर्टाची कॉलर पकडली. ब्रिटन बरोबर माझं युद्ध नाहीतरी एक दिवस होणारच होतं. नॉस्ट्राडेमसनं तसं लिहूनच ठेवलंय. त्यामुळे जॉनची आणि माझी तुंबळ मारामारी झाली.

आजच्या मारामारीत कुणालाच स्पष्ट विजय मिळाला नाही, पण याचा अर्थ ब्रिटनबरोबर आणखी एक-दोन लढाया कराव्या लागणार. जॉर्जनं जेवढ्या सहजासहजी माझं मांडलिकत्व पत्करलं तितक्या सहजतेनं ब्रिटिश नमणार नाहीत, असं दिसतंय. हरकत नाही. त्यांना अजून कदाचित माहिती नसेल की, अखेरीस सर्वोच्च सार्वभौम राजा मीच होणार आहे. नॉस्ट्राडेमसची थोडी पुस्तकं ब्रिटिशांकडे पाठवून द्यायला हवीत म्हणजे तरी डोळे उघडतील यांचे.

जॉन मेजरबरोबरच्या युद्धात मला बऱ्याच जखमा झाल्यात. डोक्यालाही खोक पडलीये. पुढच्या युद्धात याचा वचपा काढावा लागणार. माझ्या डोक्यावरची खोक बघून आई चिंताग्रस्त झाली. तिनं माझ्या सगळ्या जखमा धुवून काढल्या आणि त्यावर पट्टी बांधली. आईच्या डोळ्यांतून अश्रूंची संततधार चालू होती.

मी हलकेच आईच्या गालावरचे अश्रू पुसले अन् म्हटलं, ''आई माझ्यामुळे खूप त्रास होतो ना गं तुला?'' तर त्यावर ती म्हणाली, ''नाही रे राजा... तू फक्त बरा हो... तुझा संसार चांगला होऊ दे... एवढीच माझी इच्छा आहे. त्यासाठी मी कितीही त्रास सहन करायला तयार आहे....''

आई किती चांगली आहे. मी जगज्जेता झालो की, आईसाठी एक मोठा महाल बांधून देणं आवश्यक आहे.

७३ मारोबर १००१

आज सकाळी जॉर्ज आला होता. जॉर्ज म्हणजे जॉर्ज बुश. तो आल्याआल्या आम्ही एकमेकांशी हस्तांदोलन केलं. मग आंतरराष्ट्रीय प्रोटोकॉलप्रमाणं त्यानं माझी जीभ आणि डोळे तपासले. तशीच मीही त्याची जीभ आणि डोळे तपासले. त्यानं मग माझ्या सगळ्या जखमा बघितल्या आणि मला विचारलं, हे काय झालं म्हणून.

ब्रिटननं केलेली आगळीक मी त्याच्या कानावर घातली.

मी जॉर्जला सांगितलं, ''तू जॉन मेजरला सांग की, तू आमचं मांडलिकत्व पत्करलंयस. त्यामुळे उद्या ब्रिटनबरोबर जर आम्हाला युद्ध आघाडी उघडावी लागली तर अमेरिकन सैन्य आमच्या बाजूनंच या युद्धात उतरेल आणि मग हिटलरनंही केली नव्हती अशी लंडनची राखरांगोळी करून टाकू आम्ही.'' मी म्हटलं, ''त्यांना सांग अजूनही वेळ गेलेली नाही. तुमच्या अविचारीपणानं निष्पाप नागरिकांना बळी देऊ नका. त्यापेक्षा गुपचूप आमचं सार्वभौमत्व मान्य करून टाका.''

मला वाटतं, आजकाल जॉर्ज बुशची सगळी मस्ती उतरलीये. तो अगदी

गयावया करत म्हणाला की, तो जॉन मेजरशी बोलेल. इतकंच नाही तर जॉनला माझ्यासमोर अगदी गुडघे टेकायला लावेल. पण इतक्यात कुठलीही युद्धआघाडी उघडू नये, अशी त्यानं मला विनंती केली. युनायटेड नेशन्सचं डेलिगेशन येऊन मला युएनमध्ये घेऊन जाईल आणि युएनच्या व्यासपीठावरून सर्वच देशांना आपण माझं नेतृत्व मान्य करायला लावू, असं जॉर्जचं म्हणणं आहे. युनायटेड नेशन्सच्या सिक्युरिटी कौन्सिलची मीटींग होईपर्यंत आणि सर्व देशांनी त्यांच्या सार्वभौमत्वाबद्दल त्यांचं मत देईपर्यंत मी शांत राहायचं ठरवलंय.

नेहमीप्रमाणे आई जॉर्जला सोडायला त्याच्या गाडीपर्यंत गेली. मी खिडकीतून बघत होतो. ते दोघं बराच वेळपर्यंत गंभीर चेहऱ्यानं एकमेकांशी काहीतरी बोलत होते. आई घरात आली तेव्हा ती कसाबसा चेहरा हसरा ठेवण्याचा प्रयत्न करत होती, पण खरंतर तिच्या चेहऱ्यावरची काळजी आणि भीती लपत नव्हती. तरीही मी आईला सांगायचा प्रयत्न केला की, तिसरं महायुद्ध अटळ आहे आणि त्यातला भारताचा विजयही अटळ आहे आणि म्हणजेच पर्यायानं मी जगज्जेता होणार, हेही अटळच आहे. हे सारं नॉस्ट्राडेमसनंच लिहून ठेवलंय त्यामुळे ते घडणारच, अगदी निश्चित! जय नॉस्ट्राडेमस!

मोकळी तारीख

तारीख, वार, महिना, वर्ष, इसवी सन, हिंदू वर्ष, हिजरी वर्ष या सगळ्यांचा घोळ फारच वाढलाय. मी सत्तेवर आल्यावर प्रथम म्हणजे हे सारं बंद करून टाकणार आहे. प्रत्येकानं स्वत:च्या सोयीचं कॅलेंडर करावं. ज्यांना याची आवश्यकता वाटत नाही अशांनी कॅलेंडर, तारीख, वार, वेळ, महिना या कशाचाच वापर नाही केला तरीही चालेल, पण कुणीही कुणाच्या घोळात अडकायला नको. ही नवीन पद्धत चालू होईपर्यंत सध्यातरी सगळ्या तारखा मोकळ्याच आहेत.

आज सकाळी युएनचं डेलिगेशन आलं. मला ते त्यांच्याबरोबर घेऊन गेले. मी बाहेर पडत असताना आई स्फुंदून-स्फुंदून रडत होती. ते बघून मलाही गदगदून आलं, पण या युएनच्या अधिकाऱ्यांसमोर मला ते दिसू द्यायचं नव्हतं.

हे डेलिगेशन मोठी मोटार घेऊन आले होते. आम्ही सरळ मोटारीनंच युनायटेड नेशन्सच्या मुख्य कार्यालयात जाऊन धडकलो. कार्यालयाच्या मुख्य फाटकातून आत शिरताच आतलं मोठं आवार दिसलं. आधी मुख्य इमारतीत जाऊन माझं नाव नोंदवणं वगैरे असले सोपस्कार उरकले.

मी खरंतर सिक्युरिटी कौन्सिलच्या बैठकीच्या खोलीत जायला उत्सुक होतो. पण त्याआधी मला एका मोठ्या हॉलमध्ये सोडण्यात आलं. तिथं सगळ्या राष्ट्रांचे प्रतिनिधी आधीच उपस्थित होते. तिथलं वातावरण म्हणजे युद्धभूमीच असल्यासारखं वाटत होतं. सगळ्या प्रतिनिधींनी डोक्याचं मुंडण केलेलं होतं.

काही लक्षात येण्याच्या आत तिथं युद्धाचा भडका उडाला. नॉस्ट्राडेमसनं त्याच्या श्लोकांमधल्या दुसऱ्या शतकातल्या एकोणतिसाव्या श्लोकात सांगितलेली परिस्थिती मी माझ्यासमोर साक्षात अनुभवत होतो. युरोपवर मुस्लीम राष्ट्रांनी आक्रमण केलं होतं. इटली आणि ग्रीसचा धुव्वा उडाला होता. चहूबाजूला धुमश्चक्री माजली होती. संपूर्ण युरोपभर हाहाकार उडाला होता.

मी कार्यरत होण्याची हीच वेळ होती. तिसरं महायुद्ध पेटलं होतं आणि यात मला सर्वांत महत्त्वाची कामगिरी बजावायची होती. जगातला संहार संपवून रामराज्य आणायचं होतं. माझ्या साऱ्या योजना तयार होत्या. एका बाजूला माझे सरसेनापती माझ्या ऑर्डरची वाट बघत तयारीत उभे होते.

सेकंदभर डोळे बंद करून मी नॉस्ट्राडेमसचं स्मरण केलं. जय नॉस्ट्राडेमस! अन् पंजाब बॉर्डरवरून मी आणि माझं सैन्य पाकिस्तानवर तुटून पडलो. मुरारबाजी करी कारंजी पुरंधरावर रूधिरांची... तसंच आम्हीही रूधिरांची कारंजी उडवली. माझं सैन्य अतुलनीय मर्दुमकी गाजवत होतं. पाकिस्तानचा धुव्वा उडायला फार वेळ लागला नाही. माझ्या अर्ध्या सैन्याला मी अफगाणिस्तान काबीज करून रशियातून युरोपवर धडक मारायला पाठवलं आणि मी स्वत: मध्यपूर्वेचे देश काबीज करत इजिप्तकडे मुसंडी मारली.

'न भूतो न भविष्यती' असं रणकंदन चालू झालं. मी आणि माझं सैन्य अद्वितीय असा पराक्रम गाजवत होतो. हे सारं अगदी नॉस्ट्राडेमसनं लिहून ठेवल्याप्रमाणे तंतोतंत घडत होतं. जय नॉस्ट्राडेमस!

एवढ्यात युएनचे सैनिक युद्धभूमीवर घुसले आणि अचानक युद्धबंदी झाल्यासारखं एकदम युद्ध थांबलं. सगळ्या राष्ट्रांचे प्रतिनिधी युद्ध करायचं सोडून दुसरंच काहीतरी करायला लागले. मी मात्र अजूनही चढाईच्या आवेशात होतो. युएनचं सैन्य अर्थात माझ्याच मदतीसाठी धावून आलंय, हे मला माहितीच होतं. पण झालं मात्र उलटंच. हे सैनिक माझ्यावरच चालून आले. मी त्यांना समजावण्याचा प्रयत्न केला, परंतु ते ऐकेनात. तेव्हा मात्र मी त्यांच्यावर हल्ला चढवला. संपूर्ण शक्तीनिशी मी त्यांच्यावर तुटून पडलो. त्यांनी त्यांच्या हातातल्या दंडुक्यांनी माझ्यावर प्रहार करायला सुरुवात केली.

''मूर्खांनो, मला ओळखलं नाही का? मी नॉस्ट्राडेमसचा हिंदू जगज्जेता....'' मी ओरडून–ओरडून सांगत होतो. पण त्यांनी माझं एक ऐकलं नाही. त्यांचे वार साऱ्या शरीरावर पडत होते. शेवटी माझा प्रतिकार थंड झाला. त्यांनी माझी उचलबांगडी करून मला एका खोलीत नेऊन डांबलं.

सारं शरीर वेदनेनं तळमळत होतं. अंगावर जागोजाग माराचे वळ उठले होते. हातापायांना सूज आली होती. आई... आई... तू कुठं आहेस आई? आईच्या आठवणीनं मला ओक्साबोक्शी रडू आलं....

संध्याकाळी जॉर्ज बुश मला भेटायला आला होता. मी त्याला त्वरित निघून जायला

सांगितलं. मला त्याच्याशी एक अक्षरही बोलायची इच्छा नव्हती. संपूर्ण युएनला यानं वेठीला धरलंय. याच्या सांगण्यावरनंच युएनचं सैन्य माझ्यावर उलटलं असणार.

जॉर्ज निघून गेला, पण पुन्हा एकदा युएनचे सैनिक आले. त्यांनी मला उचलून एका मोठ्या खोलीत नेलं. तिथे वेगवेगळ्या प्रकारचे दिवे होते. त्यांनी एका मोठ्या कॉटवर मला झोपवलं आणि माझे हातपाय बांधून टाकले. माझ्यात प्रतिकार करण्याची ताकद अजिबात उरली नव्हती. पुन्हा एकदा जॉर्ज बुश आला. त्यानं माझ्याशी काहीतरी बोलायचा प्रयत्न केला, पण मी तिकडे दुर्लक्ष केलं. त्यानंतर माझ्या त्या बांधलेल्या अवस्थेत त्या सगळ्यांनी मिळून माझे अनन्वित छळ केले. मला इंजेक्शन दिलं. त्यानंतर मला विजेचे झटकेही दिले. ते यातनागृहच होतं. माझी तर अक्षरश: बोबडीच वळली होती.

'देवा... हे कुठं नरकात आणून टाकलंस मला?'

जगज्जेता होण्यासाठी ही सारी अग्निपरीक्षा द्यावी लागतच असणार.

या जगातल्या सगळ्या तारखा माझ्यासाठी संपून गेल्यात....

गेले कित्येक दिवस हे लोक माझा अनंत छळ करतायत. रोज मला विजेचे झटके देतात. जेवायला-खायलाही धड मिळत नाही. आता हे सारंच सहन करण्याच्या पलीकडे गेलंय. मृत्यू आता समोर दिसतोय, पण नॉस्ट्राडेमसचा हा हिंदू जगज्जेता असा तसा मरणार नाही. त्याला वैकुंठाला न्यायला पुष्पक विमान आलंय. त्यावर स्वार व्हावं... शरीराचं वजन नाहीसं झाल्यासारखं वाटतंय... उंच आकाशात जाऊन सारी पृथ्वी एकाच दृष्टिक्षेपात सामावून घ्यावी... या अत्युच्च बिंदूवरून पृथ्वी किती लोभसवाणी दिसते... ही खाली दिसतीये ती माझी सारी कर्मभूमी... तो युरोप... ती मध्यपूर्वेतली संस्थानं... तो मी पराजित केलेला पाकिस्तान... आणि तो... तो तर माझा भारत... मेरा भारत महान... आणि ते माझं गाव... निरागस सुंदर... ते... ते माझं घर... आणि आई? ती काय घराच्या अंधाऱ्या कोपऱ्यात मुसमुसून रडत बसलीये... ती माझी बिचारी आई... आई... आई रडू नकोस... आयुष्यभर तुला खूप त्रास झाला... पण रडू नकोस... बघ आता सारा त्रास संपला... कायमचा... बघ मी तर जगज्जेत्याहूनही अति उंच जाऊन पोहचलो... मला एकदा जवळ घे आई... अगदी जवळ... तुझ्या कुशीत... माझ्या मुंडण केलेल्या डोक्यावर तुझे दोन अश्रू पडू देत... माझं डोकं तुझ्या मांडीवर मला ठेवू देत... आई, रडू नकोस... आई...

नॉस्ट्राडेमस, तुझं भविष्य थोडंसं चुकलंच. तुझा जगज्जेता हिंदू शायरॉन जगज्जेत्यताहूनही अत्युच्च जागी जाऊन पोहोचला.

■

माणकेश्वराचा पुतळा

ही गोष्ट आहे वाईजवळच्या एका छोट्या गावातली. गाव तसं म्हटलं तर फार काही मोठं, शहरासारखं नव्हतं. असेल अदमासे हजार एक उंबऱ्यांचं सुंदर टुमदार गाव. गावाच्या सगळ्या दिशांनी सभोवार सह्याद्रीचे डोंगर पसरले होते आणि या डोंगरांच्या मधोमध तयार झालेल्या बशीसारख्या आकाराच्या भव्य खोलगट दरीत हे गाव अगदी मधोमध वसलं होतं. तसा तर या दरीचा आवाका खूपच मोठा होता आणि त्यात छोटीछोटी खेडी आणि वाड्या चिकार सामावल्या होत्या, पण दरीच्या अगदी मध्यावर असलेलं आणि बाजाराचं असं हेच गाव होतं. त्यामुळे या साऱ्या भागाचं हे जणू प्रमुख केंद्र बनलं होतं.

सह्याद्रीचे डोंगर आणि त्यात तयार झालेली ही खोलगट बशी, त्यामुळे या संपूर्ण भागाचं दृश्य फार लोभसवाणं दिसायचं. सह्याद्रीच्या या डोंगरांच्या माथ्यांवर होती घनदाट जंगलं आणि कातळांची मैलोन्मैल लांब पसरलेली पठारं. या जंगलांना आणि या पठारांना चहूकडून राकट काळ्या ताशीव कड्यांनी उचलून धरल्यासारखं वाटायचं. या कड्यांच्या खाली साग, पांगारा, गुलमोहर, ऐन, किंजळ, फणस अशा वृक्षांची गर्दी आणि त्यानंतरच्या डोंगर उतारांवर भाताची खाचरं. या खाचरांच्या मधूनमधून होती, थोड्याशा सपाटीवर लालचुटूक कौलारू घरांच्या छोट्याछोट्या वाड्या, कुणाकुणा धनिकांची फार्म हाऊसेस आणि त्यात रांगेनं लावलेली निलगिरीची आणि सिल्वर ओकची झाडं.

पावसाळ्यात दरीच्या मध्यावर उभं राहिलं की, या डोंगरांनी आणि दरीनं चहुबाजूंनी हिरवी गर्द शाल लपेटून घेतल्यासारखं वाटायचं अन् या गर्द हिरवाईच्यामधनं दिसायचे ते पांढऱ्याशुभ्र फेसानं ओथंबून कोसळणारे धबधबे. या धबधब्यांमधून निघणारे तुषारकण साऱ्या दरीभर उडत राहायचे आणि पावसाचे दरीत उतरणारे ढग

आणि हे तुषार यांच्या मिश्रणानं अंगावर शिरशिरी यायची. निसर्गानं या साऱ्या भागावर सौंदर्याची मुक्त हस्तानं उधळण केली होती.

निसर्गाच्या या सौंदर्यदानाबरोबरच निसर्गानं या भागाला आणखी एक देणगी प्रदान केली होती, माणकेश्वराचा पुतळा! हजारो वर्षं ऊन, पाऊस, वारा यांचे तडाखे खाऊनखाऊन पश्चिमेकडचा कोकणकडा असा तासला गेला होता की, यातून एक सुंदर शिल्प तयार झालं होतं. लांबून बघताना हा कडा म्हणजे एखाद्या पुरुषाचा चेहराच भासायचा. या चेहऱ्याचं भव्य कपाळ, टपोरे डोळे, सरळ नाक, किंचित विलग होऊ पाहणारे जाड ओठ, त्याखालची हनुवटी, गोल रसरशीत गाल सारं अगदी साफ दिसायचं. चेहऱ्यावर धीरगंभीर आणि उदात्त भाव होता, असं वाटायचं.

शेकडो शिल्पकारांनी मिळून वर्षानुवर्षं खपून खूप मेहनत घेऊन तयार केल्यासारखा हा पुतळा अगदी ताशीव, घोटीव होता.

कित्येक पिढ्यान्‌पिढ्या हा स्थितप्रज्ञ पुतळा या भागावर प्रेमाचा वर्षाव करत असाच उभा होता. श्रद्धेनं लोक याला माणकेश्वराचा पुतळा म्हणायचे. दूरदूरहून पर्यटक या भागात निसर्गाचा हा अद्‌भूत कलाविष्कार बघण्यासाठी यायचे अन् गावातले लोक अभिमानानं पाहुण्यांना गावाचा हा मानबिंदू दाखवायचे.

या भागातल्या लोकांची या पुतळ्यावर श्रद्धा तर होतीच, पण त्याचबरोबर सर्वसाधारणपणे असतेच तशीच याही पुतळ्याबरोबर एक आख्यायिका निगडीत होती.

हजारो वर्षांपूर्वी माणकेश्वर म्हणजे भगवान शंकर पृथ्वीलोकाची यात्रा करत असताना या प्रदेशात आले आणि या भागाच्या निसर्गसौंदर्यानं त्यांना मोहून टाकलं. त्यामुळे माणकेश्वरनं इथल्या लोकांना वर दिला की, या भागात धनधान्याची कायम समृद्धी राहील. लोकांना कधी काही कमी पडणार नाही.

लोकांनी माणकेश्वराला कायमचं इथंच वास्तव्य करण्याची विनंती केली, म्हणूनच माणकेश्वराच्या वास्तव्याचं प्रतीक म्हणून माणकेश्वरानं या शिल्पाची निर्मिती केली आणि लोकांना असंही सांगितलं, 'हुबेहुब या शिल्पासारखा दिसणारा एक संत महात्मा एक दिवस या गावात येईल आणि तो साक्षात माझंच रूप असेल.'

चार बुकं शिकलेल्या आणि शहरात जाऊन आलेल्या लोकांना आता ही दंतकथा वाटायला लागली असली, तरीही सर्वसाधारण गावकऱ्यांची आजही दृढ श्रद्धा होती की, एक दिवस अगदी निश्चित असा कुणी संत महात्मा या गावात येईल. म्हणजेच या संतात्म्याच्या रूपानं स्वत: माणकेश्वरच जिवंत रूपात या गावात वास्तव्यास येईल.

माणकेश्वरानं निर्माण केलेलं हे स्वत:चं शिल्प म्हणजेच हा पश्चिम कड्यावरचा माणकेश्वराचा पुतळा. लोकांची अशी ठाम समजूत होती की, माणकेश्वराच्या पुतळ्याच्या अखंड कृपादृष्टीमुळेच हा सारा भाग आणि या भागातलं केंद्रबिंदूचं हे गाव समृद्ध होतं. शिवाय गावातले लोक खाऊनपिऊन समाधानी होते. साधे, सरळमार्गी शेतकरी

होते, दिवसभर आपापल्या शेतांमध्ये काबाडकष्ट करणारे होते, एकमेकांच्या उपयोगी पडणारे होते.

गावाच्या एका अंगाला, मुख्य गावापासून थोड्या अंतरावर पांडुरंग देशमुखांचं घर होतं. पश्चिमेकडे तोंड असलेलं घर. घराच्या पुढ्यात शेणानं स्वच्छ सारवलेलं खळं अन् तिथून पुढं माणकेश्वराच्या पायथ्यापर्यंत असलेली देशमुखांचीच भातशेती. घराला लागून, घराच्या दक्षिण अंगाला गोठा. या गोठ्यात चार तरी गुरं कायम बांधलेली. या गोठ्याच्या पलीकडे चांगली बांधलेली चार पुरुष खोल विहीर अन् विहिरीच्या काठावर पाणी काढण्यासाठी बसवलेला रहाट. या विहिरीच्या पलीकडे देशमुखांची आंबा, चिकू, फणसाची एक-दोन एकराची राई.

पांडुरंग देशमुखांचं घर जसं स्वच्छ, सुंदर होतं, तेवढेच ते स्वत:ही मनानं शुद्ध, निर्मळ, सात्विक होते. गावातल्या लोकांना त्यांचा आदर वाटायचा.

पांडुरंग पाच वर्षांचा असतानाच त्याचे वडील वारले. पुढं आईनंच पांडुरंगाला लहानाचा मोठा केला. रोज संध्याकाळी आपल्या घराच्या खळ्यात बसून पांडुरंग माणकेश्वराच्या पुतळ्याकडे बघत राहायचा, त्याच्याशी गप्पागोष्टी करायचा. आज दिवसभरात काय काय घडलं ते सारं त्याला सांगत राहायचा.

''आई माणकेश्वर बोलत का नाही गं?'' एक दिवस लहानग्या पांडुरंगानं आईला विचारलं.

''बोलेल बाबा, नक्की बोलेल. तो नाही पण त्याच्या रूपानं जो महात्मा या गावात अवतरणार आहे, तो तरी तुझ्याशी नक्कीच बोलेल.'' अन् मग आईनं माणकेश्वराशी निगडीत आख्यायिका पांडुरंगाला सांगितली.

''आई, ते महाराज कधी येतील? मला बघायला मिळतील ते? माझ्याशी बोलतील?''

''हो रे राजा. तुझ्या जन्मात तर नक्की येतील.''

आईच्या बोलण्यानं पांडुरंगाचं समाधान झालं आणि मग तिथून पुढं माणकेश्वराला तो रोज विचारू लागला, ''आईनं सांगितलेले ते महाराज कधी येणार?''

माणकेश्वर जसा होता तसाच शांत, स्थितप्रज्ञ होता. पण पांडुरंगाला मात्र वाटायचं की, मंद स्मित करत माणकेश्वर त्याला सांगतोय, 'येतील ते नक्कीच येतील.'

दिवसांमागून दिवस जात होते. पांडुरंग मोठा होत होता. पांडुरंगाची आई पांडुरंगाच्या वाढीची, जडणघडणीची विशेष काळजी घेत होती. सत्शील वर्तणूक, परोपकारी भाव, सात्विक विचार असे सगळे चांगले संस्कार आई पांडुरंगावर घडवत होती. पांडुरंगही चांगला मुलगा होता. लहान वयापासूनच तो विचारपूर्वक बोलायचा. आईला तिच्या कामात मदत करायचा. येणाऱ्याजाणाऱ्या लोकांशी, इतकंच काय गोठ्यातल्या जनावरांशीसुद्धा प्रेमानं वागायचा.

पांडुरंगाला पारंपरिक शालेय शिक्षण मिळू शकलं नाही. पण त्याच्या आईनं त्याच्यावर केलेले संस्कार त्याहूनही मोठे होते. तसंच माणकेश्वराच्या पुतळ्यालाही त्यानं आपला गुरू मानून टाकलं होतं. लहानपणापासूनच प्रत्येक बारीकसारीक गोष्ट माणकेश्वराला सांगण्याची त्याची सवय मोठा झाला तरीही सुटली नाही. माणकेश्वरही त्याचं सारं काही संयमानं ऐकून घ्यायचा. एवढंच नाही तर पांडुरंगाचा असा ठाम समज होता की, वडिलांच्या मायेनं माणकेश्वर त्याला योग्य वेळी योग्य सल्ला द्यायचा.

दहा-बारा वर्षं लोटली. पांडुरंग आता तरुण दिसू लागला होता. त्याचा आवाज आता फुटला होता. ओठांवर कोवळं मिसरूडही दिसायला लागलं होतं. शेतातली कामं, जनावरांचं चारापाणी सारं आता पांडुरंग सांभाळायला लागला होता. आईचे कष्ट त्यानं आता आपल्या खांद्यावर घेतले होते.

याच सुमारास गावात बातमी आली की, गावात कुणी एक धर्मचैतन्य महाराज येणार आहेत आणि पुढं असंही कळलं की, हे धर्मचैतन्य महाराज म्हणजे माणकेश्वराचा अवतारच आहेत. कारण त्यांचं रूप हुबेहूब माणकेश्वराच्या पुतळ्यासारखंच आहे. गावात उत्साहाचं वातावरण पसरलं. लोकांनी धर्मचैतन्य महाराजांच्या स्वागताची जोरदार तयारी चालवली.

धर्मचैतन्यांचं शहरांकडे मोठं प्रस्थ होतं म्हणे. साऱ्या भारतभर त्यांचे मठ होते. त्यांची प्रवचनं ऐकायला हजारोंच्या संख्येनं लोक जमायचे. त्यांच्या अनुयायांमधे राजकारणी नेते, अधिकारी, मोठे उद्योगपती तर होतेच, शिवाय हजारोंनी सर्वसाधारण लोकही होते. परदेशातही धर्मचैतन्यांची व्याख्यानं वाहायची. तिकडेही त्यांचे बरेच अनुयायी होते. त्यांच्या भजनांची गाणी गणपती उत्सव, नवरात्र अशा सणासमारंभांना लाऊड स्पीकर लावून वाजवली जायची. लोक घरात त्यांचे फोटो लावून त्यांना हार घालायचे.

असे हे जगद्‌विख्यात धर्मचैतन्य महाराज गावात येण्याचा दिवस उजाडला. लोकांनी सकाळीच सारं गाव झाडून स्वच्छ केलं. दरवाजांपुढे सडे, रांगोळ्या घातल्या, गुढ्या उभारल्या. पांडुरंगाचं मनही उचंबळून येत होतं. त्यानं सकाळी उठल्याउठल्याच माणकेश्वराच्या पुतळ्याकडे बघितलं. थंडीचे दिवस असल्यामुळे धुकं सर्वदूर पसरलं होतं. चहूकडे असलेल्या धुक्याच्या पुंजक्यातून माणकेश्वराचा चेहरा ध्यानमग्न असल्याचा भास पांडुरंगाला झाला.

दहा-साडेदहाच्या सुमाराला धर्मचैतन्य महाराज आणि त्यांचा लवाजमा गावात अवतीर्ण झाला. परदेशी बनावटीच्या गाड्यांचा भलामोठा ताफा धूळ उडवत गावात शिरला. महाराजांच्या नावाचा उद्‌घोष झाला. मोठे मोठे जयजयकार झाले.

साऱ्या गर्दीत पांडुरंग बिचारा कुठच्याकुठे मागे फेकला गेला. ज्या वेगानं हा सारा ताफा गावात शिरला, त्याच वेगानं महाराज त्यांच्यासाठी मुद्दाम बांधलेल्या

विश्रामगृहात आराम करायला निघून गेले.

गर्दीत रेटारेटी करून पुढे घुसू शकलेल्या आणि महाराजांच्या खास मर्जीतल्या श्रीमंत भक्तांनाच फक्त महाराजांचं दर्शन मिळू शकलं.

'हुबेहुब माणकेश्वराचंच रूप....'

'शंकाच नको. अगदी तेच नाक, तेच डोळे....'

'चेहऱ्यावर काय तेज झळकतंय....'

ज्यांना महाराजांचं दर्शन घडलं ते इतरांना महाराजांचं वर्णन सांगत होते. ज्यांना महाराज दिसले नव्हते ते, ज्यांना दिसले होते अशांच्या भोवती घोळका करून त्यांना प्रश्न विचारून भंडावून सोडत होते. पांडुरंगाला महाराज न दिसल्यामुळे तो हिरमुसला होता.

इतक्यात महाराजांच्या विश्रामकक्षातून भगवे कपडे घातलेला आणि गळ्यात रूद्राक्षाच्या माळेत महाराजांचा फोटो घातलेला त्यांचा एक शिष्य बाहेर आला.

"हे पहा, महाराज आता विश्राम करताहेत, त्यामुळे इथे कुणीही गर्दी करू नका. संध्याकाळी महाराज सर्व ग्रामस्थांना दर्शन देतील. त्यानंतर महाराजांचं प्रवचन आणि नंतर भजन असा कार्यक्रम होईल. कृपा करून आत्ता इथे कुणीही गर्दी करू नका." शिष्यानं उच्च स्वरात सांगितलं.

खिन्न मनानं पांडुरंग घरी परतला.

संध्याकाळी लवकरच पांडुरंग दर्शनमंडपात जाऊन बसला. हळूहळू लोक जमू लागले. मंडप भलामोठा होता. मंडपात अगदी पुढच्या बाजूला भलंमोठ्ठं व्यासपीठ तयार केलं होतं. या व्यासपीठावर मधोमध सिंहासनासारखी खुर्ची ठेवली होती. खुर्चीच्या मागे पूर्ण उंचीचा महाराजांचा ध्यानस्थ फोटो टांगला होता.

सिंहासनासारख्या खुर्चीच्या गाद्या श्रीमंती मखमलीच्या होत्या. खुर्चीवर बसून हात ठेवण्यासाठी तसल्याच मखमली आवरणात गुंडाळलेले लोड ठेवले होते. व्यासपीठावर खुर्चीच्या खाली दोन्ही बाजूला गाद्या घातल्या होत्या. त्यांच्यावर पांढरीशुभ्र वेलवेटची आवरणं घातली होती. व्यासपीठावर पितळेची चकाकणारी मोठी समई तेवत होती. तिच्याशेजारीच दोन मोठ्या उदबत्त्या टांगून लावल्या होत्या. महाराजांचे शिष्य आणि शिष्या लगबगीनं इकडून तिकडे जातयेत होते.

लोकांच्या गर्दीनं मंडप भरून गेला. व्यासपीठावर महाराजांच्या सिंहासनासारख्या खुर्चीजवळ तबला आणि पेटी आणून ठेवण्यात आली. सारं आध्यात्मिक वातावरण यथोचित जमल्याची शिष्य आणि शिष्यिणींनी खात्री करून घेतली. साऱ्या गर्दीची उत्सुकता शिगेला पोहचली आणि एवढ्यात आरोळी उठली, 'धर्मचैतन्य महाराज की जय.'

आरोळीपाठोपाठ मंडपाच्या मागच्या बाजूनं महाराज व्यासपीठावर प्रवेश करते झाले. महाराजांच्याबरोबर त्यांच्या पुढेमागे त्यांच्या दहा-बारा खास शिष्यापण व्यासपीठावर

आल्या. या साऱ्या शिष्या भगव्या रंगाच्या सॅटीनच्या साड्या आणि तसलेच ब्लाऊज घातलेल्या होत्या. त्यातल्या चार शिष्या महाराजांवर चवऱ्या ढाळत होत्या आणि बाकीच्या हातात झांजा घेऊन महाराजांचं भजन म्हणत होत्या.

महाराजांचा प्रवेश तर अगदी नाट्यपूर्ण झाला. महाराज सिंहासनावर येऊन बसले. एका शिष्येनं त्यांना पंचारतीनं ओवाळलं. दुसरीनं दूध आणि पाण्यानं त्यांचे पाय धुतले. सॅटीनच्या साड्यांमुळे या दोन्ही शिष्यांचे पदर सारखे घसरत होते आणि मंद स्मित करत महाराज त्यांची गोलाई न्याहाळत होते.

हे सारे सोपस्कार उरकल्यानंतर खऱ्या अर्थानं महाराजांचा चेहरा सगळ्यांना दिसला. महाराजांनी पायघोळ भगवी कफनी घातली होती आणि उजव्या हाताचा पंजा आशीर्वाद दिल्यासारखा त्यांनी कोपरापासून उभा धरला होता.

महाराजांच्या चेहऱ्याकडे बघताच पांडुरंगाला प्रचंड धक्का बसला. महाराजांच्या चेहऱ्यात आणि माणकेश्वराच्या पुतळ्यात कोणतंही साम्य नव्हतं. माणकेश्वराचं भव्य कपाळ, टपोरे डोळे, मंद स्मित करणारे जाड ओठ, सरळ नाक यातल्या कशाशीच महाराजांचं साधर्म्य नव्हतं.

पांडुरंगानं परतपरत नीट बघून खात्री करून घेतली.

'अगदी नक्कीच. हा माझा माणकेश्वर नव्हे.'

पांडुरंगानं गर्दीकडे नजर टाकली. संमोहित केल्याप्रमाणे सगळी गर्दी टाळ्या वाजवत, माना डोलत महाराजांच्या मागोमाग भजन म्हणत होती. पांडुरंगानं पुन्हा एकदा महाराजांकडे बघितलं. महाराजांचे बारीकबारीक धूर्त डोळे पांडुरंगाला अजिबात आवडले नाहीत. सगळी गर्दी डोळे मिटून भजन म्हणत होती आणि महाराज मात्र गर्दीतल्या स्त्रियांना न्याहाळत होते.

पांडुरंगाला तिथं बसणं असह्य झालं. उद्विग्न मनानं तो घरी आला. घराच्या दरवाजात बसून त्यानं माणकेश्वराकडं बघितलं. माणकेश्वराच्या पाठीमागे कोकणात सूर्य मावळतीला निघाला होता. मावळतीच्या सूर्याची पिवळी किरणं विशिष्ट कोन साधून माणकेश्वराच्या चेहऱ्यावर पसरली होती. माणकेश्वराच्या चेहऱ्यावर मिश्किल भाव पसरल्यासारखं पांडुरंगाला वाटलं.

"माणकेश्वरा, आज बघितलं ते तुझं रूप नाही. हा कुणी संत महात्माही नाही." पांडुरंगानं आपली तक्रार माणकेश्वराला ऐकवली.

माणकेश्वर मिश्किल हसत राहिला आणि मिश्किल हसताहसताच पांडुरंगाला जणू सांगत राहिला, "धीर धर, ते येतील, अगदी नक्की येतील."

पहिले काही दिवस गावकऱ्यांना अगदी ठाम वाटलं की, धर्मचैतन्य महाराज म्हणजेच माणकेश्वराचं रूप. परंतु हळूहळू गावकऱ्यांनाही महाराजांचं 'कवच एकं नमस्ये एकं' रूप लक्षात यायला लागलं. गावातल्या स्त्रियांनी गावप्रमुखांकडे महाराजांच्या लंपटपणाच्या तक्रारी केल्या आणि पंधरा-वीस दिवसांतच महाराजांनी

आपलं चंबूगबाळं गावातून उचललं. माणकेश्वराचा पुतळा तसाच निर्विकल्प, नि:स्तब्ध मंद स्मित करत उभा राहिला.

गावाचं रहाटगाडगं पुन्हा पहिल्यासारखं व्यवस्थित फिरायला लागलं. वर्षांमागून वर्षं लोटली. तारुण्य संपून पांडुरंगही गृहस्थ झाला. त्याच्या चित्तवृत्ती, स्वभाव, वागणूक सारं काही अधिक परिपक्व झालं. त्यानं धर्मशास्त्रं वाचली, गीतेचं सार वाचलं, रामायण-महाभारत आणि पुराणग्रंथ वाचले. त्याच्या बुद्धीच्या तेजानं गावकऱ्यांमध्ये त्यानं मानाचं स्थान मिळवलं.

रोज संध्याकाळी त्याच्या खळ्यात गावकरी जमायचे. त्यानं वाचलेलं तो त्यांना वाचून दाखवायचा, त्यावर विवेचन करायचा. गावकऱ्यांच्या शंकांना उत्तरं द्यायचा. वेगवेगळी तत्त्वज्ञानं समजावून सांगायचा. मोठमोठ्या शब्दजंजाळात न अडकता साध्यासोप्या शब्दात नीती-अनीती, धर्म-अधर्म, कर्म-अकर्म अशा गोष्टींचं विवरण करायचा. त्याचबरोबर तो गावकऱ्यांच्या उपयोगीही पडायचा. त्यांची कामंपण करायचा. त्यांच्यातले तंटेबखेडे अगदी सर्वमान्य पद्धतीने सोडवायचा. त्यांच्या वैयक्तिक अडचणींमध्ये त्यांना योग्य सल्ला द्यायचा. त्यांना मदत करायचा. गावकऱ्यांनाही आता पांडुरंगाबद्दल आदर, भक्तीभाव वाटायला लागला होता.

एवढं असूनही पांडुरंगामध्ये अहंकाराचा लवलेशही नव्हता. आपल्या शेतामध्ये आजही तो दिवसभर कष्ट करायचा. जनावरांचा चारा, पाणी, शेण, गोठा सारं काही सांभाळायचा. त्याचे कपडे, त्याचं बोलणंचालणं सारं काही साधंच होतं आणि त्यानं ते तसंच ठेवलं होतं.

दिवसामागून दिवस जात होते आणि अचानक पुन्हा गावात बातमी आली. गावात श्री स्वामी समर्थ आत्मानंदजी येणार होते. बातमी घेऊन येणारे लोक मोठ्या विश्वासानं समर्थांबद्दल बोलत होते. त्यांनी अगदी खात्रीपूर्वक गावकऱ्यांना सांगितलं की, आत्मानंदजी म्हणजेच माणकेश्वराचं रूप. त्यांचा म्हणे अगदी कणन्‌कण माणकेश्वराशी मिळताजुळता होता. या पूर्वीचा अनुभव एव्हाना गावकऱ्यांच्या विस्मृतीत गेला होता. त्यामुळे पुन्हा एकदा सारं गाव उत्साहानं तयारीला लागलं.

आत्मानंदजी म्हणे मन:सामर्थ्यदात्याचे उपासक होते आणि त्यांच्या भक्तांनाही ते मन:सामर्थ्यदात्याचं नामस्मरण करायला सांगायचे. कुठल्याही भक्ताच्या कुठल्याही समस्येवर ते त्याला सांगायचे, 'भिऊ नकोस, मी तुझ्या पाठीशी आहे.' भक्तांना म्हणे त्यामुळे सतत कुणीतरी त्यांच्या पाठीशी उभं असल्याचा भास व्हायचा! पूर्वी आलेले महाराज स्त्रीलंपट होते. त्यामुळे त्या धसक्यानं काही गावकऱ्यांनी आत्मानंदजीबद्दलही माहिती मिळवली. परंतु त्यांच्या चारित्र्याबद्दल माहितगारांकडून अगदी चांगला अभिप्राय मिळाल्यामुळे गावकऱ्यांचा उत्साह द्विगुणित झाला. माणकेश्वराच्या स्वागतासाठी पुन्हा एकदा गाव सजलं, नटलं.

गावकऱ्यांची धामधूम आणि उत्साह बघून पांडुरंगाच्याही अपेक्षा उंचावल्या.

गावकऱ्यांनी त्याला आत्मानंदजींच्या दिलेल्या माहितीवरून तर त्याची खात्रीच पटली की, आत्मानंदजी म्हणजे दुसरंतिसरं कुणी नसून साक्षात माणकेश्वरच. पांडुरंगानं रोजच्यासारखंच पुतळ्याकडे बघितलं.

'तुझं स्वरूप असलेले आत्मानंदजी येताहेत. माणकेश्वरा तुझं रूप बघण्याचं भाग्य अखेरीस तू आमच्या पदरात टाकलंस.'

माणकेश्वर नेहमीसारखाच स्थितप्रज्ञ होता. शांत, मंद स्मित करत.

येणार, येणार म्हणून गाजत असलेले आत्मानंदजी अखेरीस गावात येऊन पोहचले. पांडुरंगानं गर्दीत धक्केबुक्के खात दर्शनाला जाण्यापेक्षा संध्याकाळीच त्यांच्या प्रवचनाला जायचं ठरवलं, पण मधल्या काळात आत्मानंदजींना बघून आलेल्या लोकांनी पांडुरंगाकडे येऊन त्यांचं रसभरीत वर्णन केलं.

"या वेळेस अगदी तिळमात्र शंकेला जागा नाही. आत्मानंदजी आणि आपला माणकेश्वर म्हणजे अगदी जशीच्या तशी एक दुसऱ्याची नक्कल." आणि "यावेळेस पांडुरंग मी तुला अगदी पैजेवर सांगतो, आत्मानंदजींमध्ये अगदी एकही वैगुण्य तुला शोधूनही सापडणार नाही. खऱ्या अर्थानं माणकेश्वराचं रूप."

ही सारी वर्णनं ऐकून मोठ्या उत्साहानं आणि अपेक्षेनंच पांडुरंग आत्मानंदजींचं प्रवचन ऐकायला गेला. मागच्या वेळेप्रमाणेच मंडप गावकऱ्यांच्या गर्दीनं ओतप्रोत भरला होता. पांडुरंग पोहचल्यानंतर पाचच मिनिटात आत्मानंदजी व्यासपीठावर आले. आधीच्या महाराजांप्रमाणे यांचा प्रवेश नाट्यमय नव्हता. त्यांच्या अवतीभवती बायका नाचत नव्हत्या, पण पायघोळ भगवी कफनी यांनी घातली होती. त्यांच्या हातात एक जाडजूड ग्रंथ होता. त्यांच्यासाठीही व्यासपीठावर सिंहासनासारखी खुर्ची होती.

आपल्या खुर्चीत स्थानापन्न होताच त्यांनी उजव्या हाताचा पंजा सगळ्यांना आशीर्वाद दिल्याच्या थाटात वर केला आणि मंद स्मित करत सगळ्या सभेवरून नजर फिरवली. सभाजनांचा उत्साह शिगेला पोहचला. आत्मानंदांच्या जयघोषानं आसमंत भरून गेला. आत्मानंद मात्र सगळ्या सभेला आशीर्वाद देत मंद स्मित करत सर्व भक्तजनांवरून कृपा दृष्टीचा स्रोत फिरवत राहिले.

पांडुरंगानं आत्मानंदांचं नीट निरीक्षण केलं. पुन:पुन्हा मनाची खात्री करून घेतली आणि मग मात्र त्याचा नक्की निर्णय झाला. त्याच्या साऱ्या उत्साहावर विरजण पडलं होतं. त्याच्या साऱ्या अपेक्षांचा भंग झाला होता. आत्मानंदजींचं नाक सरळ आणि ओठ जाड होते, परंतु पुतळ्याच्या आणि त्यांच्या एकूण व्यक्तिमत्त्वात जमीनअस्मानाचा फरक होता. निराशेनं त्यानं मान खाली घातली.

आलोच आहोत तर निदान यांचं प्रवचन तरी ऐकून जावं, असं म्हणून पांडुरंग जागचा हालला नाही. आत्मानंदांनी कबीराच्या एका भजनानं प्रवचनाची सुरुवात केली. आत्मानंदांचा आवाज सुरेख होता. त्यांच्या गायनानं भक्तवर्गाला संमोहित

करून टाकलं. भजन संपल्यावर आत्मानंद मुख्य प्रवचनाकडे वळले. मन:सामर्थ्यदात्याचं नामस्मरण केलं गेलं आणि मग आत्मानंदांनी मन म्हणजे काय, सामर्थ्य म्हणजे काय आणि हे सामर्थ्य देणारा दाता कोण याचं विश्लेषण सुरू केलं.

चुरचुरीत आणि विनोदी बोलणं, आपण ज्ञानी आहोत आणि आधुनिक जगाचंही आपल्याला ज्ञान आहे, हे दाखवण्यासाठी मधूनमधून इंग्रजी वाक्यांची फेक, मनोरंजक किस्से आणि उदाहरणं या साऱ्यांनी आत्मानंदांचं प्रवचन दुथडी भरून वाहत होतं. पण दुर्दैवाची गोष्ट म्हणजे त्यांच्या प्रवचनात या साऱ्याशिवाय इतर काहीच नव्हतं. अध्यात्माची फक्त अधूनमधून उडवलेली राळ होती.

ते सारं प्रवचन ऐकून पांडुरंगाचं मन उद्विग्न झालं. त्याचा मोठा अपेक्षाभंग झाला होता. दु:खी मनानं पांडुरंग घरी परतला. त्या वेळेस अंधार पडला होता. पूर्वेकडून अष्टमीची कोर आकाशात वर आली होती. टिपूर चांदण्यांच्या प्रकाशात दरी न्हाऊन निघत होती. घराच्या दरवाजात बसून पांडुरंगानं पुतळ्याकडे बघितलं. चंद्रप्रकाशात पुतळ्याच्या चेहऱ्यावर आध्यात्मिक भाव उमटले होते.

पांडुरंगाच्या डोळ्यांत पाणी तरळलं, "माणकेश्वरा, कसली परीक्षा बघतोयस बाबा आम्हा सगळ्यांची?"

अन् धीरगंभीरपणे पुतळा पांडुरंगाला जणू समजावून सांगत होता, "जरा धीर धर, ते येतील, ते नक्की येतील."

पंधरा-एक दिवसातच गावकऱ्यांना आत्मानंदांची बेगडी धार्मिकता लक्षात येऊ लागली आणि अर्थातच लवकरच आत्मानंदांच्या लवाजम्यानं गावातनं काढता पाय घेतला.

गावातली धामधूम निवाली आणि गाव पुन्हा रोजच्या व्यवहारांमध्ये बुडून गेलं. पांडुरंगाच्या खळ्यामध्ये पुन्हा संध्याकाळच्या बैठका घडू लागल्या. वर्षांमागून वर्षं उलटली. पांडुरंगाचे केस पिकायला लागले. त्याच्या चेहऱ्यावर सुरकुत्या पडायला लागल्या. त्याचे केस जसे पिकायला लागले तसेच त्याच्या मनातले विचार, त्याच्या बुद्धिमत्तेची प्रगल्भताही वाढत गेली. त्यानं केलेली विवेचनं, मांडलेले विचार आणि त्याचं तत्त्वज्ञान कित्येक वर्षांच्या जीवनप्रवाहाच्या कसोटीवर तपासलं गेलं. मुशीतून काढल्याप्रमाणे तावून सुलाखून निघालं. त्याच्या ज्ञानसंचयाची प्रभा दूरदूरपर्यंत फाकू लागली.

पांडुरंगाची कीर्ती त्याचं गाव, त्याची पंचक्रोशी ओलांडून मोठमोठ्या शहरांपर्यंत जाऊन धडकली. वेगवेगळ्या विषयांमधले पंडित, ज्ञानी, विचारवंत पांडुरंगाला भेटायला त्याच्या गावी येऊ लागले. पांडुरंगाला तरीही अहंकाराचा स्पर्श झाला नाही. या सर्व ज्ञानी विचारवंतांशी तो आदरानं बोलायचा. त्यांच्याकडून ज्ञान मिळवण्यात त्याला उपकृत झाल्यासारखं वाटायचं. स्वत:चे ज्ञानकण तो दुसऱ्यांना सढळ हाताने वाटायचा. त्याची मतं तो निर्भीडपणे स्पष्ट शब्दात मांडायचा आणि दुसऱ्यांच्या

मतांचा मान राखायचा.

त्याचे शुद्ध आणि सात्विक विचार जसं त्याच्या प्रत्येक कृतीतून नकळत प्रकट व्हायचे, तसेच त्याच्या तोंडातून शब्दांद्वारे प्रवाहित व्हायचे. त्यानं सांगितलेली सत्यवचनं ज्याज्या लोकांच्या कानावर पडली, त्यात्या लोकांवर ते संस्कार कायमचे घडवले गेले. पांडुरंगाची ही सारी प्रगती एवढी सहज आणि हळूवारपणे होत गेली की, गावकऱ्यांना, त्याच्या मित्रांना लक्षातही आलं नाही की, पांडुरंग आता त्या सर्वांपेक्षा खूपच वरच्या पातळीवर जाऊन पोहचला होता. एवढंच काय! पण ही गोष्ट पांडुरंगाच्या स्वत:च्याही लक्षात आली नव्हती.

या दरम्यानच पांडुरंगाच्या हाती एका थोर तत्त्ववेत्त्याचं एक पुस्तक आलं. या तत्त्ववेत्त्याबद्दल तो बरंच ऐकून होता. परंतु आज प्रथमच त्याचं तत्त्वज्ञान त्याला वाचायला मिळालं. वेदान्ताची या तत्त्ववेत्त्यानं करून दिलेली ओळख पांडुरंगाला मनोमन भावली. मनुष्यमात्राला असलेलं स्व-स्वभावाबद्दलचं तुटपुंजं आणि चुकीचं ज्ञान, त्यातून उद्‌भवणाऱ्या मर्यादा आणि अशा मर्यादांपासून मोक्ष मिळवण्याचा वेदान्तानं दाखवलेला मार्ग या साऱ्या गोष्टींचं विवेचन या तत्त्ववेत्त्यानं आपल्या पुस्तकात फार सुंदर रीतीनं मांडलं होतं. पांडुरंगानं हे सारं तत्त्वज्ञान मोठ्या रसग्राहकतेनं वाचून काढलं. ते त्याच्या मनात खोल जाऊन रूजलं.

याबरोबरच आणखीही एक योगायोग घडून आला. या तत्त्ववेत्त्या लेखकाचा जन्म याच भागात झाला होता. परंतु लहान वयातच हा मुलगा शिक्षणाकरता म्हणून शहरात गेला आणि तिकडेच स्थायिक झाला. पुढं खूप शिक्षण घेऊन, वेगवेगळी पारितोषिकं मिळवून आणि तत्त्वज्ञानाचा खूप अभ्यास करून यानं मोठी कीर्ती संपादन केली होती.

दिवसभराची कामं संपवून रोजच्याप्रमाणेच पांडुरंग आपल्या घराच्या दरवाजात येऊन बसला आणि माणकेश्वराकडं बघून म्हणाला, ''माझी खात्री आहे की, हा तत्त्ववेत्ता नक्कीच तुझं रूप असणार. याचं लिखाण, याचे विचार आणि याचं तत्त्वज्ञान एवढं उच्च प्रतीचं आहे की, तू वर्णन केलेला तो संत महात्मा हाच असणार. शिवाय याचा जन्मही याच भागातला असल्यामुळे तर मला कुठलाही संदेह उरलेला नाही.''

माणकेश्वर नेहमीसारखाच स्थितप्रज्ञ होता, शांत मंद स्मित करत.

उन्हं कलू लागल्यावर रोजच्या प्रथेप्रमाणेच पांडुरंगाच्या खळ्यात गावकरी जमू लागले. पांडुरंगानं अर्थातच नव्यानं वाचलेलं हे तत्त्वज्ञान गावकऱ्यांसमोर मांडलं. त्यातल्या प्रत्येक तत्त्वाचा अर्थ तो सविस्तरपणे गावकऱ्यांना समजावून सांगू लागला. तल्लीन होऊन गावकरी पांडुरंगाचा एकेक शब्द ऐकू लागले आणि याच सुमारास पांडुरंगाच्या दरवाजात एक मोटार येऊन उभी राहिली. मोटारीतून पन्नाशीच्या आसपासचे नीटनेटके कपडे केलेले एक गृहस्थ उतरले. हात जोडत पुढे जाऊन पांडुरंगानं

पाहुण्यांचं स्वागत केलं. आदरानं त्यांना तो स्वत:च्या खळ्यात घेऊन आला.

चहापाणी झालं आणि मग पांडुरंगानं आस्थेनं चौकशी केली.

"आपण कोण? कुठच्या गावचे? आणि इकडे कसे काय आलात?"

पाहुणे गालातल्या गालात हसत विचार करत राहिले आणि काही वेळाच्या शांततेनंतर मनात नीट काहीतरी जुळवल्यासारखे उत्तरले, "मी मूळचा याच गावचा. पांडुरंग, तुझ्याबद्दल खूप ऐकलं म्हणून मुद्दाम तुझी भेट घेण्यासाठी म्हणून इथे आलो." आणि थोडंसं संकोचत पाहुणे पुढे म्हणाले, "अं... आणि माझी ओळख म्हणजे... तुझ्या हातात जो ग्रंथ आहे... अं... त्याचा मी लेखक."

पांडुरंगाचा स्वत:च्या कानावर विश्वास बसेना म्हणून त्यानं पुन्हा विचारलं, "काय? हे पुस्तक... हे सारं तत्त्वज्ञान लिहिणारे लेखक तुम्हीच?"

"अं... हो. माझंच आहे ते." मंद हसत पाहुणे उत्तरले.

पांडुरंगाचा आनंद गगनात मावेना. खळ्यात बसलेल्या गावकऱ्यांना पांडुरंगानं सांगितलं की, जे तत्त्वज्ञान आत्ता मी तुम्हाला सांगत होतो त्याचे खरे लेखक, जनक हेच आहेत. गावकरी स्तिमित होऊन पाहुण्यांकडे बघत राहिले.

मग पाहुण्यांची आणि पांडुरंगाची गप्पांची बैठक रंगली. तास-दीडतास दोन्ही बाजूंनी ज्ञानगंगा वाहत राहिल्या, त्यांचा संगम झाला. गावकरी अचंबित नजरेनं ही मैफल बघत राहिले.

बोलण्याचा पहिला ओघ जसा सरला, तसं मात्र पांडुरंगाच्यानं राहवेना. त्यानं गावकऱ्यांना उद्देशून म्हटलं, "मित्रांनो, युगानुयुगं, वर्षानुवर्षं ज्या संत महात्म्याची आपण वाट पाहत होतो, तो दिवस आज उजाडलाय. माणकेश्वरानंच या गृहस्थांना इथे जन्म दिलाय आणि आज पुन्हा त्यांना आपल्यामध्ये पाठवलंय. ज्याच्या वाटेकडे आपण डोळे लावून बसलो होतो, तेच हे माणकेश्वराचं रूप. मित्रांनो, हा क्षण मोठ्या उत्साहानं साजरा व्हायला पाहिजे."

गावकऱ्यांचं आश्चर्य शिगेला पोहचलं होतं. नक्की काय करायचं, हे न कळल्यानं ते तसेच बसून राहिले होते. पांडुरंगाचं मन आनंदानं काठोकाठ भरून गेलं.

प्रमोदित चेहऱ्यानं तो गावकऱ्यांना म्हणाला, "बसू नका. उठा, आपल्या तपश्चर्येला फळ आलं...."

आणि एवढ्यात पाहुण्यांनी पांडुरंगाचं बोलणं तोडलं.

गावकऱ्यांकडे वळत पाहुणे म्हणाले, "मित्रांनो, जरा थांबा. माझा जन्म या गावात झाला असला तरीही माझं सारं आयुष्य शहरातच गेलंय. कित्येक देश, कित्येक शहरं, कित्येक गावं मी बघितली. पण आज माझ्या लक्षात येतंय की, इतर कुठल्याही खेड्यापेक्षा हे माझंच गाव अतुलनीय सुंदर आहे."

बोलताबोलता पाहुण्यांचे डोळे भरून आले होते.

"या गावाला निसर्गदत्त सौंदर्य तर लाभलं आहेच, पण इथले लोकही तितकेच

सुंदर आहेत. तुमच्या आदरातिथ्यानं मी भारावून गेलोय आणि त्याहीपेक्षा महत्त्वाचं म्हणजे गेल्या तास-दीडतासात तुम्ही दाखवलेली साधीसरळ आपुलकी, शहरात वाढलेल्या मला आज आयुष्यात पहिल्यांदाच अनुभवायला मिळतीये. तुमची स्वच्छ, निर्मळ मनं पाहून मला, शहराचा तोरा मिरवणाऱ्या माझ्यासारख्यांची लाज वाटतीये. तुम्ही मला माणकेश्वराचं रूप देऊ बघताय, परंतु खरंतर माझी तेवढी लायकी नाही.''

बोलताबोलता पाहुणे पांडुरंगाकडे वळले आणि म्हणाले, ''पांडुरंग, मी तुझ्यासमोर नतमस्तक आहे. हे सारं तत्त्वज्ञान मी लिहिलंय खरं, परंतु आज तुझ्यासमोर मी कबूल करतो की, माझं तत्त्वज्ञान आणि माझं आचरण यात खूप अंतर आहे. या गावात दोन ढोंगी महाराज येऊन गेलेत आणि थोड्याफार फरकानं मीही त्यांच्याच रांगेतला आहे. यश, कीर्ती, पैसा मला प्रचंड मिळालाय. पण हे सारं माझ्या तत्त्वज्ञानानं नाही, तर हे सारं मिळवण्याचं शहरी व्यावसायिक गणित मला अवगत असल्यामुळे आणि म्हणूनच मला माणकेश्वराचं रूप समजण्याची चूक कृपा करून करू नका....''

पाहुण्यांच्या डोळ्यांतून अश्रूंची धार लागली होती. सारा जनसमुदाय आ वासून पाहुण्यांकडे बघत होता. आपल्या अश्रूंना कुठलाही आवर न घालता पाहुणे पुन्हा बोलू लागले.

''मित्रांनो, माणकेश्वराचं रूप असलेल्या संत महात्म्याला कुठे वेड्यासारखे जगभर शोधताय?''

मग पांडुरंगाकडे हात दर्शवत ते म्हणाले, ''तुमच्यासमोर माणकेश्वराचं हे साक्षात रूप उभं असताना तुम्ही कुठल्या महाराजांच्या आणि बुवाच्या शोधात आहात? जरा विचार करा, या माणसाचे आचार आणि विचार दोन्हीही ईश्वराचीच साक्ष देतात, असं नाही तुम्हाला वाटत? या माणसाच्या चेहऱ्याकडे कधी नीट बघितलंत? बघा, अजूनही नीट बघा. बघा, ही माणकेश्वराच्या शिल्पाची सहीसही नक्कल आहे का नाही? मित्रांनो, तुमचा पांडुरंग हाच तुमचा माणकेश्वर आहे....''

गावकऱ्यांच्या आश्चर्याला सीमाच उरली नाही. अनिमिष नेत्रांनी परतपरत ते माणकेश्वराच्या पुतळ्याकडे आणि पांडुरंगाच्या चेहऱ्याकडे पाहत होते.

हा सारा वेळ पावेतो पांडुरंग मात्र अगदी शांत होता. त्यानं माणकेश्वराच्या पुतळ्याकडे बघितलं, डोळे मिटले आणि मनातल्या मनात पुन्हा एकदा त्यानं माणकेश्वराला विचारलं, ''माणकेश्वरा, आता तरी सांग, खरंच तो तुझं स्वरूप असलेला... तो संत, महात्मा आम्हाला कधी दिसणार?''

माणकेश्वराच्या पुतळ्यावर संधिप्रकाश पसरला होता. तो नेहमीसारखाच निस्तब्ध, स्थितप्रज्ञ होता, शांत, मंद स्मित करत असल्यासारखा....

■

टर्मिनेटर सीड

सकाळचे सात-सव्वासात वाजले होते. सतीशनं खोलीचं लॅच काढलं आणि दरवाजा ढकलून उघडला. खोली छोटीशीच होती, पण नुकतीच कुणीतरी झाडूनपुसून अगदी स्वच्छ करून ठेवली होती. सतीशनं बॅगा आत घेतल्या, एक कपड्यांची आणि दुसरी पुस्तकांची. रात्रभरच्या प्रवासानं त्याचं अंग पार आंबून गेलं होतं. दार बंद करून सतीशनं कॉटवर अंग टाकलं आणि नकळत त्याचा डोळा लागला.

सतीश अनंत साठे, सांगलीचा राहणारा, वय अंदाजे वीस-बावीस. सांगलीतच मायक्रोबायोलॉजीत त्यानं एम. एस्सी. केलं होतं. युनिव्हर्सिटीत पहिला पण आला होता आणि आता रिसर्च करायच्या उद्देशानं पुण्यात येऊन दाखल झाला होता. पुणे युनिव्हर्सिटीत त्यानं त्यासाठी रजिस्ट्रेशनही केलं होतं आणि गाईड मिळाले होते डॉक्टर अनिखिंडी, मायक्रोचे एच.ओ.डी.

अनिखिंडी सरांचा मायक्रोबायोलॉजीच्या क्षेत्रात मोठाच दबदबा होता. देश-विदेशातल्या मायक्रोबायोलॉजीच्या महत्त्वाच्या कॉन्फरन्सेसना आणि सेमिनार्सना सरांना निमंत्रण असायचं. प्लॉट पॅथोजेन्सवर सरांनी केलेलं संशोधन जगभर वाखाणलं जायचं. सतीशचं महद्भाग्य की, त्याला अनिखिंडी सर गाईड म्हणून मिळाले होते.

पुण्यात अभ्यासाच्या काळात राहण्यासाठी सतीशनं पाषाणमध्ये एक खोली भाड्यानं घेतली होती. एका टुमदार बंगल्यातल्या पहिल्या मजल्यावरची खोली. तो परिसर अतिशय शांत आणि चारही बाजूंनी मोठमोठ्या वृक्षांची गर्दी असलेला होता. एकाग्रतेनं अभ्यास करण्यासाठी ती खोली आणि तो परिसर योग्य होता, म्हणूनच सतीशला ती खोली आवडली होती. काल घरच्यांचा निरोप घेऊन रात्रीच्या एसटीनं सतीशनं सांगली सोडली होती आणि आता सकाळीसकाळी पुण्यात त्याच्या खोलीत येऊन पोहचला होता.

दोन-अडीच तास चांगली झोप झाल्यानंतर सतीशला जरा तरतरी आली. सतीशनं खोलीची पाहणी करण्याच्या दृष्टीनं खोलीत एक चक्कर मारली. खोली चांगली प्रशस्त होती.

एक कॉट, एक टेबलखुर्ची, एक वॉर्डरोब इतपतच सामान होतं, पण सारं नीटनेटकं, छान, स्वच्छ होतं. खोलीला दोन मोठ्या खिडक्या होत्या, एक पूर्वेला आणि एक पश्चिमेला. या खिडक्यांमधून भरपूर खेळती हवा आणि उजेड खोलीत यायचा. पूर्वेच्या खिडकीतून बंगल्याच्या पुढ्यातली हिरवळ अन् बंगल्याचं मुख्य फाटक दिसायचं, तर पश्चिमेच्या खिडकीतून मागचा बंगला आणि दोन्ही बंगल्यांच्या मध्ये असलेली त्या बंगल्याची प्रशस्त मोठी बाग आणि सभोवतालचं आवार असं रमणीय दृश्य दिसायचं.

सतीशनं त्या बंगल्याकडे आणि बागेकडे नजर टाकली. बाग चांगली मोठी होती आणि बागेत वेगवेगळ्या झाडांची मुद्दाम लागवड केलेली दिसत होती. बागेची आखणी वैशिष्ट्यपूर्ण होती.

बागेच्या मधोमध एक संगमरवरी हौद अन् त्याच्या मध्यभागी कारंजं. झाडांच्या मधून चालण्यासाठी लाल राजस्थानी दगड बसवलेल्या पाऊलवाटा तयार केल्या होत्या. या पाऊलवाटांच्या बाजूबाजूनं कुंड्यांमधून वाढलेली झाडं होती, तर त्याच्यामागे जमिनीतून रुजून वर आलेली चांगली पुरुष-पुरुष उंचीची झाडं. झाडांचे प्रकारही वेगवेगळे होते. काही झाडांची पानं मोठी लंबगोलाकार होती तर काहींची पानं लहानशी पण चंदेरी चमचमणारी होती. काही झाडांच्या एकाच फांदीवर विविध रंगांची फुलं उमलली होती.

फुलांचेसुद्धा किती विविध प्रकार होते. सुंदर टपोरी फुलं अन् त्यांचे मनमोहक रंग. संपूर्ण बाग अगदी चित्तवेधक होती, पण तरीही सतीशला बागेतल्या एकाही झाडाची ओळख पटेना. आपल्या नेहमीच्या पाहण्यातलं असं गुलाब, तगर, जास्वंद, सदाफुली, चाफा असं कुठलंच झाड या बागेत दिसत नव्हतं, पण तरीही बागेचं सौंदर्य एखाद्या स्वर्गीय उद्यानासारखं लक्षणीय होतं.

सतीश स्तिमित होऊन ते सारं दृश्य न्याहाळत होता.

किती वेळ सतीश तसाच बसला असेल कुणास ठाऊक अन् बागेतल्या कसल्याशा चाहुलीनं त्याची समाधी भंग पावली. पलीकडच्या बंगल्यातनं कुणीतरी एक प्रौढ गृहस्थ बागेत आले होते. वय अंदाजे पंचावन्न-साठच्या दरम्यान. चेहऱ्यावर बुद्धिमत्तेचं तेज. डोक्याला अर्धचंद्राकृती टक्कल पडलेलं आणि मागचे केस पूर्ण पिकलेले. त्यांनी टापटिपीचे कपडे आणि पायात काळे चकचकीत पॉलिश केलेले बूट घातले होते. डोळ्यांवरचा बारीक काड्यांचा सोनेरी चष्मा नाकावर घसरला होता.

पूर्ण एकाग्रतेनं ते प्रत्येक झाडाचं निरीक्षण करत होते. जणू काही ते जाणून घेत होते की, अमुक एक पान अमुक एका पद्धतीचंच का आलंय किंवा अमुक एक फूल

अमुकच बाबतीत वेगळं का वाटतंय. अर्थात इतक्या एकाग्रतेनं ते या झाडांचा अभ्यास करत होते, तरीही त्यांच्या चेहऱ्यावर मात्र त्या झाडांबद्दल कुठलीही आस्था किंवा प्रेम दिसत नव्हतं. जसं एखादा डॉक्टर रोग्याला तपासताना, रोग्याबद्दलच्या आपुलकीपेक्षा स्वत:च्या धंद्याबद्दलची आपुलकी त्याच्या चेहऱ्यावर जास्त दिसते तोच धंदेवाईक भाव याही गृहस्थांच्या चेहऱ्यावर फुलला होता. त्या झाडांच्या मधून चालतानासुद्धा पूर्ण काळजी घेऊन ते त्या झाडांचा स्पर्शही स्वत:ला होऊ देत नव्हते.

सतीशला उमजत नव्हतं की, ज्या माणसानं एवढी सुंदर दृष्ट लागण्यासारखी बाग जोपासली आहे, त्यानंच या झाडांबद्दल तिरस्कार असल्यासारखं का वागावं?

या तऱ्हेवाईक बागवानानं हातातही जाड काळे रबरी हातमोजे घातले होते. झाडांची वाळलेली पानं किंवा वेड्यावाकड्या वाढलेल्या फांद्या तो कापून टाकत होता आणि त्याचे हातमोजे जणू झाडांपासून त्याचं संरक्षण करत होते.

हे गृहस्थ त्यांचं निरीक्षण करतकरत मधल्या हौदाला लागून असलेल्या एका डेरेदार झाडाजवळ आले. बराच वेळ विचारमग्न अवस्थेत झाडाकडे बघत उभे राहिले आणि मग अचानक काहीतरी आठवल्यासारखं, त्यांनी बंगल्याकडे बघून हाक मारली.

"रचना... रचना...."

"डॅडी, मी इकडे आहे, पहिल्या मजल्यावर."

समोरच्या बंगल्यातून गुलाब पाण्याच्या शिडकाव्याप्रमाणे कुणा तरुणीचा रेशमी आवाज आला.

"रचना... जरा खाली बागेत ये. तुला काहीतरी दाखवायचंय." गृहस्थ म्हणाले.

"हो, डॅडी आले." बंगल्यातून उत्तर आलं.

आणि क्षणात त्या रेशमी आवाजाची मालकीण बंगल्यातून बागेत अवतरली. अंदाजे सतरा-अठराचं वय. वयाला साजेसा अल्लडपणा आणि मुग्धसुंदर रूप.

सतीश अवाक होऊन रचनाला न्याहाळत होता. रचना साक्षात चारूगात्री होती. दैवानं तिच्यावर अक्षरश: जीवनातल्या प्रत्येक चांगल्या गोष्टीची खैरात केली असावी, असं वाटत होतं. तिच्या वागण्याचालण्यात एक राजबिंडा दिमाख होता. तिच्या अवयवांची हालचाल नाजूक, मोहक होती आणि सर्वांत महत्त्वाचं म्हणजे तिच्या वडिलांसारखं ती स्वत:ला झाडांपासून चोरून घेत नव्हती. चालताचालता ती बाजूच्या झाडांना, फुलांना तिच्या नाजूक गुलाबी हातांनी स्पर्श करत होती.

रचनाचे वडील अजूनही संगमरवरी हौदाजवळच्या त्या डेरेदार झाडाकडेच बघत उभे होते. रचना वडिलांच्या जवळ आली आणि दोघे जण बराच वेळ त्या झाडाकडे बघत काही चर्चा करत राहिले. मध्ये रचनानं त्या झाडाची सगळी फुलं पटापट खुडली आणि हातातल्या बास्केटमध्ये टाकली. झाडाच्या साऱ्या पानांवरून तिनं नाजूकपणे हात फिरवला.

रचना आणि ते प्रौढ गृहस्थ बोलतबोलत बंगल्यात दिसेनासे झाले. बाग आणि

रचनाच्या सौंदर्यानं सतीश एवढा अचंबित झाला होता की, एखादं स्वप्न बघत असल्यासारखं त्याला वाटलं.

सतीशनं खोलीच्या दारंखिडक्या बंद केल्या. पायात चपला अडकवल्या आणि पुण्यात चक्कर मारायला तो बाहेर पडला. दिवसभर त्याच्या डोक्यात लावण्यवती रचना, तिची बाग आणि तिचे तऱ्हेवाईक वडील एवढेच विचार घोळत होते. दिवसभर पुण्यात त्याच्या मित्रांना भेटून आणि रात्री जेवण वगैरे करून सतीश उशिरा खोलीवर परत आला, तरीही डोक्यातला विचारांचा ओघ काही कमी झालेला नव्हता. त्या विचारमंथनातच त्याला कधी झोप लागली कळलंही नाही.

सकाळीसकाळी पूर्वेकडच्या खिडकीतून खोलीत उतरलेल्या कोवळ्या सूर्यकिरणांनी सतीशला उठवलं. सकाळच्या वेळेत म्हणा किंवा त्या पहिल्या सूर्यकिरणांमध्ये म्हणा एक जादू असते. ही वेळ आणि ही किरणं माणसाला तारतम्य शिकवतात. संध्याकाळी, रात्री सैरभैर चौखुर उधळलेल्या विचारांना भानावर आणतात आणि अविचारांना मुरड घालतात.

उठल्याउठल्या जी पहिली गोष्ट सतीशनं केली, ती म्हणजे पश्चिमेची खिडकी उघडली. सकाळच्या थंड वातावरणात बागेचं रूप अधिकच खुललं होतं. ते बघून सतीशच्या चित्तवृत्ती उल्हासित झाल्या. चांगला अभ्यास होण्यासाठी यापेक्षा अधिक चांगलं वातावरण ते काय असणार? सतीशला वाटलं, 'निसर्गाशी किती सान्निध्य! सूज्ञ विचार...!'

दहा-साडेदहाला सतीश युनिव्हर्सिटीत पोहचला आणि सरळ डॉक्टर अनिखिंडीकडे गेला.

"कम इन, कम इन, सतीश." डॉक्टर अनिखिंडींनी त्याचं स्वागत केलं, "कधी आलास सांगलीहून?"

"सर, कालच सकाळी आलो. एक दिवस जरा आराम केला आणि काही मित्रांना वगैरे भेटायचं होतं ते सारं उरकून घेतलं." सतीश म्हणाला.

"गुड. खोलीची सोय झाली की होस्टेलमध्येच राहतोयस?"

"नाही सर. होस्टेलमध्ये एवढ्या मुलांच्या गोंधळात अभ्यास कुठचा व्हायला? त्यामुळे एक खोली घेतलीये मी. फारच छान खोली मिळालीये मला सर."

एक क्षण सतीशच्या डोळ्यांसमोरून रचना आणि तिची बाग तरळून गेली.

"अरे व्वा! हे फारच उत्तम झालं. कुठल्या एरियात आहे तुझी खोली? युनिव्हर्सिटीपासून फार लांब नाही ना बाबा? कारण आपल्याला बऱ्याच वेळा रात्री उशीरपण होऊ शकेल."

"नाही सर. फार लांब नाहीये. पाषाणमध्येच आहे आणि सर तो परिसर फारच सुरेख आहे. चारही बाजूंना झाडं, शांतता आणि माझ्या खोलीच्याच मागे, मागच्या बंगल्याची मोठी बाग आहे. विलक्षण सुंदर."

सतीशच्या डोक्यातून बाग आणि रचना जात नव्हती.

"सर, एवढी मोठी बाग आहे आणि एवढी सुंदरसुंदर झाडं तिथं आहेत. पण थोडं विचित्र वाटतं की, त्यातलं एकही झाड ओळखता येत नाही."

"सतीश, अरे, म्हणजे तू डॉक्टर चॅटर्जींच्या बागेबद्दल बोलतोयस का?"

सरांच्या कपाळावर जरा आठ्या चढल्या होत्या. सतीशनं मग सरांना बाग, गृहस्थ आणि मुलगी ही सुरम्य कथा साद्यंत ऐकवली. सरांची खात्री पटली, सतीश डॉक्टर चॅटर्जींच्याच बागेबद्दल बोलत होता.

"अरे, त्या गृहस्थाचं नाव डॉक्टर चॅटर्जी, अतिशय हुशार माणूस. पूर्वी इथंच पुणे युनिव्हर्सिटीत होता. जेनेटिक्समधलं त्याच्या तोडीचं ज्ञान जगात कदाचित कुठल्याच शास्त्रज्ञाचं नसेल. पूर्वी इथं आपल्या डिपार्टमेंटमध्ये त्यानं आणि मी जॉईंटलीपण काही संशोधन केलंय. नीट राहिला असता तर फारफार पुढे गेला असता तो. पण त्यानं त्याच्या ज्ञानाचा, बुद्धीचा अयोग्य वापर करायला सुरुवात केली... त्यामुळे नाइलाजानं आम्ही त्याला डिपार्टमेंट सोडायला लावलं... म्हणूनच तर ही बागबिग त्यानं त्याच्या अभ्यासासाठी स्वतःच सारं तयार केलंय." खांदे उडवत सरांनी सांगितलं.

सतीशनं ओळखलं, 'अनिखिंडी आणि चॅटर्जी दोघे जण एकमेकांचे व्यावसायिक स्पर्धक असणार आणि चॅटर्जी या स्पर्धेत अनिखिंडींच्या पुढे गेले असणार! म्हणूनच हे सारं...' सतीशला मनोमन हसू आलं.

'अरे, अरे... या स्पर्धेच्या घाणेरड्या राजकारणाबद्दल ऐकून होतो... पण असं अगदी पहिल्याच दिवशी... आणि तेही आपल्याच गाईडकडून त्याची चव चाखायला मिळेल, एवढं अपेक्षित नव्हतं.'

"सर, डॉक्टर चॅटर्जींची ती मुलगी..."

"हं, रचना."

"अं... हो... ती पण... म्हणजे तिचाही या सगळ्या अभ्यासाशी संबंध आहे?" सतीशला खरंतर रचनाबद्दल जास्त माहिती मिळवण्यात रस होता.

"हो, मला असं कळलं की, चॅटर्जीनं रचनालापण आता त्याच्या रिसर्चमध्ये इनवॉल्व केलंय, पण ते सगळं जाऊ दे. तू तुझ्या अभ्यासावर लक्ष केंद्रित कर. उगीच त्या मुलीकडे बघण्यात वेळ वाया घालवू नकोस."

"नाही सर, पण ती फारच सुंदर आहे." सतीश सहज हसतहसत बोलला.

"सतीश, मला तुझी लक्षणं काही ठीक दिसत नाहीयेत. मला माहिती आहे की, रचना अगदी अप्सरेसारखी सुंदर आहे. साऱ्या पुण्यात तिच्या सौंदर्याचा बोलबाला आहे, पण तरीही तू स्वतःला त्या सगळ्यापासून लांब ठेव. तू पुण्यात अभ्यासासाठी आला आहेस. तू तुझं काम लवकरात लवकर संपवायचं बघ. ती मुलगी, तिची बाग आणि तो चॅटर्जी हे सारं फार गुंतागुंतीचं आणि विचित्र प्रकरण आहे. तू या

सगळ्यापासून स्वत:ला लांब ठेवलं नाहीस, तर स्वत:च्या हातानं स्वत:च्या पायावर धोंडा पाडून घेशील, एवढं लक्षात ठेव.''

बोलताबोलता सरांचा पारा थोडा वर चढला होता. त्यामुळे सतीशनं ते सारं बोलणं आवरतं घेतलं.

सतीशनं आता आपलं अभ्यासाचं टेबलही पश्चिमेच्या खिडकीलगतच आणून ठेवलं होतं. त्यामुळे अभ्यास करताकरताही तो खाली बागेकडे म्हणजे खरंतर रचनाकडे बघू शकत होता.

दुसरीकडे रचनाच्याही एव्हाना लक्षात आलं होतं की, शेजारच्या बंगल्यात पहिल्या मजल्यावर कुणी नवीन पेईंगगेस्ट राहायला आलाय आणि तो सतत अभ्यास करत असतो. पण त्याचबरोबर तो आपल्याकडे आणि आपल्या बागेकडे बघतही असतो.

त्यामुळे हळूहळू रचनासुद्धा बागेत आली की, सतीश खिडकीत दिसतोय का नाही, हे बघून घ्यायला लागली. एखादे दिवशी तो दिसला नाही तर तिला चुकल्याचुकल्यासारखं व्हायला लागलं. सायंकाळी तो घरी यायच्या वेळेस ती मुद्दाम आपल्या बागेत चक्कर मारायला यायला लागली आणि मग सर्वसाधारणपणे पुढच्या गोष्टी जशा घडत जातात, तसंच या दोघांनी एकमेकांकडे बघून ओळखदर्शक स्मित करायला सुरुवात केली. त्याचं पर्यवसान एकमेकांशी ओळख करून घेण्यात झालं.

त्यानंतर हळूहळू सतीश खिडकीतून आणि रचना तिच्या बागेतून अशी बोलाचालीला सुरुवात झाली आणि आता तर सतीश रोज संध्याकाळी तिच्या बंगल्यात जायचा आणि बागेच्या मध्यभागी असलेल्या पुष्कर्णी हौदावर, ते दोघे तासतास गप्पा मारत बसायचे. दोघांची एकमेकांशी चांगलीच गट्टी झाली होती. परंतु प्रकरण त्यापुढे मात्र जात नव्हतं.

रचनाच्या डोळ्यांत सतीशला त्याच्याबद्दलचं प्रेम अगदी स्पष्टपणे दिसायचं. त्यानं ओळखलं होतं की, त्याचा सहवास तिला हवाहवासा वाटायचा. तरीही गाडी बोलाचाली, गप्पाटप्पा यापुढे सरकत नव्हती. दोन-तीन वेळेस सतीशनं पुढाकार घेण्याचा प्रयत्न केला. पण अतिशय सुरेख लाजत पण तेवढ्याच निश्चयानं रचनानं त्याला नाकारलं.

रचना दिसायला जेवढी सुंदर आणि नाजूक होती, तेवढ्याच तिच्या मनोभावनाही अतिशय कोमल अन् तरल होत्या. सतीशला तिच्या या भावनांबद्दल आदर वाटायचा. घाई, गडबड करून तिच्या भावनांना धक्का पोहचू शकेल, अशी भीती त्याला वाटायची.

एखाद्या झाडावर कळी येते आणि ती मोठीमोठी होत जाऊन नकळत एके दिवशी त्यातून फूल उमलतं. तद्‌वतच त्यांचं प्रेमही अतिशय हळूवारपणे, नकळत फुलत होतं. एकमेकांच्या सहवासात दोघांनाही अगदी अंगावर मोरपीस फिरत असल्यासारखं वाटायचं.

त्यामुळेच आणि पुरुष स्वभावानुसार सतीश रचनाला कधी मिठीत घेऊ बघायचा किंवा हलकेच तिच्या गालावर आपले ओठ टेकवण्याचा प्रयत्न करायचा. परंतु रचना मात्र हुशारीनं त्याला दूर ठेवायची. संध्याकाळचे तास-दोन तासच ते एकमेकांच्या बरोबर असायचे. परंतु दिवसाचा उरलेला सारा वेळ त्यांच्या दोघांच्याही डोक्यात फक्त एकमेकांबद्दलचे विचार असायचे. स्वप्नवत स्थितीत असल्यासारखं दोघेही दिवसभर वावरायचे.

याबरोबरच सतीशचं संशोधन आणि अभ्यासही आता जोरात सुरू झालं होतं. अनिखिंडी सर त्याला भरपूर काम देत होते. त्यामुळे रात्रंदिवस लिखाण–वाचन चालू होतं.

या साऱ्या दरम्यान मध्यंतरीच्या काळात दोन विचित्र घटना घडल्या.

एका रविवारी दुपारी सतीश आपल्या अभ्यासाच्या टेबलखुर्चीवर बसून खाली बागेकडे बघत होता. बागेत सामसूम होती. एक सुंदर पक्षी अगदी नैसर्गिक सहजतेनं अलगद तरंगत येऊन बागेतल्या एका झाडावर बसला. झाडाला छोटीछोटी लालचुटूक फळं लटकली होती. त्याच्या स्वभावाप्रमाणं पक्षानं फळावर चोच मारली आणि क्षणात एखाद्या मातीच्या गोळ्याप्रमाणे पक्षी झाडावरून खाली पडला. दोन-एकच मिनिटं त्यानं प्राणांतिक धडपड केली आणि निपचित झाला.

सतीश अवाक होऊन ते सारं दृश्य पाहत होता. खूप विचार करूनही सतीशला या दृश्याचा अर्थ समजेना. चार-आठ दिवसातच तो प्रसंग तो विसरूनही गेला.

पण पाठोपाठ पुन्हा एकदा दुसरी एक अतर्क्य घटना घडली. एक दिवस सकाळीसकाळी चहाचा कप हातात धरून सतीश खिडकीत उभा होता. खाली बागेत डॉक्टर चॅटर्जींचं झाडांचं निरीक्षण चालू होतं. हातात हातमोजेही होतेच. हातातल्या कात्रीनं डॉक्टरांनी एका झाडाचं पान देठापासून कापलं. देठातून पांढरा चीक खोडावर वाहायला लागला. त्याच खोडावर एक सरडा आधीपासूनच बसलेला होता. चीकाचा एकच थेंब त्याच्यावर पडायचा अवकाश, सरडा गतप्राण होऊन खोडावरून खाली कोलमडला. डॉक्टर अजूनही झाडाजवळच उभे होते, त्यांनीही सरड्याचा मृत्यू पाहिला. परंतु त्यांच्या चेहऱ्यावरची रेषाही बदलली नाही. त्यांचं काम पूर्ववत चालूच राहिलं.

सतीशला हे उमगत नव्हतं की, ही घटना त्याच्या दृष्टीनं विचित्रच होती, परंतु डॉक्टर चॅटर्जींना त्याच्याबद्दल काहीच कसं वाटलं नाही.

या दोन्ही घटनांचा सतीशला चांगलाच धक्का बसला. पण त्याला त्यांचा अर्थ मात्र लावता येत नव्हता. विचार करकरून त्याचं डोकं ठणकायला लागलं. रचना भेटल्याभेटल्या तिला याबद्दल विचारायचं, असं सतीशनं ठरवून टाकलं.

आज रचनाचा वाढदिवस होता. सतीश युनिव्हर्सिटीतून थोडासा लवकरच निघाला. येताना रस्त्यात टपोऱ्या गुलाबाच्या फुलांचा एक सुंदर गुच्छ त्यानं बनवून

घेतला. घरी येऊन आवराआवर करून सतीश बागेत गेला.

"हॅपी बर्थ डे, स्वीट हार्ट."

दोन्ही हात फैलावून रचनाच्या जवळ जात सतीशनं तिला विश केलं.

"थँक्यू सतीश."

रचनानं सतीशच्या अभिष्टचिंतनाचा स्वीकार केला, पण जवळ येण्याचा त्याचा हेतू ओळखून मंद स्मित करून ती त्याच्यापासून दूर पळाली.

"रचना, धिस इज फॉर यू." गुलाबांचा गुच्छ तिला दाखवत सतीश म्हणाला.

"अय्या, किती छान आहे. दे नं."

"अं हं... असा देणार नाही. त्याच्या बदल्यात मला काय देणारेस?".

"चूप. सारखं असं वेड्यासारखं काय करतोस? देना गुच्छ."

"छे, सांगितलं ना या गुच्छाच्या बदल्यात मलाही काहीतरी पाहिजे आणि काहीतरी म्हणजे काय, ते तुला चांगलं माहितीये."

"सतीश... प्लीज... असं वेड्यासारखं नको ना करू...."

सतीशला नाकारणं रचनाला खूप अवघड जात होतं.

"रचना... कमॉन... मी वेड्यासारखं नाही, शहाण्या माणसासारखंच करतोय. तू वेड्यासारखं करतीयेस. चल पटकन... नाहीतर तेवढ्यात तुझे डॅडी येतील."

"सतीश, तू मला अडचणीत टाकतोयस रे...."

"पण यात कसली अडचण? मी काही चुकीचं करतोय का? सांग बरं...."

सतीश ऐकायला तयार नव्हता.

"चुकीचं नाही रे... पण... प्लीज... सतीश... ट्राय टू अंडरस्टँड."

"पण का? तुझं माझ्यावर प्रेम नाहीये? मी तुला फसवीन, अशी तुला भीती वाटतीये?" सतीशचा स्वर करवादला होता.

"नाही... नाही रे... तुझ्यावर अगदी शंभर टक्के माझा भरवसा आहे... पण... कसं सांगू तुला... मला तसलं काही नकोय...."

"म्हणजे काय? का नाही? प्लीज रचना."

सतीश आपला हेका सोडत नव्हता आणि रचना अगदी गयावया करत त्याला नकार देत होती. रागानं सतीश रचनाकडे पाठ वळवून उभा राहिला.

पाच-सात मिनिटं पूर्ण स्तब्धतेत गेली. कुणीच कुणाशी काही बोलत नव्हतं. रचना मान खाली घालून बसली होती अन् अगदी अनाहूतपणे तिच्या डोळ्यांतून गालांवर अश्रूंची रांग लागली. ते पाहून सतीशलाही अपराधीपणाची भावना आली.

"रचना... आय ॲम एक्स्ट्रीमली सॉरी. मला... म्हणजे... मला तुला दुखवायचं नाहीये... आय ॲम सॉरी रचना...."

"नाही सतीश... यू नीड नॉट फील सॉरी. तुझं काहीच चूक नाहीये, पण काही गोष्टी... अं... जाऊ दे.... सतीश..." रचना अजूनही मुसमुसत होती.

सतीशनं फुलांचा गुच्छ पटकन तिच्या हातात दिला. रचनानं गुच्छाचं हलकेच एक चुंबन घेतलं.

"आलेच मी दोन मिनिटांत...." असं म्हणत रचना पटकन उठली आणि गालावरचे अश्रू पुसत गुच्छ घेऊन घरात पळाली.

'अरेच्या? पण हे काय?'

सतीशचा स्वत:च्या डोळ्यांवर विश्वासच बसेना. रचनाच्या हातातल्या गुच्छामधले गुलाब ती बंगल्याच्या दरवाजाजवळ पोहचेपर्यंत मरगळून गेले होते. एक क्षण सतीशला वाटलं की, त्याला तसा भास झाला. पण मन मात्र ते मान्य करत नव्हतं. ही घटना इतक्या त्वरेनं घडली की, ती समजण्याच्या आत संपूनही गेली होती.

'अगदीच नक्की... माझे डोळे मला इतकं फसवणार नाहीत. पूर्ण शुद्धीत आहे मी.'

सतीश सुन्न झाला होता. रचनाच्या बागेत सतीशनं बघितलेला त्या सुंदर पक्ष्याचा आणि सरड्याचा अनाकलनीय मृत्यू, रचनाचं विचित्र वागणं आणि तिच्या स्पर्शानं कोमेजून गेलेली गुलाबाची फुलं या साऱ्या घटना आणि संगीताच्या तालावर नाचणाऱ्या दिव्यांप्रमाणे क्षणाक्षणाला बदलणाऱ्या भावनांचा असा खेळ तो आयुष्यात प्रथमच अनुभवत होता. त्याच्या मन:शक्तीला न पेलवणारा तो खेळ होता. या आघातांनी तो दुबळा बनत चालला होता.

इतक्यात पुन्हा ताजीतवानी होऊन रचना बाहेर आली. सतीशच्या मनाचा पुरता उडालेला गोंधळ रचनानं ओळखला.

"सतीश... आय ॲम सॉरी...." रचनानं हळुवारपणे म्हटलं.

"रचना... मला... अं... रचना मला तुझ्याशी काही गोष्टी स्पष्टपणे बोलायच्या आहेत."

"सतीश, तुझ्या डोक्यात कायकाय विचार असतील, याची मला कल्पना आहे, पण सतीश माझं एक ऐकशील?"

"हं...."

"आजचा दिवस फक्त जाऊ दे. आज माझा वाढदिवस आहे ना? त्यामुळे आज आपण नुसत्या गप्पा मारू. कशाला आणखी मूड खराब करायचा? अं? उद्या संध्याकाळी आपण अगदी सखोल चर्चा करू. तुझ्या सगळ्या प्रश्नांची मी अगदी सविस्तर उत्तरं तुला देईन. सतीश... खरं सांगते, मला तुझ्यापासून काहीही लपवून ठेवायचं नाहीये."

"खरं रचना?"

"खरं रे... सतीश, तुझ्यापेक्षा महत्त्वाची जास्त कुठचीच गोष्ट मला या जगात नाहीये. पण प्लीज... फक्त आजचा दिवस जाऊ दे...."

"ठीक आहे... रचना."

सतीशनं कसाबसा त्याच्या विचारमंथनावर पडदा टाकला. तरीही त्याचं मन गप्पांमध्ये रमेना.

सतीश खोलीवर आला, पण त्याला काहीच करायची इच्छा नव्हती. सुन्नपणे विचार करत तो बसून राहिला. विचारचक्र पुन्हा एकदा अतिप्रचंड वेगानं फिरायला लागलं, डोकं दुखायला लागलं. तो फारसा कधी ओढायचा नाही, पण त्यानं एक सिगारेट शिलगावली. एका सिगारेटनं काहीच फरक वाटेना. त्यामुळे एका पाठोपाठ एक तीन सिगारेट्स त्यानं ओढल्या.

खोलीत सिगारेटच्या धुराची दाटी झाली. साठ वॅटच्या दिव्याचा पिवळा प्रकाश अन् कोंदटलेल्या धुराचं घाण मिश्रण तयार झालं. ते अंगावर धावून यायला लागलं. त्यानं डोकं अधिकच ठणकायला लागलं. मोठमोठ्यांदा ओरडून रडावं, असं सतीशला वाटायला लागलं. संपूर्ण रात्रभर तो तसाच भकास बसून राहिला.

रचनाचा हात लागताच ज्या शक्तीमुळे गुलाबाची फुलं मरगळून गेली होती, त्या अदृश्य शक्तीची सतीशला भीती वाटायला लागली. रचनानं अगदी कणाकणानं सतीशच्या संपूर्ण मनाचा ताबा घेतला होता. एक प्रकारचं विषच त्याच्या साऱ्या मन:संस्थेत सोडलं होतं.

ते प्रेम होतं? की तिच्या स्वर्गीय सौंदर्याबद्दलचं आकर्षण होतं? आणि त्या काळ्या अदृश्य शक्तीबद्दल त्याला खरंच भीती वाटत होती? कुणास ठाऊक. पण एक गोष्ट मात्र नक्कीच. ते प्रेम आणि ती भीती दोन्हीचंही बीज, सतीशच्या मन:संस्थेत तिनं सोडलेल्या विषात होतं.

सतीशला कशाची भीती वाटत होती, हेही नक्की कळत नव्हतं किंवा त्याच्या मनात असलेल्या आशेचंही नीटसं आकलन होत नव्हतं. आशा आणि भीती यांचं घनघोर युद्ध त्याच्या हृदयात उसळलं होतं. त्यात दोघेही एकमेकांचा पराजय करत होते आणि पुन्हा पहिल्यापासून सुरुवात होत होती. हे भयंकर होतं... सहन करणं अशक्य होतं.

सकाळी अंघोळ वगैरे कसंबसं उरकून सतीश युनिव्हर्सिटीत गेला. रात्रभरच्या जागरणानं त्याचे डोळे सुजले होते. चेहरा भकास दिसत होता.

"सतीश, तब्येत ठीक आहे ना तुझी? चेहरा असा का दिसतोय?" सरांनी त्याची अवस्था बघून विचारलं.

"काही नाही सर...." सतीशनं कसंबसं उत्तर दिलं.

"काही नाही काय? तुझा चेहरा बघ. काय झालं? काही प्रॉब्लेम आहे का?" सरांनी काळजीनं विचारलं.

माणसाचं मन अशा वेळेला एवढं मृदू होतं की, घातलेल्या हलक्या फुंकरीनंसुद्धा भडभडून येतं. सतीशचंही तसंच झालं आणि तो सरळ ओक्साबोक्शी रडायला लागला.

"सतीश काय झालं? मला सांग तरी...."

सरांना सतीशची काळजी वाटायला लागली. रडण्याचा आवेग ओसरला. सतीश थोडा शांत झाला. सरांनी त्याला ग्लासभर थंडगार पाणी प्यायला दिलं.

"सर, खरंतर सुरुवातीलाच तुम्ही मला रचनापासून दूर राहायला सांगितलं होतंत, पण मी तुमचं ऐकलं नाही...." सतीश म्हणाला.

"ओह...." सरांना कल्पनाच नव्हती की, हे असं काहीतरी असेल.

"ठीक आहे. पण कायकाय घडलंय ते सारं काही नीट सांग पाहू. काहीही लपवून ठेवू नकोस."

सरांच्या आवाजात आज्ञा होती. सतीशनं कुठलाही आडपडदा न ठेवता अथपासून इतिपर्यंत सारं काही सरांना सांगितलं. पूर्ण लक्ष देऊन अगदी बारीकसारीक विशेषांसहित सरांनी सारं काही ऐकलं.

"हं...."

अगदी खोल आवाजात सरांनी हुंकार दिला. काही क्षण नीरव शांततेत गेले आणि मग मनात काही विशिष्ट आखणी केल्यागत सरांनी बोलायला सुरुवात केली, "सतीश मला असं वाटतं की, या प्रकरणाची संपूर्ण पार्श्वभूमी तुला समजणं आवश्यक आहे. साधारणपणे वीस-एक वर्षांपूर्वीची गोष्ट असेल.

मॉसॅन्टो केमिकल कंपनीनं आमच्या युनिव्हर्सिटीला संशोधनासाठी एक प्रकल्प दिला. त्यांना वनस्पतीचं अशा प्रकारचं बीज तयार करून हवं होतं की, ज्यापासून मानवानं फक्त स्वप्नातच बघितल्या असतील अशा प्रकारच्या वनस्पती तयार व्हाव्यात. त्या वनस्पतींची पानं, फळं, फुलं इतकी सुंदर असतील की, निसर्गानंसुद्धा आश्चर्यानं तोंडात बोटं घातली पाहिजेत. त्यांची वाढ निकोप आणि वेगवान असली पाहिजे. कुठल्याही प्रकारची कीड, रोग या वनस्पतींसमोर टिकावच धरू शकता कामा नयेत आणि सर्वांत महत्त्वाचं म्हणजे या वनस्पतींच्या फळातून तयार होणाऱ्या बीजात पुनरुत्पादनाची क्षमता असता कामा नये. मॉसॅन्टोचा आडाखा होता की, अशा बियाण्यांच्या उत्पादनानं जागतिक बाजारपेठेवर ते पूर्ण कब्जा करू शकतील. त्यामुळे या संशोधनासाठी कोट्यवधी रुपयांची बिदागी त्यांनी युनिव्हर्सिटीला देऊ केली. जागतिक पर्यावरण, पर्यावरण संतुलन वगैरे गोष्टींचा विचार न करता युनिव्हर्सिटीनं कोट्यवधी रुपयांच्या देणगीसमोर मान तुकवली.

युनिव्हर्सिटीनं हे संशोधन करण्याचं स्वीकारलं आणि आमच्या डिपार्टमेंटवर ही कामगिरी सोपवली. चॅटर्जी त्या वेळेस डिपार्टमेंटचा एचओडी होता. चॅटर्जी, मी आणि आमचे आणखी तीन सहकारी, आम्ही सगळ्यांनी मिळून हे संशोधन सुरू केलं." सर एकाग्रतेनं बोलत होते.

"वनस्पतींच्या जीन्समध्ये विशिष्ट प्रकारचे बदल करायचे आणि त्यांच्या डी. एन. ए. मध्ये अशा प्रकारच्या जीन्सचं रोपण करायचं की, ज्यामुळे त्या वनस्पतीला

मॉसॅन्टोला अभिप्रेत असलेले गुणधर्म प्राप्त होतील, अशा प्रकारचं हे संशोधन होतं. थोडक्यात जेनेटिकली इंजिनिअर्ड सीड तयार करायचं. दोन वर्षांच्या खडतर परिश्रमानंतर आम्ही आमच्या साध्याच्या खूपच जवळ जाऊन पोहचलो. परंतु आमच्या असं लक्षात आलं की, रोग आणि किडीचा प्रतिकार करू शकणाऱ्या या वनस्पती एवढ्या जहाल विषारी होतील की, रोग आणि कीटकच काय पण प्राणी, पक्षी एवढंच नाही तर मानव जातीसाठीही त्या घातक ठरतील. त्यांच्यातलं हरितद्रव्य म्हणजे विषद्रव्य असेल. त्यामुळे या हरितद्रव्याचा एखादा थेंबही हातावर पडला तर हाताच्या साऱ्या पेशी मृत होतील.''

सतीश अवाक होऊन हे सारं ऐकत होता.

''त्यामुळेच हे संशोधन मानवजातीच्या कल्याणासाठी नसून उलट मानवजातीचा ऱ्हास करणारं ठरू शकेल, असा निष्कर्ष काढून आम्ही हे संशोधन बंद करून टाकलं आणि मॉसॅन्टोला तसं कळवलंसुद्धा. परंतु चॅटर्जीनं मात्र गुप्तपणे मॉसॅन्टोबरोबर पत्रव्यवहार, संवाद चालूच ठेवला.

त्यानं मॉसॅन्टोला असं सांगितलं की, त्यांना अपेक्षित असलेलं बीज तर तो तयार करेलच, परंतु मानवाच्या जीन्समध्येही फेरफार करून तो अशी मानवजातच तयार करू शकेल, जिला या जेनेटिकली इंजिनिअर्ड वनस्पतींपासून कुठलाही धोका नसेल.

हे सारं महाभयंकर होतं, पण बाजारपेठेवर वर्चस्व मिळवायला उतावीळ झालेल्या मॉसॅन्टोनं त्याचा प्रस्ताव स्वीकारला अन् संशोधनासाठी सारी मदत आणि प्रचंड मोठी रक्कम त्याला दिली. आम्हाला या साऱ्याचा सुगावा लागला. चॅटर्जीचं मन वळवण्याचा आम्ही खूप प्रयत्न केला, पण सारं व्यर्थ गेलं. आम्ही युनिव्हर्सिटीकडे तक्रार केली आणि चॅटर्जीला युनिव्हर्सिटी सोडावी लागली.'' सर अखंड बोलत होते.

''चॅटर्जीनं त्याचं संशोधन मॉसॅन्टोच्या मदतीनं पुढे चालू ठेवलं. वनस्पतींच्या जीन्समध्ये फेरफार करून अपेक्षित निकाल मिळवायला त्याला फारसा वेळ लागला नाही. कारण ते बरंचसं संशोधन आम्ही इथे पूर्ण केलेलं होतंच. संशोधनाचा शेवटचा भाग त्याचा त्यानं पूर्ण करून जेनेटिकली इंजिनिअर्ड सीड तयार केलं. त्याच्या मायावी बागेतली झाडं ही या जीई सीडपासून झालेलीच उत्पत्ती आहे. चॅटर्जी एवढं करून थांबला नाही. त्यानं जेनेटिकली इंजिनिअर्ड मानवही तयार केला.''

''म्हणजे... रचना...?'' घाबरत–घाबरत सतीशनं विचारलं, ''पण... हे... शक्य आहे?''

''रचनाच्या आईच्या गर्भाशयात बीजांड तयार झालं, अगदी त्या वेळेपासून चॅटर्जीनं त्यावर प्रयोग सुरू केले. त्या बीजात विशिष्ट प्रकारच्या गुणसूत्रांचं त्यानं रोपण केलं. विशिष्ट जीन्स निकामी केले आणि थोडक्यात जेनेटिकली इंजिनिअर्ड वनस्पती सहज हाताळू शकेल, अशी जेनेटिकली इंजिनिअर्ड व्यक्ती तयार केली. ती

म्हणजेच चॅटर्जींची स्वत:ची मुलगी रचना, म्हणूनच तिचं नावही त्यानं रचना ठेवलं.''

सतीश दिङ्मूढ होऊन ऐकत होता.

''सर, हे सारं.. धक्कादायक... अगदी कल्पनेच्या पलीकडचं आहे.''

''हं.. धक्कादायक तर आहेच. चॅटर्जींबद्दलची सारी माहिती आम्ही मिळवत राहतो. गुप्तपणे आमची त्याच्यावर नजर आहे. रचनाची निर्मिती त्यानं केली खरी. पण मी तुला सुरुवातीलाच सांगितलं होतं की, तू तिच्यापासून दूर रहा. कारण रचनाच्याही संपूर्ण शरीरात, तिच्या जीवसंस्थेत, लाईफ सिस्टिममध्ये विषद्रव्य खेळतंय. तिचं चुंबन किंवा तिला मिठीत घेणं तुला सरळ यमसदनाला पाठवू शकतं.''

''काय?'' सतीशचा स्वत:च्या कानांवर विश्वासच बसेना.

''हो, सतीश मी तर म्हणेन, ती मुलगी मनानं खरंच मोठी असणार आणि तिचं तुझ्यावर खरंच जीवापाड प्रेम असणार, म्हणूनच तर ती तुला तिला स्पर्श करू देत नाहीये.'' सर फुटफुटून बोलत होते आणि सतीशचं डोकं गरगरायला लागलं होतं.

''आमच्या माहितीप्रमाणे जीई सीडचं तंत्रज्ञान चॅटर्जीनं मॉसॅन्टोला देऊन टाकलंय. तुला माहितीच असेल की, शेतात पेरायलादेखील आता मॉसॅन्टोचं जीई बियाणं मिळतं. ते चॅटर्जींच्याच तंत्रज्ञानानं बनवलेलं आहे. बिचाऱ्या शेतकऱ्यांना कल्पनासुद्धा नाहीये की, त्यांच्या शेतांमधून कुठले विषवृक्ष उगवणार आहेत. आम्हाला तर आता अशी माहिती मिळालीये की, चॅटर्जी आता त्याचं जीई मानवनिर्मितीचं तंत्रज्ञानही मॉसॅन्टोच्या हवाली करण्याच्या तयारीत आहे.''

''पण सर... हे सारं थांबवायला हवं....'' कसंबसं अस्फुट स्वरात सतीश बोलला.

सरांच्या चेहऱ्यावर छद्मी हास्य फुललं.

''सतीश, बाबारे, आम्हीही काही इथं हातावर हात ठेवून बसलो नाही आहोत. मानवजातीचा असा संहार आम्ही उघड्या डोळ्यांनी पाहू, असं वाटतं तुला? आमचंही काही विशिष्ट संशोधन इथं अखंड चालू आहे. ज्या वेळेस चॅटर्जींचा जीई मानव तयार झाला, त्यापाठोपाठ आम्हीही तसल्या मानवासाठी अँटीडोट म्हणजे विषघ्न तयार केलाय.''

सतीशची वाचा बसल्यागत झालं होतं. काही काळ नि:स्तब्धतेत गेला आणि मग काहीतरी विचार करून मग सर उठले.

''बस! मी आलोच दोन मिनिटांत.''

असं म्हणत सर त्यांच्या प्रयोगशाळेत गेले आणि दोनच मिनिटांत एक छोटीशी बाटली घेऊन आले.

''हे घे, सतीश.'' सतीशच्या हातात बाटली देत सर बोलले.

''या बाटलीत एक विशिष्ट फॉरम्युलेशन आहे. ते रचनाला प्यायला दे.''

"सर... हे फॉरम्युलेशन... म्हणजेच... अँटीडोट?" सतीशनं दबकत विचारलं.

"नाही, नाही...." खुर्चीवर मागे रेलत सर म्हणाले, "अरे बाबा, अँटीडोट हे खूप मोठं तंत्रज्ञान आहे. हे फॉरम्युलेशन फक्त तुझा प्रॉब्लेम सोडवण्यासाठी आहे रे."

"म्हणजे?" सतीशनं काहीच न कळल्यामुळे विचारलं.

"सतीश, तू आता जास्त विचार करू नकोस. घरी जा आणि रचनाला हे फॉरम्युलेशन तुझ्यासमोरच घ्यायला सांग. तुझ्या प्रश्नापुरता हा अँटीडोटच आहे म्हणून समज, कळलं?"

सतीश बधीर झाला होता. एका पाठोपाठ एक होत असणाऱ्या आघातांनी त्याचं मन दुबळं झालं होतं. काय करावं, काय करू नये, काय योग्य, काय अयोग्य हा सारा विचार करण्याची त्याची ताकद संपून गेली होती.

संध्याकाळ होताच सतीश बागेत आला. रचना आधीपासूनच तिथे हजर होती. तिच्या टपोऱ्या डोळ्यांमधून प्रेम ओसंडून वाहत होतं. दोन मिनिटांपूर्वीपर्यंत सतीशच्या डोक्यात थैमान घालत असलेलं विचारांचं वादळ, रचनाच्या तिथे असण्यानं दूर पळालं. रचना दृष्टीस पडताच त्याला तिच्याबद्दल असलेल्या जिव्हाळ्यानं त्याचं मन उचंबळून आलं.

त्याला आठवली, तिच्यातल्या ममत्वानं आणि कणखर स्त्रीत्वानं त्याला कित्येक वेळेस मिळवून दिलेली आध्यात्मिक शांतता. त्याला आठवले, त्यानं अगदी जवळून पाहिलेले तिच्या मनस्रोताचे निर्मळ आणि पवित्र झरे.

सतीशच्या आयुष्यात कुणीतरी करणी केल्यासारख्या धक्कादायक घटना घडत होत्या. या घटना म्हणजे भौतिक जगातल्या व्यावहारिक मायाजालाचंच एक रूप होतं. रचना मात्र मानवनिर्मित असूनही मुशीतून तावून सुलाखून निघाल्याप्रमाणे मनानं अंतर्बाह्य नैसर्गिक शुद्धतेनं परिपूर्ण होती.

रचनाच्या लक्षात आलं की, आज त्या दोघांमध्ये विचित्र अंतर निर्माण झालं होतं. बराच वेळ दोघेही नुसतेच बसून होते. कुणीच कुणाशी काही बोलत नव्हतं.

"रचना..." शांततेचा भंग करून सतीशनं बोलायला सुरुवात केली, "रचना.. मला सारं काही कळलंय, अगदी सारं काही...."

रचना मान खाली घालून बसली होती. तिचे डोळे पाण्यानं डबडबले होते.

"रचना... या झाडांच्या जीन्समध्ये केलेले फेरफार... इतकंच काय... पण... तुझ्या जीन्समध्ये केलेले फेरफार... वगैरे सगळं काही माहिती झालंय मला...."

"सतीश... मी तुला खरं सांगते... माझ्या शरीरात विष खेळत असलं तरीही माझं मन अगदी स्वच्छ आहे रे... सतीश... माझं शरीर माझ्या वडिलांनी बनवलं असलं तरीही माझं मन देवानंच घडवलंय... त्यात अगदी एवढंसंसुद्धा काळं काही नाही...."

रचनाच्या डोळ्यांतून अश्रूंची धार लागली होती.

"सतीश... माझं तुझ्यावर खरंखुरं प्रेम आहे... अगदी शंभर टक्के... सरळ निरागस प्रेम...."

"रचना, मलाही ते माहिती नाही का? आणि माझंही तुझ्यावर तितकंच प्रेम आहे...."

काही क्षण पुन्हा निःस्तब्धतेत गेले आणि सतीशनं खिशातून आणलेली बाटली बाहेर काढली.

"रचना, मी तुझ्यासाठी एक फॉरम्युलेशन घेऊन आलोय. तुझ्या शरीरात खेळत असलेल्या विषद्रव्यावरचा हा उतारा आहे. आपल्यातले सारे प्रश्न हे औषध संपवेल. मग आपण दोघं आपल्या मनाजोगं आयुष्य जगू शकू. हे घे... स्वीट हार्ट... पिऊन टाक."

रचनानं अवाक्षरही न बोलता सतीशच्या हातातली बाटली घेतली आणि उघडून सरळ ओठाला लावली. एका घोटातच सारं औषध तिनं घशाखाली ढकललं.

"रचना... रचना... बेटी हे काय घेतीयेस तू? सांगितलं होतं ना मला दाखवल्याशिवाय कुठलीही गोष्ट घ्यायची नाही म्हणून. काय आहे ते? बघू बरं... आण इकडे...."

जोरजोरात ओरडत डॉक्टर चॅटर्जी बंगल्यातून धावत बाहेर आले. रचनाच्या हातात रिकामी बाटली तशीच होती. तिच्या अश्रूंना अजूनही खंड नव्हता.

"डॅडी... माझ्या आयुष्याचा तर पूर्ण खेळखंडोबा केलातच तुम्ही... आता निदान या शापातून बाहेर तरी पडू देत मला. प्लीज डॅडी...."

"रचना, मूर्खासारखं बोलू नकोस. कुठला शाप? मी तर तुला अद्वितीय अशी ताकद दिली आहे. माझ्या खडतर परिश्रमांमुळेच तुला कुठलाही रोग होऊ शकत नाही. तुझं हे स्वर्गीय सौंदर्य हेही माझ्या संशोधनानंच तुला बहाल केलंय आणि याला तू शाप म्हणतेस?"

"पण डॅडी," रचनाला बोलायला अचानक त्रास होऊ लागला, "डॅडी... पण प्रेमाचं काय? तुमच्या संशोधनापायीच मला माझ्या प्रेमापासून वंचित राहावं लागतंय. मी जर सर्वसाधारण मानवच राहिले असते, तर प्रेमाचं परमोच्च सुख तरी मला अनुभवायला मिळालं असतं. माझ्या लेखी प्रेमाच्या समोर तुमचं हे व्यावहारिक संशोधन अगदी क्षुद्र आहे. डॅडी... आह्...." अन् बोलताबोलताच रचना जमिनीवर कोसळली.

डॉक्टर चॅटर्जींनी रचनाला धरण्याचा प्रयत्न केला.

सतीश धावतच रचनाच्याजवळ गेला.

"सतीश... मला माफ कर राजा... मी तर... चालले आता."

"रचना... नाही, नाही... वेड्यासारखं बोलू नकोस." सतीशला रडू आवरेना.

"नाही सतीश... बाय... आता... सारं संपलं रे राजा... आय लव्ह यू... सतीश...." अन् रचनानं मान टाकली.

रचनाच्या पायाजवळच सतीश मटकन खाली बसला आणि हमसाहमशी रडू लागला. माणसाचं बुद्धिचातुर्य प्रेमाचा गळा दाबून ठार मारण्यात यशस्वी झालं.

त्याच वेळेस वरती सतीशच्या खोलीच्या खिडकीत अनिखिंडी सर आले आणि ओरडले, ''चॅटर्जी, आलं लक्षात? तुझं रिसर्च जेवढं सक्सेसफुल झालंय, तेवढंच माझंही रिसर्च सक्सेसफुल झालंय. ज्या दिवशी तुझं तंत्रज्ञान बाजारपेठेत येईल, त्याच दिवशी माझा अँटीडोटपण बाजारात आलेला असेल....''

■

चंद्रप्रकाश

फादर जॉन म्हणजे गावातलं एक आदरणीय व्यक्तिमत्त्व— उंच, सडपातळ अंगकाठीचे, धर्मवेडे, उत्साही, नीतिवान आणि मनापासून देवावर श्रद्धा असणारे. फादर जॉनची अशी समजूत होती की, त्यांना त्यांचा परमेश्वर उमजला होता. त्याच्या इच्छा, त्याचे विचार सगळं काही फादरना समजलं होतं.

रोज पहाटे गावापलीकडच्या माळावर फिरायला जाताना त्यांच्या मनात यायचं, 'देवानं हे सगळं का बरं निर्माण केलं असेल? सूर्योदयाचे रंग, पक्ष्यांची किलबिल, गावात बैल घेऊन दूर शेतावर निघालेले शेतकरी, सोनेरी उन्हानं चमकणारी छोटीछोटी कौलारू घरं, डाव्या हाताला थोड्या अंतरावर दिसणारं नदीचं गंभीर पात्र आणि त्याच्यावर रेंगाळणारं शेवटचं धुकं....'

फादर विचार करत राहायचे. त्यांनी कधी 'जाऊ दे, ईश्वराची करणी....' असं म्हणून स्वतःच्या विचारांना आळा घातला नाही.

उलट त्यांना वाटायचं, 'मी तर या परमेश्वराचा सच्चा सेवक आहे, मग परमेश्वराच्या करणीची कारणमीमांसा समजून घेण्याचा मला अधिकार आहेच.'

कधीकधी फादर स्वतःला परमेश्वराच्या जागी मानून, स्वतःच्या प्रश्नांची उत्तरं शोधण्याचा प्रयत्न करायचे. बऱ्याचशा वेळेला ही उत्तरंही सापडायची. तर्कसंगतीला धरून 'का' आणि कारण यांचा मेळ घातला जायचा.

'पहाट सुंदरच का असते?'

'कारण दिवसाचं रहाटगाडगं मंगल सुरांनीच सुरू व्हावं, अशी देवाची इच्छा असेल.'

'उन्हाळा का येतो?'

'जमीन चांगली भाजून निघावी म्हणून.'

'पावसाळा का येतो?'

'अन्न-धान्य पिकून सगळीकडे समृद्धी यावी म्हणून.'

'रात्री अंधार का पडतो?'

'थकल्या जीवांना शांत झोप मिळावी म्हणून.'

एक ना अनेक. फादर जॉन विचार करत राहायचे आणि उत्तरं मिळवत राहायचे. प्रत्येक उत्तर निसर्गाशी किंवा भौतिकतेशी निगडीत असायचं. त्यामुळे फादरना असं वाटायचं की, मानवी जीवनातली प्रत्येक गोष्ट, प्रत्येक कृती एकतर निसर्गाशी किंवा भौतिकतेशी निगडीत असलीच पाहिजे.

पण या जगात एक गोष्ट अशी होती की, जिथे फादरची तर्कसंगती कमी पडायची. या गोष्टीचा आणि भौतिकतेचा किंवा निसर्गाचा काय संबंध असेल, हे फादरना समजत नव्हतं. ती गोष्ट म्हणजे स्त्री स्वभाव. फादर जॉनना स्त्रियांचा तिटकारा होता, मनस्वी.

येशू ख्रिस्ताचे शब्द फादरच्या डोक्यात घोळायचे— 'Women, what have i to do with thee?' नक्कीच, ही स्त्री नावाची गोष्ट घडवल्याबद्दल परमेश्वर स्वत:च असमाधानी असणार.

फादरना कायम वाटायचं, 'या विश्वातल्या पहिल्या स्त्रीनं पहिल्या पुरुषाला स्वत:कडे आकर्षित करून त्या पुरुषाचा तर विनाश केलाच, पण त्याचबरोबर पुढे असंख्य पुरुषांची आणि त्यांना आकर्षित करणाऱ्या स्त्रियांची निर्मिती होण्याचा मार्गच खुला करून दिला. जगाचं अध:पतन झालं.'

फादर जॉनना स्त्रियांचा, त्यांच्या शरीराचा, पुरुषांना भुरळ घालणाऱ्या त्यांच्या लाघवी मनाचा राग होता. कुणी एखादी स्त्री फादरशी आपलेपणानं, जवळिकीनं बोलू लागली की, त्यांचा तिळपापड होई.

'पुरुषांना जाळ्यात ओढणारं हे प्रेम या स्त्रियांमध्ये सतत उत्फुल्ल का असतं? हे प्रेम यांच्या बोलण्यातून, डोळ्यांतून सतत वाहताना का दिसतं? एवढं ममत्व येतं कुठून? नक्कीच देवानं पुरुषाची परीक्षा घेण्यासाठीच स्त्रीची निर्मिती केली असणार.'

त्यामुळे स्त्रीशी काडीइतकाही संबंध नको आणि एखाद्याला कारणपरत्वे जर स्त्रीकडे जावं लागलंच, तर त्याने या मोहजालात न गुंतण्याची संपूर्ण खबरदारी घेतली पाहिजे.

'प्रक्षालनाद्धि पंकस्य दूरादस्पर्शनं वरम्।' स्वत:च्या या तत्त्वज्ञानावर फादरचा गाढ विश्वास होता.

चर्चमधील नन्स वगळल्या तर बाकी स्त्री-समाजापासून फादर स्वत:ला दूरच ठेवीत. नन्सबरोबरसुद्धा त्यांचं वागणं रोखठोक अन् कामापुरतंच होतं. 'शेवटी तीही स्त्रीच. तिच्या धार्मिक, नम्र आणि निर्बंधित हृदयाच्या तळाशी स्त्रीत्व, प्रेम या गोष्टी असणारच. न जाणो एखादे दिवशी हेच स्त्रीत्व, हेच प्रेम उफाळून वर आलं तर?'

नन्सच्या वागण्यातला स्त्री-सुलभ नाजुकपणा, फादरच्या कठोर बोलण्यानं

त्यांच्या डोळ्यांत जमणारे अश्रू, खालच्या नजरेनं त्यांनी केलेलं मृदू स्मित असल्या सगळ्या गोष्टींचा फादरना राग होता. नन्सशी संभाषण झाल्यावर आपल्या कॅसॉकला जोरजोरात झटके देत फादर त्वेषानं चर्चच्या बाहेर निघून जात.

गावातच चर्चपासून थोड्या अंतरावर फादर जॉनची एक सतरा-अठरा वर्षांची सुंदर पुतणी वर्षांची आणि तिची आई राहत होत्या. फादरची मनापासून इच्छा होती की, या मुलीनं धर्मप्रसाराचं काम करावं, सिस्टर बनावं, लोकांची सेवा करावी.

पुतणी सुंदर तर होतीच, पण सुंदरतेच्या बरोबरीने येणारा मोहक बावळटपणा, स्वच्छंदीपणा, अल्लडपणाही तिच्या ठायी होता. फादर जॉन कायम तिला धार्मिकतेचे धडे देत. ती मात्र हसत राहायची किंवा फादर चिडले तर सरळ त्यांच्या गळ्याला मिठी मारायची, त्यांच्या हृदयाशी बिलगायची. फादरना अशा वेळी मनात आतमध्ये खूप बरं वाटायचं. त्यांच्यातलं पालकत्व जागं व्हायचं. स्वत:तल्या वडिलधाऱ्या भावनेने फादर सुखावायचे.

गावाच्या माळावरून किंवा नदीतीरावरून चालताना फादर धर्माबद्दल, ईश्वराबद्दल बोलत राहायचे. पुतणी मात्र फुलपाखरं पकडायला त्यांच्यामागे धावायची किंवा आकाशातल्या छटा बघत राहायची किंवा लाजाळूची पानं बंद करतकरत चालायची.

"फादर, ही छोटीछोटी पिवळी, लाल, पांढरी फुलं, त्यावर बसणारी रंगीबेरंगी फुलपाखरं, ही गवताची पाती, हे सुंदर तुरे सगळंच किती मनमोहक आहे ना? मला या प्रत्येकाला मिठी मारावीशी वाटते. प्रत्येकाचं चुंबन घ्यावसं वाटतं."

पुतणी म्हणत राहायची, पण फादर मात्र यावर संतापयाचे.

'स्त्रीत्वाची सुरुवात, त्या मोहपाशाची सुरुवात ही अशीच होते. या एवढ्याशा चिमुरड्या मुलीतही ते स्त्रीहृदय, ते प्रेम आहेच.'

फादरच्या मुठी आपोआप घट्ट वळल्या जायच्या.

आणि मग एक दिवस घर झाडताझाडता सेक्स्टनच्या बायकोनं फादरला सांगितलं की, त्यांच्या पुतणीला एक प्रियकरसुद्धा आहे. दोनच मिनिटं शांततेत गेली.

"बाई, तुम्ही काय बोलताय कळतंय का? डोकं आहे का तुम्हाला?" फादर कडाडले.

पण बाईंनी ईश्वराची शपथ घेतली, "फादर, मी कशाला खोटं बोलू? माझ्यावर विश्वास नसेल तर रात्री दहानंतर नदीतीरावर कधीही चक्कर मारून बघा. रोज रात्री तिथेच भेटतात ते एकमेकांना."

फादरना क्षणभर चक्कर आल्यासारखं वाटलं. त्यांचा स्वत:च्या कानावर विश्वास बसेना. हात मागे बांधून फादर खोलीत येरझारा घालू लागले.

'हेच ते प्रेम, हेच ते स्त्रीत्व. ही मुलगीपण याच मार्गानं गेली. माझी सारी शिकवण, सारी मेहनत पाण्यात गेली. निदान वडिलधाऱ्यांच्या विचारांचा तरी आदर करायला हवा होता पोरीनं.'

स्त्रियांबद्दल, त्यांच्या प्रेमाबद्दल फादरना असलेला राग आणि त्यांच्या लाडक्या पुतणीनं त्यांच्या अभिमानाला दिलेली ठोकर या दोन्हीमुळे फादर लालबुंद झाले होते, कानशिलं तापली होती.

रात्रीचं जेवण झालं अन् मन शांत करण्यासाठी फादरनं 'जेरूसलेम बायबल' वाचायला घेतलं, पण जमेचना. एकेका ओळीवर डोळे परतपरत फिरू लागले. डोक्यात पुतणीच्या, तिने दिलेल्या धक्क्याच्या, स्त्रियांच्या, त्यांच्या प्रेमळ मोहपाशाच्या, जगाच्या अध:पतनाच्या विचारांनी थैमान घातलं होतं. फादर परत संतापले होते. श्वासोच्छ्वास जोरजोरात करत होते आणि एवढ्यात दहाचे टोल ऐकू आले.

ऐनाची वजनदार आणि सुंदर नक्षी असलेली काठी फादरनं घेतली अन् ते घराबाहेर चर्चच्या प्रांगणात आले. ती पौर्णिमेची रात्र होती. शुभ्र चांदण्यांनी आकाश भरून गेलं होतं. चंद्रोदय होऊन गेला होता. चर्चचं प्रांगण चंदेरी प्रकाशात चमकत होतं. वातावरणात नीरव शांतता होती. त्या शांत वातावरणात आल्यावर फादरना बरंच हलकं वाटत होतं.

संथ पावलं टाकत फादर चर्चच्या बाहेर आले. चर्चच्या भिंती, त्यावर सोडलेल्या वेली, बागेत जागोजाग लावलेली बोगनविलिया, ओळींनी निश्चल उभे असलेले सिल्वर ओक, हळूवार गवताची लव्हाळी, लाल मातीत तयार झालेल्या सुंदर पायवाटा, काळ्याशार घडीव दगडांची चर्चची इमारत, ग्रीक कलाकुसरीचा उत्तम नमुना असलेला चर्चचा दरवाजा, चर्च बेल सारं काही चंद्रप्रकाशात न्हाऊन निघत होतं. मागे वळून स्तब्ध होऊन फादर हे सारं न्याहाळत होते. मन शांत होत होतं.

माळाच्या दिशेनं फादरनी चालायला सुरुवात केली. जाणवण्याइतपतच थंडी होती. थंड वाऱ्याची एखादी झुळूक अंगावर सुखद रोमांच उठवत होती. बागापरसांमध्ये लावलेल्या रातराणीचा दरवळ क्षणभरच आल्हाद देई आणि लुप्त होई.

गाव मागे पडलं. फादर माळाजवळच्या उंचवट्यावर येऊन पोहचले. समोर पूर्ण माळाचं मोठ्ठं पठार चंद्रप्रकाशात लख्ख दिसत होतं. निरभ्र होतं. वाऱ्याबरोबर गवताची लव्हाळी सळसळत होती. उजव्या अंगाच्या वडापिंपळाच्या पानांची रूपेरी चकमक, चंद्रप्रकाशात पसरलेल्या लांब शांत सावल्या, नदीच्या गंभीर पात्रातले कोमल तरंग हे सगळं फादर भरभरून पाहत होते. दमट गवताचा, झाडांचा वास मनात साठवत होते. खोल श्वास घेऊन थंड मोकळी हवा पिऊन घेत होते. मन उल्हसित होत होतं. संताप दबक्या पावलानी निघून जात होता.

उंचवटा उतरून फादर माळावरून पुढे आले. उजव्या हाताला खाली वळण घेतलेलं नदीचं पात्र दिसत होतं. पाण्यावरच्या छोट्या लाटा चमचमत होत्या, जणू चांदीच्या नाण्यांचा एक प्रवाहच. पलीकडच्या काठावरच्या निलगिरी शांत उभं राहून शेतांचं रक्षण करत होत्या. फादर स्तिमित होऊन सृष्टिकर्त्याची ही सगळी निर्मिती न्याहाळत होते. फादरचं मन शांत झालं होतं, हळूवार बनलं होतं.

पायवाटेशेजारच्या एका दगडावर फादर अलगद खाली बसले. नक्षी असलेली ऐनाची वजनदार काठी बाजूला पडली होती. समोरचं चित्र फादर तन्मयतेनं बघत होते.

'माझ्या आजपर्यंतच्या साचेबद्ध आयुष्यात मी हे कधीच बघितलं नव्हतं. दिवसापेक्षाही रात्र सुंदर असते, हे मला कधी जाणवलंच नव्हतं. माझ्या वेळापत्रकात रात्री दहानंतरची वेळ फक्त झोपण्यासाठीच असते. पण जर देवानं रात्रीची निर्मिती झोपण्यासाठी, विश्रांतीसाठी, दु:ख-क्लेश विसरण्यासाठी केली आहे तर, तर मग हीच रात्र देवानं दिवसापेक्षा, संध्याकाळपेक्षा किंवा पहाटेपेक्षा जास्त सुंदर का केली असावी? जर रात्र एवढी सुंदर असते, तर त्यामागे या विश्वनियंत्याचा उद्देश काय असावा?'

नेहमीप्रमाणेच फादर स्वत:लाच प्रश्न विचारत होते आणि स्वत:च उत्तर शोधायचा प्रयत्न करत होते, तर्कसंगतीने विचार करत होते.

माणसाच्या बोलण्याचा अस्फुट आवाज आल्यामुळे फादरनी सभोवार नजर टाकली. माळाच्या काठाला नदीकाठी दोन व्यक्तींच्या काळ्या आकृती दिसत होत्या. एक पुरुष, एक स्त्री. दोघंही एकमेकांना बिलगून चालत होते. मधूनमधून किंचित वाकून पुरुष त्या स्त्रीचं चुंबन घेत होता.

फादर स्तिमित होऊन बघत होते. त्या युगुलानं निसर्गाच्या त्या सुंदर चित्राला जिवंत केलं होतं. चंद्रप्रकाशातला तो माळ, चमचमणारी नदी, वडापिंपळांची सळसळ अन् या सगळ्या चौकटीत निसर्गकर्त्यानं स्वत:च्या हातानं आणून उभं केल्यासारखं ते प्रेमी युगुल. थंड रूपेरी चंद्रप्रकाश हळूहळू मेंदूत झिरपतोय, असं फादरना वाटत होतं.

एकमेकांना बिलगून ते प्रेमी युगुल फादरच्याच दिशेनं येत होतं. फादर अजूनही चकित होऊन ते चित्र बघत होते.

'हे सगळं तर, जेरूसलेम बायबलमधल्या एखाद्या गोष्टीचंच चित्र आहे. हे तर रूथ आणि बाझ यांच्या प्रेमकथेचं चित्रण आहे. का हे चित्र म्हणजे परमेश्वराच्या इच्छेची परिपूर्तता आहे? निश्चितच?'

आणि उत्तर सापडलं.

'निश्चितच मनुष्यातल्या प्रेमाच्या आदर्शासाठी, ईश्वरानं अशा रात्रींची निर्मिती केली असणार. दिवसाच्या ढळढळीत उन्हात या प्रेमाची उत्कटता कशी साधणार? ही रात्र आणि हे प्रेम दोन्ही एकमेकांसाठी किती पूरकच आहेत. या प्रेमी युगुलाशिवाय ही रात्र, त्या रात्रीची अनिवार्यता आणि या अशा रात्रींशिवाय हे युगुल दोन्ही अर्धवटच वाटलं असतं आणि हे जर असंच असेल, तर माझ्या पुतणीवर मी नक्की का चिडलो होतो?'

स्वत:शीच हसतहसत फादर चर्चकडे जायला वळले. नक्षी असलेली ऐनाची वजनदार काठी खाली तशीच पडली होती.

■

(गी दे मौपासाँ यांच्या 'क्लेअ दे ल्यूनअ' या फ्रेंच कथेवर आधारित)

कर्मविपाक

आमच्या लहानपणी शाळेत एक कविता शिकवली होती. आता कवितेचे कवी कोण होते किंवा कवितेचे मूळ शब्द काय होते, हे नीटसं आठवत नाही. पण त्या कवितेत असलेली मुंगीची आणि नाकतोड्याची गोष्ट मला खूप आवडली होती. खरंतर तिसरी-चौथी इयत्तेत मराठीच्या पुस्तकातल्या काहीकाही कविता पाठ करायला लागायच्या आणि पाठ नसतील तर छड्यापण खायला लागायच्या! पण ही मुंगी आणि नाकतोड्याची कविता मला एवढी आवडली होती की, मी ती स्वतःच पाठही केली होती आणि घरी कुणी पाहुणे आले की, मी ती स्वतःच म्हणूनपण दाखवायचो!

त्या कवितेचा सारांश असा होता की, मुंगीने उन्हाळ्याच्या दिवसांमध्ये अन्नाचा एक-एक कण आपल्या बिळात नेऊन ठेवला आणि त्यामुळे पावसाळ्यात बाहेर जेव्हा सगळीकडे पाणीच पाणी झालं, त्या वेळेस संपूर्ण पावसाळाभर मुंगीची आपल्या बिळात बसून पोटभर जेवायची सोय झाली. नाकतोडा मात्र स्वच्छंदी. झाडावरून गवतावर, गवतावरून फुलांवर, फुलांवरून घराच्या छपरांवर असा आनंदानं गाणं म्हणत संपूर्ण उन्हाळाभर तो इकडून तिकडे उडत राहिला, मजा करत राहिला. पाऊस चालू झाला अन् नाकतोड्याला मजा करता येईना. मग भूक लागली म्हणून तो गेला मुंगीकडे आणि म्हणाला, 'मुंगीताई, मला जेवायला दे ना. बाहेर पाऊस पडतोय आणि माझ्याकडे खायला तर काहीच नाही.'

'खायला काहीच नाही? मग उन्हाळाभर काय करत होतास?'

'अगं उन्हाळ्यात मी नुसती गाणीच म्हणत होतो.'

'त्या वेळी गाणी म्हणत होतास ना, आता नाच कर.' मुंगीनी आजीबाईच्या ठसक्यात उत्तर दिलं.

आता या कवितेचा बोध काय, हे सूज्ञांस सांगणे न लगे. पण अगदी खरं सांगू

का? त्याही वेळेला मला मुंगीपेक्षा नाकतोडाच जास्त आवडला होता, स्वच्छंदी. मुंगी म्हणजे मला एखाद्या खाष्ट म्हातारीसारखी वाटायची. सतत काम करणारी आणि तिरसट... त्या भावनेपोटी कित्येक वेळेस कुणी बघत नाहीये असं बघून, एखादी मुंगी दिसली की, पायानी मी ती पटकन चिरडून टाकायचो!

परवा आमचा एक जुना मित्र, आनंद ठोसर भेटला आणि म्हणून मला या मुंगी आणि नाकतोड्याच्या गोष्टीची आठवण झाली. मी चर्चगेट स्टेशनमधून बाहेर पडलो आणि काहीतरी कोल्ड्रिंक वगैरे प्यावं म्हणून बाजूच्या स्टेडियम रेस्टॉरंटमधे गेलो. तर हे आनंदबुवा तिथं काहीतरी खात बसलेले दिसले, चेहऱ्यावर काळजी आणि ताण. खाताखाता घास हातात धरून मध्येच शून्यात बघत बसत होता. जणू काही साऱ्या विश्वाचं ओझं त्याच्यावर येऊन पडलं होतं.

''काय आनंद? कसा आहेस?'' मी शेजारची खुर्ची ओढत विचारलं.

''काय बोलू नकोस बाबा. अगदी वाईट मन:स्थितीत आहे मी.''

''का काय झालं? की परत तुमच्या बंधुराजांनी काही नवीन दिवे लावले?''

''आता काय सांगू? दैव माझ्यामागेच हात धुवून का लागलंय काही कळत नाही.''

आनंदनं एक दीर्घ सुस्कारा सोडला.

मला वाटतं, आनंदच्या धाकट्या भावासारखी— सुहाससारखी. प्रत्येक कुटुंबात एक काळी मेंढी असतेच आणि शक्यतो धाकटा भाऊच काळी मेंढी असते! सुहास ठोसर, आनंदचा धाकटा भाऊ. मूळचा सरळ माणूस. कॉलेजशिक्षण संपलं आणि चारचौघांसारखी सुहासनं नोकरी पकडली, एल अँड टी मध्ये. थोड्या दिवसांनी त्याचं लग्न झालं. ठोसर बंधू म्हणजे त्या वेळी सगळ्या पार्ल्यात एक सज्जन, सरळ कुटुंब म्हणून इतरांना माहीत होतं. कधी कुणाच्या अध्यामध्यात नाही. सकाळीच उठून नोकरीवर जायचे. संध्याकाळी बायकामुलांमध्ये रममाण व्हायचे. कुठल्याही सर्वसाधारण महाराष्ट्रीय मध्यमवर्गीय कुटुंबातल्यासारखे.

आणि अचानक एक दिवस मला कळलं की, सुहासनं एल अँड टी सोडली. मला वाटलं, दुसरी एखादी चांगली ऑफर आली असेल. पण कळलं की, तो म्हणतोय 'छे हे नोकरीबिकरी माझं काम नाहीये... I am cutout for bigger things. मी नोकरी करणारा नसून, नोकर ठेवणारा आहे.'

अरे व्वा! महाराष्ट्रीय माणूस आणि एवढं धाडस! आणि पाठोपाठ दुसरा धक्का बसला. सुहासनं डायव्होर्स घेतला. बायकोला त्यानं माहेरी पाठवून दिलं. 'हॅऽऽ, लग्नबिग्न सब झूठ आहे. माझा कॅनव्हास फार मोठा आहे. वहीच्या कागदावर रेघोट्या कोण ओढत बसणार?'

उत्तम! म्हणजे महाराजांना मजा मारायची होती. स्वच्छंदी जगायचं होतं. घरच्यांनी 'ठराविक शब्दांमध्ये' त्याला समजावून सांगायचा प्रयत्न केला. पण लक्षात कोण घेतो? साहेबांकडे थोडेफार पैसे होते, त्यात एक परदेशप्रवास झाला. दिल्लीच्या

काही चकरा झाल्या. हा नक्की काय करतोय, कुणालाच ठाऊक नव्हतं. पण याचे एक-एक उद्योग घरच्यांच्या कानावर कुठून ना कुठून येत आणि त्यांना प्रत्येक वेळी एक नवीन धक्का बसे. घरच्यांना मुख्य काळजी, 'हा आज एवढी मजा मारतोय, उद्या याच्याजवळचे पैसे संपल्यावर काय?' आणि त्यांची काळजी सार्थ ठरली.

सुहासकडचे पैसे संपले आणि उधाऱ्या-उसनवाऱ्या चालू झाल्या. सुहासच्या बाबतीत एक होतं की, त्याचं राहणं, बोलणं, चालणं सगळं एवढं टापटिपीचं आणि चोखंदळ होतं की, समोरच्या माणसावर त्याची सहज छाप पडायची. सुहासची पैसे मागायची पद्धतसुद्धा एवढी दिमाखदार होती की, तुम्ही नाही म्हणणं शक्यच नाही. एखादी खोटी गोष्ट एवढी बेमालूमपणे तो समोरच्याच्या गळी उतरवायचा की, समोरच्याला स्वप्नातसुद्धा खरं वाटायचं नाही की, आपण गंडवले गेलोय. अर्थातच या गुणांमुळे सुहासला मित्रही पटापट मिळायचे आणि त्यांच्यायोगे पैसेही.

आनंद मात्र सरळमार्गी आणि सज्जन मनुष्य होता. खरंतर सुहासच्या युक्त्यांना तो फारसा बळी पडायचा नाही, पण तरीही अधूनमधून सुहास त्याला गंडा घालायचाच. एकदा सुहासनं झाल्या चुकांबद्दल आनंदची माफी मागितली आणि आनंदलाही त्याची दया येऊन, पुन्हा नवीन सुरुवात करायला त्यानं सुहासला पैसे दिले. या पठ्ठ्यानं लगेच जाऊन त्या पैशात एक गाडी विकत घेतली.

थोड्याच दिवसात आनंदच्या लक्षात आलं की, हे प्रकरण हाताबाहेर गेलंय. तो हताश झाला. सुहास मात्र आपल्याच मस्तीत होता. रोज नवीन शक्कल. आताची युक्ती म्हणजे त्यानं आनंदला ब्लॅकमेलच करायला सुरुवात केली.

'काय आहे आनंद, तसं तर माझी अगदी हमाली करायचीपण तयारी आहे. त्यात कसली आलीये लाज? पण, समज उद्या आपल्या पार्ल्याच्या मार्केटात तू आणि वहिनी शॉपिंग करताय आणि मी हातगाडी ओढतोय, असं चित्र आपल्या ओळखीच्यांनी कुणी बघितलं तर ते ठीक होईल का? माझं काही नाही. ठोसर घराण्याचं नाव खराब होईल.'

किंवा 'समजा, मी टॅक्सी चालवायला लागलो आणि समज एखादे दिवशी संध्याकाळी आनंद तुझ्या ऑफिसजवळ दोन-तीन बायका माझ्याच टॅक्सीत येऊन बसल्या म्हणजे बाहेर बोंबाबोंब काय होईल, माहिती आहे?'

आनंद, बिच्चारा अडकित्त्यात सापडल्यासारखा पुन्हा पुन्हा सुहासला पैसे देत राहायचा. याला काहीच अंत नव्हता. एकदा तर सुहासला अटकच होणार होती. जवळजवळ लाखभर रुपये तो एका माणसाला देणं लागत होता. खोटं बोलायचं, तोंड चुकवायचं, खोटे वायदे करायचे असं केल्यावर कुठला देणेकरी गप्प बसेल? तो गेला सरळ पोलीस चौकीत.

आनंदनं तर हात टेकले होते, पण करतो काय बापडा? आपलेच दात अन् आपलेच ओठ. आनंदनं त्या माणसाचं सगळं देणं देऊन टाकलं आणि सुहासला

सोडवला. त्याच्या तिसऱ्याच दिवशी सुहास आणि तोच माणूस गोव्याला फिरायला गेले!

मला आनंदबद्दल फार वाईट वाटायचं.

दहा वर्षं सुहासचे हे सगळे उद्योग असेच चालू होते. पत्ते, जुगार, चैन, श्रीमंत मित्रांबरोबर साग्रसंगीत पार्ट्या, मुली, बायका, गाड्या उडवणं, नुसती दिवाळी. तुम्ही कधीही सुहासला बघितलं असतंत तर तुम्हाला असं वाटलं असतं की, खाली याची स्वत:ची आलिशान कार, तीपण शोफर ड्रिवन उभी असणारच. सुहासचं व्यक्तिमत्त्व, राहणीमान सगळं होतंच तसं.

सुहासचं वय होतं बेचाळीस, पण तो दिसायचा मात्र चौतीस-पस्तिशीचा. गप्पा मारायला त्याच्यासारखा हुशार माणूस सापडायचा नाही. या माणसाची स्वत:ची पत काहीही नाही, हे माहीत असलं तरीही तो तुमच्या ग्रुपमध्ये असावा, असंच तुम्हाला वाटणार. सुहासनं माझ्याकडनंही एक-दोन वेळा हजार-दोन हजार रुपये घेतले होते, पण मला मीच त्याच्या कर्जात असल्यासारखं वाटायचं. हा माणूस लोकांना टोप्या घालतो, हे माहिती असूनही तो लोकांना आवडायचा.

आनंद बिचारा पापभीरू माणूस होता. सुहासपेक्षा तो पाचच वर्षांनी मोठा होता, पण दिसायचा मात्र साठीच्या आसपासचा. गरीब स्वभावाचा आनंद रोज मन लावून कामावर जायचा. तिथंही मन लावून काम करायचा. वर्षात तीन-चारच्यावर रजापण घ्यायचा नाही. तो अतिशय कष्टाळू होता. घरातही बायकोला तो कामात मदत करायचा.

आनंदला दोन मुलं होती. मोठा मुलगा आणि धाकटी मुलगी. दोघांवरही आनंदचं जीवापाड प्रेम होतं. प्रत्येक पगारातून नियमितपणे आनंद मुलीच्या लग्नासाठी काही बाजूला ठेवत होता. रिटायर झाल्यानंतर गावी एखादी छोटीशी वाडी विकत घेण्याचं त्याचं स्वप्न होतं.

'आणखी सात-आठ वर्षांत सुहास पन्नाशीचा होईल. मग कळेल आयुष्य किती कठीण असतं ते. कुत्रा हाल खाणार नाही त्याचे. मी ज्या वेळेस पन्नास वर्षांचा होईल त्या वेळेस माझ्याकडे स्वत:चे बचत केलेले निदान पंधरा-सोळा लाख रुपये तरी असतील आणि या मूर्खाकडे पन्नाशीत फुटकी कवडीपण नसेल. देशोधडीला लागेल तेव्हा कळेल आयुष्यभर कष्ट करण्याचं महत्त्व काय असतं?' आनंद कधीकधी वैतागून बोलत राहायचा.

आज इथे स्टेडियम रेस्टॉरंटमध्ये बसतानाच आनंदच्या चेहऱ्यावरून मी ओळखलं की, सुहासनं काहीतरी मोठी गडबड केलीये किंवा शेवटी त्याला अटक झालीच असणार. आनंद अतिशय अस्वस्थ दिसत होता.

"आता काय उद्योग केलाय सुहासनं माहिती आहे?" आनंदची चीडचीड बोलताना जाणवत होती.

"एक गोष्ट तर तू नक्कीच मान्य करशील की, मी माझं संपूर्ण आयुष्य खूप कष्टात, साधेपणी आणि सरळ मार्गानं घालवलंय. हो की नाही?"

"आनंद, तुझी माझी एवढ्या वर्षांची मैत्री आहे आणि मी तुला ओळखत का नाही?"

"बरोबर... संपूर्ण आयुष्यभर कष्ट करून एक-एक पैसा साठवून मी स्वप्नं बघतोय की, रिटायरमेंटनंतर माझ्या गाठीला चार पैसे असतील. जे आहे, जे होतं तेवढ्यात समाधान मानून मी आयुष्य जगलो आणि त्याविरुद्ध आमचा सुहास मात्र आळशी, उधळ्या स्वभावाचा, चैनी आणि लफडेबाजच होता."

आनंदची कानशिलं तापली होती. शिरा टरारल्या होत्या.

"तुला माहिती आहे? दोन-अडीच महिन्यांपूर्वी सुहासनी एका बाईशी लग्न केलं. ही बाई त्याच्यापेक्षा दहा-पंधरा वर्षांनी मोठी होती. मागच्या आठवड्यात ती बाई हार्ट ॲटॅक येऊन गेली. वारली ती आणि तिचं म्हणून जेवढं काही होतं, ते सगळं सुहासच्या नावानं करून गेलीये. जुहू स्कीममध्ये आलिशान बंगला, तीन इंपोर्टेड गाड्या, कित्येक लाख रुपये आणि आलिबागजवळ फार्म हाऊस."

आनंद वेडापिसा झाला होता. खाण्याची प्लेट त्यानं पुढं ढकलून दिली. स्वत:चे केस हातात धरून ओढत होता.

"हे ठीक नाही. म्हणजे नक्कीच जगात न्याय, देव, सत्य या गोष्टी नाहीतच म्हणायच्या. बरोबर नाही हे."

खूप प्रयत्न करूनसुद्धा मला माझं हसू दाबता आलं नाही. हाऽऽऽ हाऽऽऽ हाऽऽऽ हाऽऽऽ करून मी जोरजोरात हसायला लागलो. पोट दुखेपर्यंत मी हसत राहिलो. आनंदनी त्या दिवसापासून माझ्याशी संबंध तोडले. सुहास मात्र मध्येच कधीतरी भेटतो आणि मग ओबेरॉय किंवा सन ॲंड सॅंड अशा एखाद्या ठिकाणी तो आणि मी मस्त जेवण झोडतो.

कधीकधी माझ्या मनात येतं की, कर्मविपाकाच्या सिद्धांताचा अपवाद बनण्याचा प्रयत्न आपणही करावा का?

■

(सॉमरसेट मॉम यांच्या 'द ॲंट ॲंड द ग्रासहॉपर' या इंग्लिश कथेवर आधारित)

गिधाड्या

अस्वस्थ... अस्वस्थ. भीतीदायक अस्वस्थता... या अस्वस्थतेनं मला पुरतं ग्रासून टाकलं होतं, आजही टाकलंय. पण म्हणजे मला वेड लागलंय असं मात्र समजू नका हं. हा तर एक किरकोळ आजार आहे आणि तोसुद्धा डॉक्टरांच्या मते आजार. माझी तर इंद्रियशक्ती तीक्ष्ण बनलीये, आकलनक्षमता अचूक झालीये आणि सगळ्यात जास्त तीक्ष्ण झालेत माझे कान, माझी ऐकण्याची क्षमता. स्वर्ग, पृथ्वी, पाताळ तीनही लोकांवरचे आवाज मी आता ऐकू शकतोय. एवढी जबरदस्त क्षमता असलेला माणूस वेडा असेल का? श्रवण... श्रवणशक्ती. बघा किती स्वच्छ... किती शांतपणे मी तुम्हाला पूर्ण कथा सांगतोय ते.

खरंतर ही कल्पनाच माझ्या डोक्यात कुठनं आली कुणास ठाऊक, पण जेव्हापासून त्या कल्पनेनं माझ्या डोक्यात मूळ धरलं, तेव्हापासून तिनं माझा पिच्छा सोडलेला नाही, अगदी रात्रंदिवस. काही अमुकच उद्देश होता असं नाही किंवा माझ्या अंगात भूत संचारलं होतं, असंही नाही. उलट मला खरंतर म्हातारा आवडायचा. म्हातारापण माझ्याशी चांगला वागायचा. त्याच्या संपत्तीवरही माझी नजर नव्हती, पण मला वाटतं त्याचा तो डोळा... गिधाड्या साला... म्हाताऱ्याला एक डोळा गिधाडाचा बसवला होता. बटबटीत हिरवा, निळा... आणि त्याच्यावर एक चिकट, पातळ पडदा असलेला. त्या गिधाड्या डोळ्याची नजर माझ्यावर पडली की, माझी कानशिलं ताडताड उडायला लागत. म्हणूनच हळूहळू करत माझ्या विचारांची मजल इथपर्यंत ठेपली, की म्हाताऱ्याचा जीव घेतला तरच गिधाड्या डोळ्यापासून मला मुक्ती मिळू शकेल.

आता तुम्ही मला वेडाबिडा जरूर म्हणा. पण वेड्यांना काही अक्कल असते का? पण त्या काळात तुम्ही मला बघायला पाहिजे होतं. किती व्यवस्थित,

योजनाबद्ध नीट विचार करून आणि थंड डोक्यानं माझा कार्यभाग साधला मी! म्हाताऱ्याला मारण्याच्या आधीच्या आठवड्यात मी त्याच्याशी जास्तच आपुलकीनं वागत होतो आणि त्या आठवड्यात... रात्री... मध्यरात्रीच्या सुमाराला... हलकेच... अगदी हलकेच त्याच्या खोलीच्या दाराची कडी काढून ते पुढं ढकललं... आणि एवढंच पुढं ढकललं की, त्यातून जेमतेम माझं डोकं आत शिरू शकेल. माझ्याकडच्या कंदिलाला सगळ्या बाजूनी गोल झाकण होतं. झाकण सगळीकडून बंदच ठेवून मी आधी कंदिल आत सरकवला... हळूच... आणि मग माझं डोकं. अरे, तुम्ही माझी त्या वेळची अदाकारी बघायलाच हवी होतीत. काय कासवगतीनं माझं डोकं मी आत सरकवत होतो. संपूर्ण डोकं आत नेऊन झोपलेला म्हातारा पूर्ण माझ्या नजरतेत यायला एक तास लागला. वेड्या माणसाला एवढं कौशल्यपूर्ण काम जमेल? आणि डोकं पूर्ण आत गेल्यानंतर हलकेच कंदिलाचं झाकण मी एका बाजूनी थोडं किलकिलं केलं... नीट काळजीपूर्वक... अगदी काळजीपूर्वक आणि अगदी थोडंसंच. फक्त एकच किरण त्या गिधाड्या डोळ्यावर पडू शकेल इतकंच.

सात दिवस रोज... रोज मध्यरात्री... मी हा उद्योग करत होतो. रोज गिधाड्या डोळ्यावर माझ्या कंदिलाचा प्रकाश पडायचा, पण डोळा रोज बंद असायचा. म्हातारा गाढ झोपलेला असायचा. माझं वैर म्हाताऱ्याशी नव्हतं. माझं वैर हलकट गिधाड्या डोळ्याशी होतं, म्हणूनच माझं काम करायच्या वेळेला डोळा उघडा असणं फार आवश्यक होतं. एका बाजूला रोज सकाळी म्हाताऱ्याच्या खोलीत जाऊन मी त्याला विचारायचो, "काय कसं काय? झोपबिप ठीक झाली ना?"

आठव्या दिवशी मध्यरात्री मी नेहमीपेक्षाही जास्तच सावध होतो. घड्याळाचा मिनिटकाटापण कदाचित माझ्यापेक्षा जास्त वेगानं हालचाल करत असेल. माझी ताकद आणि माझ्या कमाल मुत्सद्देगिरीची कल्पना माझी मलाच त्या दिवशी आली. पलीकडे झोपलेला म्हातारा स्वप्नातही विचार करू शकत नव्हता की, माझे मध्यरात्री असे काही उद्योग चालले असतील.

मला त्या विचारानंच हसू आलं आणि अनाहूतपणे माझ्या तोंडातून बारीक आवाज निघाला, पण म्हातारा बहुतेक सावध होता. त्यानं माझा आवाज ऐकला असावा. कारण एकदम दचकल्यासारखं पलंगावरच तो वळला... फटकन. आता तुम्हाला वाटलं असेल की, मी लगेच मागे झालो. चूक. मी अजिबात मागेबिगे आलो नाही. कारण म्हाताऱ्याच्या खोलीत मिट्ट, कदाचित मिट्ट हा शब्दही कमी पडला असता इतका काळोख होता. त्यामुळे जागा झाला असता तरी त्याला काही दिसणं शक्यच नव्हतं. मी रोजच्याच कौशल्यानं माझं डोकं पूर्ण आत घातलं अन् कंदिलाचं झाकण मी किलकिलं करणार एवढ्यात माझा हात झाकणावरनं सटकून टाकीवर आपटला.

"कोण आहे?... कोण आहे?" म्हातारा ताडकन उठून पलंगावर बसला.

मी अजिबात आवाज केला नाही. पूर्ण एक तास तसूभरही हालचाल न करता मी तसाच स्तब्ध राहिलो. म्हाताराही बहुतेक तसाच बसून होता. तो परत आडवा झाल्याचा आवाज आला नव्हता. मृत्यूचा अंदाज घेत थांबला होता. मृत्यूच्या काळ्या मोठ्या सावलीनं म्हाताऱ्याला लपेटून घेतलं होतं. म्हाताऱ्याला दिसलं काहीच नव्हतं, पण बहुतेक त्याला मृत्यूची चाहूल लागली होती.

बराच वेळ थांबूनही म्हातारा झोपत नाहीये म्हटल्यानंतर मी कंदिलाचं झाकण हलकेच बाजूला करायचं ठरवलं, अगदी थोडंसंच, अतिशय खासगीपणे... आणि मी झाकण सरकावलं. एकच किरण... एखाद्या बारीक तारेसारखा सरळ जाऊन पडला... तिथेच... माझ्या लक्ष्यावर... गिधाड्या डोळ्यावर. डोळा टक्क उघडा होता. तोच हिरवा, पिवळा हलकट डोळा.

माझी कानशिलं उडायला लागली. तळपायाची आग मस्तकाला गेली. हलकट... गिधाड्या... साला. त्यापाठोपाठ दुसरा कसलासा क्षीण आवाज झाला, मिनिटागणिक वाढत जाणारा. हा म्हाताऱ्याच्या हृदयाचा आवाज असणार. आवाज जसा वाढायला लागला तशी माझी चीडपण वाढत गेली. मी जास्तजास्त उद्युक्त होत गेलो, ड्रमचे आवाज जसे सैनिकांना उद्युक्त करतात तसेच.

आवाज वाढतोच आहे. अजून मोठा... अजून मोठा... बघा, मी तुम्हाला सांगितलं होतं ना? मी वेडा नाहीये म्हणून. माझी आकलनशक्ती तीक्ष्ण झालीये. मला सगळं काही ऐकू येतंय. मोठ्या आवाजात... अजून मोठ्या... आता तर कानठळ्या बसायला लागल्यात....

मी जोरात ओरडून कंदिलाचं झाकणं पुरं उघडलं आणि निमिषार्धात खोलीत झेपावलो. पाठोपाठ म्हाताऱ्यानंपण घाबरून किंकाळी फोडली... म्हातारा पलंगावरून खाली पडला... मी पाठोपाठ पलंगावरची गादी उचलली... क्षणाचीही दिरंगाई नाही... विद्युतवेगानं गादी खाली आली आणि पाच-सहा मिनिटं म्हाताऱ्याच्या छातीवर बसून, गादी मी त्याच्या चेहऱ्यावर दाबून धरली. जीवाच्या आकांतानं तडफड करणारे म्हाताऱ्याचे हातपाय शांत झाले, धड गार पडलं, सारं संपलं. थंड... अधिक थंड...

मी गादी म्हाताऱ्याच्या अंगावरून थोडी बाजूला करून बघितलं. म्हातारा निपचित झाला होता, पण मला कुठलाही धोका पत्करायचा नव्हता. सगळं काम योजनाबद्ध होतं. परत दोन-चार मिनिटं मी म्हाताऱ्याच्या चेहऱ्यावर गादी दाबून धरली आणि मग गादी बाजूला करून बराच वेळ त्याच्या छातीवर हात लावून धरला. एकही ठोका ऐकू आला नाही. म्हातारा खात्रीशीररीत्या मेला होता. गिधाड्या डोळा आता मला छळू शकणार नव्हता, कधीच....

एवढं करूनही मी जर तुम्हाला अजूनही वेडाच वाटत असेल तर मी त्या प्रेताची विल्हेवाट कशी लावली हे ऐकलंत, की तुम्हाला माझ्याबद्दल कोणतीही शंका

राहणार नाही. मी भराभर पुढच्या कामांना लागलो. पण अर्थातच कुठलाही आवाज न होऊ देता. पहिली गोष्ट म्हणजे मी म्हाताऱ्याचे हात, पाय, डोकं आणि धड सगळं तोडून वेगळं केलं. माझ्या खोलीत धान्याचं एक रिकामं पोतं तयार ठेवलं होतं. ते आणून त्यात म्हाताऱ्याचे सगळे अवयव भरून टाकले. माझ्याच खोलीत जाजमाच्या खालच्या फरशा काढून त्या खाली एक खड्डा मी मागच्या आठ-दहा दिवसांत तयारच करून ठेवला होता. म्हाताऱ्याच्या प्रेताचं पोतं मी माझ्या खोलीत आणलं. जाजम बाजूला केलं, मोकळ्या केलेल्या चार फरशा काढल्या. पोतं खड्ड्यात टाकलं. फरशा परत बसवून ठेवल्या. त्यावर जाजम पसरलं आणि म्हाताऱ्याची आणि माझी खोली स्वच्छ केली. हे सगळं व्हायला जवळजवळ वीस-पंचवीस मिनिटं लागली. सगळं संपवून दिवा विझवून मी पलंगावर आडवा झालो.

पाचच मिनिटांत दारावर ठकठक झालं. मी उठून दार उघडायला गेलो. आता घाबरण्यासारखं काय होतं? मी पूर्ण निर्धास्त झालो होतो. बाहेर तीन माणसं उभी होती, पोलीस. शेजाऱ्यांपैकी कुणीतरी माझं आणि म्हाताऱ्याचं ओरडणं ऐकलं होतं आणि त्यामुळे पोलिसात वर्दी दिली होती. मी पोलिसांचं मन:पूर्वक स्वागत केलं. त्यांना माझ्या खोलीत घेऊन आलो. त्यांनी मला त्यांच्याकडे आलेल्या तक्रारीबद्दल सांगितलं.

मीपण त्यांना सांगितलं, ''हो, अर्ध्या-पाऊण तासापूर्वी मी झोपेत घाबरून उठलो आणि ओरडलो.''

म्हातारबुवा मात्र दोन दिवसांपूर्वीच परगावी गेल्याचं सांगितलं. तरीही मी म्हटलं, ''पण तरीही हवालदार साहेब, या या. आत येऊन तुम्ही एकदा सगळी खात्री करून घ्या.''

पोलीस माझ्यापाठोपाठ म्हाताऱ्याच्या खोलीत आले. मी सारं काही आधीच व्यवस्थित आवरून ठेवलं होतं. पोलिसांनी दिवे लावून खोली नीट न्याहाळली, पण कुठेच काही वावगं नव्हतं. म्हाताऱ्याची खोली तपासून झाल्यावर ते परत माझ्या खोलीत आले. एव्हाना त्यांना माझ्या सज्जनपणाबद्दल खात्री वाटायला लागली होती.

मी तीन खुर्च्या ओढल्या आणि खोलीच्या मध्यभागी जाजमावर तिथंच ठेवल्या, जिथं खालती थोड्याच वेळापूर्वी म्हाताऱ्याला मूठमाती मिळाली होती. पोलिसांनी केलेल्या चौकशीत मी अगदी हसतखेळत उत्तरं दिली. हळूहळू सध्याची परिस्थिती, राजकारण अशा विषयांवर गप्पा निघाल्या.

पंधरा-वीस मिनिटांनंतर मात्र मला अस्वस्थ वाटायला लागलं. पोलीस कधी निघताहेत, याचीच मी वाट पाहायला लागलो. माझं डोकं दुखायला लागलं आणि कानात मला वाटतं कसलातरी आवाज यायला लागला. पोलीस तर हालायचं नावच घेईनात. कानातला आवाज वाढत होता. अगदी निश्चित. त्या अस्वस्थतेपासून सुटका मिळावी म्हणून मी जास्तीत जास्त मोकळेपणानी बोलायला सुरुवात केली. पण

कानातला आवाज वाढतच होता आणि लवकरच माझ्या लक्षात आलं आवाज कानातला नव्हताच....

मला वाटतं, त्या आवाजानं मी जास्तच निस्तेज झालो. आवाज वाढायला लागला, तसा मीपण जास्त जास्त बोलायला लागलो... आणि तेही मोठ्या आवाजात, पण हा मला सतावणारा आवाज काही मला सोडेना. मी बोलताना हातवारेपण जोरजोरात करायला लागलो. आवाज... मोठ्ठा आवाज...

'हॅऽऽ हे पोलीस साले आता निघत का नाहीयेत? मी येरझारा घालायला लागलो, पण डोक्यावर पडणारे हे आवाजाचे घण... जोरात... जोरात... अजून जोरात. आता तर कानठळ्या बसतायत. पोलिसांना लेकाच्यांना काहीच ऐकू येत नाहीये? एवढ्या आरामात कशा काय गप्पा मारतायत ते?'

आणि तेवढ्यात माझ्या लक्षात आलं... हा आवाज तोच होता... हो हो तोच... तासाभरापूर्वी मी ऐकलेला म्हाताऱ्याच्या हृदयाचा आवाज... ठक ठक... बरोबर तोच. पोलिसांना शंका येतीये वाटतं.

'पण हा आवाज... पोलीस माझ्याकडेच का बघतायत? आवाज बंद का होत नाहीये? देवा सोडव यातून... आ....'

''हरामखोरांनो, या या. पकडा मला. पकडा. उचला, उचला हे जाजम. या खालतीच तो गिधाड्या झोपलाय, गिधाड्या. पकडा... पकडा....''

■

(एडगर ॲलन पो यांच्या 'टेल-टेल हार्ट' या इंग्लिश कथेवर आधारित)

प्रेम

संध्याकाळी पुण्याहून निघालेली झेलम एक्सप्रेस झाशी स्टेशनवर खूप वेळ ताटकळली होती, दुसऱ्या कुठल्यातरी लहानशा गावातून येणारी शटल अजून आली नव्हती. ती शटल आल्यानंतर तिच्यामधील प्रवाशांना झेलम मिळावी, याकरिताच ती ताटकळली होती.

पहाटेच्या सुमारास सेकंड क्लास जनरल डब्यातले प्रवासी पेंगूनपेंगून एकमेकांच्या खांद्यावर डोकी टेकून झोपले होते आणि अशातच एक लठ्ठ बाई डब्यात चढली अन् तिच्या पाठोपाठ तिचा नवरा, काटकुळा, बारीक खोल गेलेल्या निस्तेज डोळ्यांचा. डब्यातल्या प्रवाशांनी इकडेतिकडे सरकून बाईंना आणि तिच्या पतिराजांना जागा करून दिली. पतिराजांनी बॅग, पिशवी वगैरे सगळं व्यवस्थित ठेवलं आणि नंतर सहप्रवाशांकडे कृतज्ञतापूर्वक बघितलं.

"सगळं ठीक आहे ना?" त्यानं बायकोला विचारलं. पण नवऱ्याला उत्तर देण्याऐवजी तिनं दोन्ही हातांनी आपला चेहरा पदरामध्ये झाकून धरला होता. आतल्याआत तिला बहुतेक हुंदका फुटला होता.

आजूबाजूचे प्रवासी नवरा-बायकोकडे प्रश्नार्थक नजरेनं बघत होते आणि मग नवऱ्यानंच सगळ्यांना सांगितलं की, त्यांचा एकुलता एक मुलगा दिल्लीत कॉलेजशिक्षणासाठी गेला आणि कॉलेज संपल्यावर सैन्यात भरती झाला. खरंतर त्याच्या आईला त्यानं सांगितलं होतं की, फक्त पाच वर्षंच हौस म्हणून त्यानं ही नोकरी घेतली होती, पण आता मध्येच हे युद्ध सुरू झालं. दोन दिवसात त्याला सीमेवर धाडणार आहेत, अशी काल तार आली होती आणि म्हणून आम्ही त्याला भेटायला चाललोय. पुढे काय होणार आहे, ईश्वरालाच ठाऊक.

लठ्ठ बाईनं अजूनही चेहरा झाकूनच धरला होता. तिला वाटत होतं की,

गाडीतल्या इतर प्रवाशांना आपलं दु:ख काय कळणार? कोरडी सहानुभूतीसुद्धा कुणी दाखवेल का नाही शंकाच. खिडकीजवळचा प्रवासी हे बोलणं कान देऊन ऐकत होता.

तो म्हणाला, ''अहो, देवाची दया आहे. तुमच्या मुलाला आता सीमेवर पाठवतायत ते. माझा मुलगा तर कधीपासून सीमेवरच आहे. पंधरा दिवसांपूर्वी तो जखमी झाला म्हणून हॉस्पिटलमध्ये आला होता आणि तिथूनही बरा होऊन परत सीमेवरच पाठवलाय त्याला.''

''अहो, माझे तर दोन मुलगे आणि तीन भाचे सीमेवर आहेत.'' आणखी एक जण म्हणाला.

''शक्य आहे, पण आमच्याबाबतीत म्हणजे... आम्हाला एकच मुलगा आहे हो. तीच आमच्या साऱ्या आयुष्याची पुंजी आहे.'' नवऱ्यानं म्हटलं.

''अहो, पण म्हणून काय बिघडलं? उलट एकच मुलगा आहे म्हणून अतिलाडानं तो बिघडूसुद्धा शकतो, पण तेच तुम्हाला एकापेक्षा अधिक मुलं असतील तरी सगळ्या मुलांवर तुम्ही तेवढंच प्रेम कराल ना? प्रेम काय भाकरीसारखं असतं? की एकच मुलगा आहे म्हणून त्याला संपूर्ण भाकरी दिली आणि चार मुलं असतील तर प्रत्येकाला चतकोर-चतकोर वाढली? प्रेमाला मुलांच्या संख्येनं भागता थोडंच येतं? कितीही मुलं असली तरी सगळ्यांवर सारखंच प्रेम करतो आपण. माझी दोन मुलं सीमेवर आहेत, म्हणून प्रत्येकाबद्दल अर्धंअर्धं दु:ख वाटतंय का मला? उलट दुप्पट....''

''बरोबर आहे, बरोबर आहे तुमचं म्हणणं, पण त्यांचा दोन मुलं सीमेवर असतील त्यातल्या एका मुलाचं... समजा... म्हणजे मला काय म्हणायचंय... समजा काही बरंवाईट झालं.'' नवरा बोलताबोलताच थोडा अवघडला, ''तरीसुद्धा त्यांना धीर द्यायला दुसरा मुलगा असतोच... पण... आमचं....''

''खरं आहे तुमचं म्हणणं.'' समोरच्या बाजूचा एक जण म्हणाला, ''दुसरा मुलगा धीर द्यायला तर असतोच. शिवाय तुमच्या जगण्याचं ध्येयही तो मुलगाच असतो. ज्यांचा एकच मुलगा असतो आणि त्याचंच काही बरंवाईट झालं तर आईबापांच्या आयुष्यालाही काय अर्थ उरतो? मी तर म्हणतो अशा वेळी त्यांनी आपली आयुष्यं आणि त्याबरोबर सारी दु:खंही संपवून टाकावीत. आता बोला, या दोन्हीतली जास्त वाईट परिस्थिती कोणती?''

''सगळा मूर्खपणा आहे.'' नवऱ्याच्या शेजारी बसलेला जाडजूड, धिप्पाड, झुपकेदार मिशांवाला मनुष्य ठासून बोलला. तो जोरजोरात श्वासोच्छ्वास करत होता. त्याच्या मोठ्या गरगरीत डोळ्यांमधून त्याच्या जीवनाची आकांक्षा जणू फुटून बाहेर पडू पाहत होती.

''सगळाच मूर्खपणा आहे.'' तो परत एकदा म्हणाला, ''हे तुम्हा लोकांचं बोलणं सगळंच मूर्खपणाचं आहे. आपण मुलांना जन्म देता ते आपल्या फायद्यासाठी! निव्वळ

आपल्या वैयक्तिक स्वार्थासाठी.''

सगळे जण त्याच्याकडे बघू लागले. त्याला नक्की काय म्हणायचंय कुणाच्याच लक्षात येईना, पण ज्याचा मुलगा एकदा जखमी होऊन पुन्हा सीमेवर गेला होता तो म्हणाला, ''साहेब तुमचं म्हणणं रास्त आहे. आपली मुलं ही आपली मुलं नाहीयेत. ती या देशाची मुलं आहेत.''

''आपल्या मुलांना आपण जन्म देतो, त्या वेळेस आपल्या डोक्यात देशाचे विचार असतात?'' धिप्पाड माणसानं पुन्हा पुढे चालू केलं, ''आपल्या मुलांचे जन्म होतात कारण... कारण त्यांचे जन्म व्हायचेच असतात. पण एकदा का त्यांनी जन्म घेतला की, आपलं आयुष्य त्यांच्या आयुष्याबरोबर बांधलं जातं आणि आपलं आयुष्य त्यांच्याबरोबर बांधलं जातं, याचा अर्थ त्यांचं आपल्याबरोबर बांधलं जातंच असं नाही. सहसा आईवडिलांना हे लक्षात का येत नाही, हेच मला कळत नाही. आपलं आयुष्य त्यांच्याबरोबर बांधलं जातं, म्हणून तसंच त्यांचंही आपल्याबरोबर बांधलं गेलंय, असं आपण गृहित का धरतो? मुलं ज्यावेळेला वीस-बावीसची होतात, त्या वेळेला आपण वीस-बावीसचे असताना जसे होतो, तशीच होतात. आपल्यालाही आपल्या विशीत आईवडील होतेच की, पण त्याचबरोबर इतरही गोष्टी होत्या. मित्र, मैत्रिणी, सिगारेट, प्रवास, नवे संबंध... पण त्याचबरोबर त्या काळात आपल्या देशाला जर आपली गरज पडली असती, तर आपणही धावून गेलो असतो. अगदी आईवडिलांनी नाही म्हटलं असतं तरीही गेलोच असतो. आजही आपलं देशप्रेम तेवढंच तीव्र आहे. पण फरक असा आहे की, आज त्याहीपेक्षा पुत्रप्रेम अधिक तीव्र आहे. आपल्यापैकी कुणीसुद्धा असा आहे का की, जो मुलाच्या जागी स्वत: रणभूमीवर जाईल?''

प्रवाशांत शांतता पसरली होती आणि मान्यतादर्शक मानापण हालत होत्या.

''मग मुलांच्या विशीतल्या भावना आपण समजून का घेत नाही? त्यांना देशप्रेम वाटणं साहजिक आहे आणि त्यांचं देशावरचं प्रेम, आपल्यावरच्या प्रेमापेक्षा जास्त असणं स्वाभाविकपण आहे. मुलं आपल्याकडे म्हातारी माणसं, जास्त कष्ट न करू शकणारी माणसं या नजरेनं पाहतात. त्यात गैर काय आहे? जर देश आहे आणि आपल्याला आपल्या देशाचं महत्त्वही आहे, अगदी रोजच्या मीठभाकरीइतकाच देशही जर महत्त्वाचा आहे, तर भाकरी मिळवणं जेवढं गरजेचं आहे, तेवढंच भाकरीचं रक्षण करणंही गरजेचं आहे. आपली मुलं तेच करतायत. आपल्या मुलांना तुमच्या अश्रूंची गरज नाहीये आणि आपल्या मुलांसाठी तुम्ही अश्रू ढाळायची आवश्यकता नाहीये. कारण एकतर आपली मुलं खरंच फार मोठं काम करतायत आणि दुसरं म्हणजे ती त्यांच्या विशीत आहेत. आज त्यांना मरण आलं तरीही त्यांना जगातली दु:खं, घाणेरडेपणा, स्वार्थीपणा, संकटं, भ्रमनिरास हे काहीही बघावं लागणार नाही. मरताना ही मुलं समाधानी आणि उन्नत आहेत. तुम्ही लोक रडताय का? अरे माझ्याकडे पहा... मी हसत राहू शकतो, तसंच हसत रहा. निदान देवाचे

आभार माना. माझ्या मुलानं मरताना माझ्यासाठी निरोप पाठवला की, आयुष्यात जेवढं जास्तीतजास्त मोठं मरण मिळू शकतं, तेवढं मोठं मरण मला मिळतंय. म्हणूनच मी पूर्ण समाधानी आहे... त्यामुळे माझ्या मुलाच्या मृत्यूचा मी शोक करत नाहीये, बिल्कुल नाही....''

धिप्पाड माणसाचे ओठ थरथरत होते. डोळ्यांत अश्रू तरळले होते. तो जोरात हसला. त्याला स्वत:च्या हसण्याला आवर घालता येत नव्हता. वातावरण अधिक करुण बनलं होतं.

''बरोबर आहे... बरोबर आहे....'' बाकीच्यांनी हलक्या आवाजात प्रतिसाद दिला.

लठ्ठ स्त्री एवढा वेळ त्या माणसाचं बोलणं कान देऊन ऐकत होती. आजपर्यंत तिचा नवरा, ओळखीचे, नातेवाईक यांच्या शब्दांमधून ती स्वत:साठी धीर शोधायची. ती शोधत राहायची की, एखाद्या आईनं आपल्या मुलालाच संकटात ढकलल्याचं कुणी समर्थन करतंय का आणि दुर्दैवानं कुणाच्याच शब्दांमध्ये तिला तो धीर, ते समर्थन सापडायचं नाही.

पण आज या धिप्पाड प्रवाशाच्या बोलण्यानं मात्र ती आश्चर्यचकित झाली. तिची चूक तिला उमगली. तिला पुरेसा धीर देऊ न शकण्यात लोकांची काय चूक होती? उलट चूक तिचीच होती. जे लोक धीरोदत्तपणे स्वत:च्या मुलांना युद्धभूमीवर लढायला, मरण जवळ करायला पाठवू शकत होते, त्या लोकांएवढं ती स्वत:ला मोठं बनवू शकली नव्हती.

धिप्पाड मनुष्य आपल्या मुलाची शौर्यकथा इतरांना सांगत होता. पुढं झुकून, लक्ष देऊन ती धिप्पाड माणसाचं बोलणं ऐकू लागली. तिला हे सारंच नवीन होतं. स्वत:च्या मुलाच्या मृत्यूबद्दल जो पिता ठासून, अभिमानानं बोलू शकत होता, त्याची प्रत्येक जण वाहवा करत होतं. तिला याचंच अप्रूप वाटत होतं.

मग अचानक एखाद्या स्वप्नातून जागं झाल्याप्रमाणे तिनं त्या धिप्पाड माणसाला विचारलं, ''आणि मग... पुढे काय झालं? खरंच गेला तुमचा मुलगा?''

सगळ्यांच्या नजरा तिच्याकडे वळल्या. गाडी कुठल्याशा पुलावरनं धडधडत जात होती. धिप्पाड माणसानं त्याचे अश्रूयुक्त, गरगरीत डोळे तिच्याकडे वळवले. तिच्या त्या मूर्ख प्रश्नावर काय उत्तर द्यावं, हेच त्याला सुचेना. तो तिच्याकडे बघत राहिला आणि निमिषार्धात त्याच्या लक्षात आलं की, त्याचा मुलगा खरंच गेला होता... परत कधीच न येण्यासाठी गेला होता... त्याचा मृत्यू झाला होता....

धिप्पाड माणसाचा चेहरा त्या विचारांसरशी बदलत गेला. खिशातून त्यानं रूमाल बाहेर कढला आणि रूमाल चेहऱ्यावर धरून तो ओक्साबोक्शी रडायला लागला.

■

(ल्विगि पिरांदिलो यांच्या 'वॉर' या इंग्लिश कथेवर आधारित)

इडिपस कॉम्प्लेक्स

त्या काळात आम्ही हिमाचल प्रदेशातल्या एका छोट्याशा गावात राहायचो. बाबा सैन्यात होते आणि मला वाटतं की, त्या वेळेस युद्धपण चालू होतं. नक्की आठवत नाही. कारण मी त्या वेळेला अगदी लहान होतो, दोन किंवा तीनच वर्षांचा. बाबांची आणि माझी त्या काळात फारशी गाठभेट व्हायचीच नाही कधी.

मला त्या काळातले बाबा फक्त पुसटपणे आठवतायत, ते म्हणजे रात्री-पहाटे कधीतरी मला जाग यायची आणि घरात कंदील किंवा मेणबत्तीच्या प्रकाशात हिरव्या युनिफॉर्ममधला एक धिप्पाड माणूस माझ्याकडे पाहत असायचा किंवा कधीकधी सकाळी लवकर घराचा दरवाजा आपटल्याचा आणि नंतर बाहेरच्या फरसबंदीवर मोठ्या सैनिकी बुटांचा खाडखाड असा लांबलांब निघून जाणारा आवाज ऐकू यायचा. बाबांचं आवागमन त्या काळात असंच असायचं.

माझ्या वडिलांच्या अशा धावत्या भेटीगाठी मला आवडायच्या. या काळात अर्थात एक अडचण असायची की, सकाळीसकाळी आईच्या खोलीत, तिच्या कुशीत जाऊन झोपायचं म्हटलं की, आई आणि बाबांच्या मध्ये झोपायला फार दाटी व्हायची. पण बाकी बाबांच्या अंगाला येणारा सिगारेटचा मस्त वास आणि त्यांचं ते अगदी तल्लीन होऊन दाढी करत राहणं, सगळं बघायला खूप गंमत वाटायची.

सर्वांत महत्त्वाचं म्हणजे प्रत्येक वेळी येताना ते खूप गमती आणायचे. कधीकधी छोटेछोटे रणगाडे, कधी गुरख्यांची कुकरी, कधी खांद्यावरचे-टोपीवरचे बिल्ले, कायकाय असायचं! बाबा ते सगळं एका विशिष्ट डब्यात ठेवून, डबा कपाटाच्या वर ठेवून द्यायचे. 'कधी लागलं तर पटकन सापडावं,' म्हणून. प्रत्येक गोष्ट बाबा 'कधी लागलं तर पटकन सापडावं,' अशीच ठेवायचे, म्हणजे काय ते मला कधीच कळलं नाही.

बाबांची पाठ वळली रे वळली की, मी लगेच खुर्चीवर चढून कपाटावरचा डबा काढायचो. मग काय खेळणीच खेळणी आणि आईपण काही म्हणायची नाही, ती खेळणी घेतली म्हणून. युद्ध म्हणजे माझ्या आयुष्यातला सर्वांत शांत काळ होता म्हणाना!

माझ्या खोलीला पूर्वेकडची खिडकी होती आणि आईनं त्या खिडकीला छोट्या गुलाबी फुलांचा पडदापण लावला होता. पण तरीही सकाळी उजाडायला लागल्यालागल्याच मला जाग यायची. उताणं झोपलेलो असलो की, माझ्या पांघरुणातून बाहेर आलेली माझी दोन्ही छोटीछोटी गोबरी पावलं मला दिसायची. मी त्यांची नावं उजवेराव आणि डावेराव अशी ठेवली होती. मग उजवेराव आणि डावेरावाच्या मस्त गप्पा रंगायच्या. त्यातल्या त्यात उजवेराव चांगलाच चळवळ्या होता. त्यामुळे बऱ्याचशा वेळेला बिचाऱ्या डावेरावाला उजवेराव म्हणेल ते मान्यच करावं लागायचं.

उजवेरावाच्या आणि डावेरावाच्या गप्पांना खूप विषय असायचे. आईबरोबर आज कुठेकुठे जायचं आणि कायकाय विकत घ्यायचं. देवाला आज कायकाय खेळणी मागायची, शेजारच्या पिंकीशी कट्टीच करून टाकायची, आपल्याकडे नवीन बाळ आणायचं का नाही?

आमच्या कॉलनीत सगळ्यांकडे छोटीछोटी बाळं होती, फक्त आमच्याकडेच नव्हतं. आईचं म्हणणं होतं, नवीन बाळ आणायला शंभर रुपये लागतात. बाबा युद्धावरून परत आले की, ते शंभर रुपये देतील आणि मग आपण बाळ आणू. पण मुन्नीचे बाबा किती गरीब होते. त्यांच्याकडे होते का तरी शंभर रुपये, तरी त्यांनी बाळ आणलंच ना नवीन? पण आईला अगदी शंभर रुपयेवालं चांगलंच बाळ हवं होतं ना. खरंतर मुन्नीकडच्या बाळासारखं बाळपण आम्हाला चाललं असतं. पण आईला कोण समजावणार?

उजवेराव अन् डावेरावांच्या गप्पा संपल्या आणि आज कायकाय करायचं ते ठरलं की, मग मी उठून आईच्या खोलीत जायचो, आईच्या पलंगावर मस्त लोळायचो. केवढा मोठा पलंग होता तो! आईपण मला कुशीत घ्यायची, माझे पापे घ्यायची आणि मग मी आईला आज कायकाय करायचं ठरलंय, ते सांगायचो. आईच्या ऊबदार पांघरुणात इतकं मस्त वाटायचं आणि त्यात परत कधी झोप लागायची कळायचंपण नाही. एकदम जाग यायची, त्या वेळेला आईचा स्वयंपाकघरात काहीतरी काम केल्याचा आवाज यायचा.

सकाळी उठून अंघोळ वगैरे करून मी आणि आई देवळात जायचो. आई देवाची पूजा करायची. मला सांगायची की 'बाबा सुखरूप आणि लवकर परत येऊ दे,' अशी देवाजवळ प्रार्थना कर. मग मी देवाला तसं सांगायचो. देव कधी आमचं ऐकणार होता कुणास ठाऊक? देवपूजेनंतर आम्ही परत घरी यायचो आणि आई माझ्यासाठी

काहीतरी खाऊ करायची.

दुपारी, मी आणि आई परत बाहेर जायचो. बाजारात जाऊन कायकाय विकत तरी घ्यायचो किंवा आईच्या एखाद्या मैत्रिणीकडे जायचो. मग आई मैत्रिणींनापण सांगायची की, 'आमचे बाबा युद्धातून सुखरूप परत येऊ देत,' अशी देवाजवळ प्रार्थना करा.

परत रात्री झोपतानापण ती मला देवाची प्रार्थना करायला लावायची. अर्थात त्या काळात मला त्या सगळ्याचा अर्थ फारसा समजायचा नाही.

...आणि एक दिवस सकाळी खरंच बाबा आले. नेहमीसारखं हिरवा युनिफॉर्म न घालता बाबांनी निळा शर्ट आणि काळी पँट घातली होती आणि आमच्याबरोबर देवळातपण आले.

आईला एवढा आनंद झाला होता! पण त्यात आनंद वाटण्यासारखं काय होतं? कारण हिरव्या युनिफॉर्मपेक्षा त्या साध्या कपड्यात बाबा काहीतरीच दिसायचे. पण आई म्हणाली, 'देवानं आपली प्रार्थना ऐकली.' आईनं त्यादिवशी देवळात खूप वेळ पूजा केली.

आम्ही घरी आलो तर बाबांनी घरातले कपडे, घरातल्या चपला घातल्या. खुर्चीवर शिष्टासारखं एकावर एक पाय टाकून बाबा आईशी खूप काहीतरी बोलत बसले आणि आईपण चिंतातूरपणे सगळं ऐकत होती. पण मला काही ते आईचं असं चिंताग्रस्त होणं आवडलं नाही. कारण अशा वेळेला आईचा सुंदर चेहरा अगदी वाईट्ट दिसायचा. बाबा तर तिला सारखं चिंतातूर करत होते. त्यामुळे ते बोलत असताना मग मी मध्येच बोललो.

"ऐक जरा चिंटू," आई हलकेच म्हणाली.

आमच्याकडे कधीकधी कुणीकुणी पाहुणे यायचे आणि काहीतरी बडबड करत बसायचे, त्या वेळेलापण आई असंच 'ऐक जरा,' म्हणायची. त्यामुळे या 'ऐक जरा चिंटू,' कडे लक्ष न देता मी माझं बोलणं चालू ठेवलं.

"चिंटू जरा गप्प बस पाहू." आई न राहवून म्हणाली, "मी आणि बाबा बोलतोय ना एकमेकांशी?"

'बोलतोय ना एकमेकांशी?' माझ्या आयुष्यात पहिल्यांदाच मी असले काहीतरी शब्द ऐकत होतो, म्हणजे एवढ्याचसाठी मी रोज देवाची प्रार्थना करायचो का?

"पण तुम्ही दोघं एकमेकांशी का बोलताय?"

"कारण चिंटू आम्ही कामाचं बोलतोय. आता परत मध्येमध्ये बोलू नको." आईनं मला दटावलं.

दुपारी चहाच्या वेळेला 'बोलतोय ना एकमेकांशी,' परत चालू झालं आणि या वेळेस तर प्रकरण आणखीनच गंभीर होतं. कारण बाबांनी वर्तमानपत्र हातात धरलं होतं. ते दर दोन मिनिटांनी ते खाली करायचे आणि त्यातलं नवीन काहीतरी आईला

सांगायचे. बाबा चिडीचा डाव खेळत होते. कारण त्यांच्यापेक्षा मी माझ्याकडे आईचं लक्ष वळवण्यात जास्त वाकबगार निश्चितच होतो. पण ते मला तशी संधीच मिळू देत नव्हते. त्यांचं आपलं बोलणं चालूच. किती वेळा मी विषय बदलण्याचा प्रयत्न केला, पण सगळं व्यर्थ.

"चिंटू, बाबा वाचत असताना असं मध्येमध्ये बोलायचं नाही. चूप बस बघू." आईनं परत मला दटावलं.

हं... म्हणजे एकतर आईलाच माझ्याशी बोलण्यापेक्षा बाबांशी बोलणं खरंच मनापासून आवडत होतं किंवा ती बाबांना घाबरत होती.

"आई, मी परत देवाची प्रार्थना केली तर देव बाबांना परत युद्धावर पाठवेल?" रात्री झोपायचे कपडे मला घालत असताना मी आईला विचारलं.

"नाही रे बाबा!"

"का?"

"कारण आता युद्ध संपून गेलंय."

"पण मी देवाची प्रार्थना केली तर देव परत युद्ध चालू करेलच की."

"नाही रे राजा, देव युद्ध चालू करत नाही. वाईट माणसं ते चालू करतात आणि देव ते बंद करतो."

हं... म्हणजे मला वाटत होतं तेवढं हे देवबाप्पा प्रकरण सोपं नव्हतं. माझा चांगलाच हिरमोड झाला.

दुसऱ्या दिवशी सकाळी नेहमीसारखंच उजवेराव-डावेरावांच्या गप्पा झाल्यानंतर मी आईच्या खोलीत गेलो. मला रोजच्यासारखंच आईच्या मऊमऊ अंथरूणात परत झोपायचं होतं. पण आईच्या शेजारी बिल्कुल जागा नव्हती. त्यामुळे मी मग आई आणि बाबांच्या मध्ये कसाबसा घुसलो.

हॅ! बाबा म्हणजे काय माणूस होता! निम्मा पलंग त्यांनी वापरणं ठीक होतं; परंतु इथं तर ते सरळसरळ आईच्या हद्दीत घुसले होते.

'या माणसाला काहीतरी धडा शिकवावाच लागणार,' मी विचार करत होतो.

आईबाबांच्या मध्ये घुसून मी बाबांच्या दिशेनी यथेच्छ दुगाण्या झाडल्या. त्याचा एक फायदा झाला. बाबा त्यांच्या हद्दीत परत गेले, आईला आणि मला मोकळं झोपायला जागा मिळाली.

थोड्या वेळानं रोजच्यासारखीच आई उठली.

"आई, आपण ना...."

मी जोरात बोलायला सुरुवात करतो न करतो तोच आई म्हणाली, "श्शूऽऽऽ बाबा झोपलेत ना?"

अरे बापरे... हे तर 'बोलतोय ना एकमेकांशी,' पेक्षाही भयंकर होतं. आईला काय झालंय तरी काय?

"बाबांना त्रास देऊ नको.'' आईनं दबक्या स्वरात दटावलं.

"का?''

"कारण बाबा थकलेत.''

पण आतापावेतो बाबांना जाग आलीच होती. बराच वेळ मनगट डोळ्याच्या अगदी जवळ धरून त्यांनी किती वाजलेत ते बघितलं.

"चहा करू ना?'' मंद स्मित करत दबक्या स्नेहार्द्र स्वरात आईनं बाबांना विचारलं.

माझ्या आयुष्यात आईचा हा आवाज मी पहिल्यांदाच ऐकत होतो, म्हणजे खरंच तिला माझ्यापेक्षा बाबा जास्त आवडायला लागले होते की काय?

"चहा? एवढ्या लवकर? किती वाजलेत माहिती आहे का?'' बाबांनी आईला विचारलं.

"हो. कारण चहा पिऊन झाला की, मी आणि आई रीटाआंटीच्या केकशॉपमधे जाणार आहोत.'' मी मुद्दाम जरा जास्त ठासून बोललो.

"चिंटू, बडबड ताबडतोब बंद झाली पाहिजे.'' आई खरं चिडून म्हणाली.

माझ्या डोळ्यांत पाणी आलं. यात एवढं चिडण्यासारखं काय होतं? या दोघांचंही लक्षण काही ठीक दिसत नव्हतं. बाबा या माणसाबद्दल माझं फारसं चांगलं मत नव्हतंच. पण आई सुद्धा...? आणि माझं बोलणं बंद करण्याची ही काय पद्धत झाली? मी फार अपमानित झालो होतो.

प्रत्येक बारीकसारीक गोष्टीतून ते दोघे जण माझी उपेक्षाच करत होते. आम्ही नवीन पलंग बनवले होते. त्या वेळेला मी आईला म्हणालो होतो, एकच पलंग बनवूया. मी तुझ्या कुशीतच झोपणार. मग दुसरा पलंग काय करायचाय? तर आई म्हणाली होती की, वेगवेगळ्या पलंगावर झोपणं आरोग्यासाठी चांगलं असतं आणि बाबा तर आता सरळ तिच्या पलंगावर झोपत होते. तिच्या आरोग्याचा काही विचार? आणि आईलापण ते चालत होतं.

बाबा उठले, स्वयंपाकघरात गेले, त्यांनीच चहा बनवला आणि आईच्या खोलीत घेऊन आले. एक कप स्वतःसाठी आणि एक कप आईसाठी...! या घरातला मीही एक सदस्य आहे ना? मग मलाच अशी वागणूक का? जर हे घर आमच्या तिघांचंही होतं तर प्रत्येक गोष्ट प्रत्येकाला समान मिळालीच पाहिजे.

"चिंटू बाळा, माझी एक गोष्ट ऐकणार?'' त्या दिवशी रात्री झोपायचे कपडे घालताना आई म्हणाली.

"काय आई?''

"हे बघ, सकाळी माझ्या खोलीत यायचं नाही.''

"का?''

"कारण तू बोलतोस आणि मग बाबांची झोपमोड होते. बाबा काम करून

दमलेले असतात आणि त्यांना काळजीपण वाटत असते. त्यामुळे रात्री त्यांची नीट झोप होत नाही.''

''कसली काळजी वाटते बाबांना?''

''आपल्याला पैसे कसे मिळणार, याची काळजी आणि पैसे जर का मिळाले नाहीत, तर मग त्या देवळाच्याबाहेर तो भिकारी बसतो ना, तसं आपल्यालापण लोकांकडे भीक मागायला लागेल. चालेल तुला?''

''नाही.''

''मग सकाळी आमच्या खोलीत येऊन बाबांना त्रास द्यायचा नाही हं. ऐकशील ना नक्की?''

''हो नक्की.''

आईनं मग माझा एक गोड पापा घेतला. मला एक माहिती होतं की, पैसे ही भानगड काहीतरी गंभीर असते. त्यामुळे मी खरंच आईचं ऐकायचं ठरवलं.

दुसऱ्या दिवशी सकाळी उठल्यावर चिक्कार वेळ म्हणजे मला तर तो फारच वेळ वाटला, मी माझ्याच खोलीत खेळत बसलो. शेवटी कंटाळा आला आणि अगदीच न राहवून मी आईच्या खोलीत गेलो. आजतर आईच्या आणि बाबांच्या मध्ये झोपायला मला काही जागाच नव्हती. मी मग आईच्या अंगावरच झोपलो.

''आपलं काय ठरलं होतं?'' आईनं अगदी दबक्या आवाजात विचारलं.

''पण आई, मी किती वेळ एकटाच माझ्या खोलीत खेळलो ना.''

''ओ... आणि मग माझ्या बाळाला कंटाळा आला? बरं... बरं... पण आता बोलायचं नाही हां.''

''आं... पण आमाला बोलायचंय तुझ्याशी.''

''पण बाबांना झोपायचंय. त्यामुळे आवाज बंद.'' आईनं प्रेमळ दटावलं.

''आई, मला वाटतं, बाबा जर वेगळ्या खोलीत त्यांच्या स्वतंत्र पलंगावर झोपले तर ते त्यांच्या आरोग्याच्या दृष्टीनं फार चांगलं होईल.''

दोन मिनिटं शांततेत गेली.

''चिंटू, तुला जर बडबड करायची असेल तर ताबडतोब तुझ्या खोलीत जा. इथं थांबायचं असेल तर अवाक्षर येता कामा नये.''

मला सगळ्याचा अर्थ नीट उमगला. बाबांच्या आरोग्याचा विषय काढल्यावर लगेच मी आवाजही बंद करायचा का? माझी अवहेलना सहन न होऊन मी खाली उतरलो, पण उतरताना अगदी जीव खाऊन बाबांना एक लाथ लगावलीच. बाबा आणि मी आता एकमेकांचे शत्रूच बनलो होतो. रात्री आई मला गोष्ट सांगायला लागली की, बाबा मध्येच येऊन तिच्याशी काहीतरी बडबडायचे आणि आईबाबांचं 'बोलतोय ना एकमेकांशी,' चालू असलं की, मुद्दाम मध्ये जाऊन, मी विषय बदलायला बघायचो. पण एक गोष्ट नक्की की, बाबांनी माझ्यात आणि आईच्यात फूट पाडली होतीच. खरंतर बाबा काय दिसायला

सुंदर नव्हते, त्यांचा आवाजही जाडाभरडा आणि ते एकाच लयीत बोलत राहायचे. म्हणजे असल्या सगळ्या गोष्टीत मी त्यांच्यापेक्षा कित्येक पटींनी सरस होतो.

तरीपण आई त्यांच्या जाळ्यात कशी काय गुरफटली होती कुणास ठाऊक. ते करायचे तसंच मीपण आईशी वर्तमानपत्र हातात धरून बोलून बघितलं. ते पकडायचे तशीच सिगारेट हातात पकडून घरभर इकडेतिकडे केलं. त्याच्यावर मलाच फटका खावा लागला. बाबा बसत तस्संच खुर्चीवर बसून एकावर एक पाय टाकून हात डोक्याच्या मागे बांधून खूप वेळ बडबडही करून पाहिली, पण सारं व्यर्थ. आईला तरीही बाबाच जास्त आवडायचे वाटतं. त्यांच्या झोपायच्या खोलीत काहीतरी मेख असेल असं वाटलं म्हणून एक-दोनदा, माझं काहीच लक्ष नाहीये असं दाखवत, स्वत:शीच बडबडत खेळतखेळत मी त्यांच्या खोलीत भोचकपणे जाऊन आलो. तिरक्या नजरेनी हळूच त्यांच्यावर लक्ष होतंच, पण तिथंही काही वेगळं दिसलं नाही.

सरतेशेवटी मी एका निर्णयाला येऊन पोहचलो आणि ते म्हणजे मला लवकरात लवकर मोठं व्हावं लागणार. बाबांच्या आणि माझ्या स्पर्धेत, बाबा मोठे असल्यामुळे त्यांना खूप फायदा मिळत होता आणि खरंतर ते त्याचा गैरफायदाच जास्त उठवत होते.

"आई...."

एक दिवस संध्याकाळी चहाच्या वेळेस बाबांना स्पष्ट आवाजात ऐकू जाईल अशा आवाजात मी आईला म्हंटलं, "तुला माहिती आहे, लवकरात लवकर मोठ्ठं होऊन पहिली गोष्ट मी काय करायची ठरवलीये?"

"काय रे राजा?"

"मोठ्ठा झाल्याझाल्या मी तुझ्याशी लग्न करणार आहे."

मला माहीत होतं की, मी आईला जर खात्री दिली असती की, काही वर्षांतच मी तिच्याशी लग्न करून त्या राक्षसाच्या कचाट्यातून तिला मुक्त केलं तर तिला मनातून खूप बरं वाटलं असतं.

माझ्या त्या वाक्यावर आई खळखळून हसली आणि म्हणाली, "त्यानं काय होईल?"

"त्यानं आपण खूपखूप बाळं आणू शकू खेळायला." मी परत एकदा विश्वास दिला.

"हो? पण आत्ता थोड्या दिवसात आपल्याकडे एक बाळ येणारच आहे तुझ्याशी खेळायला." आई परत खळाळून हसली.

नवीन बाळ येणार या आईनं दिलेल्या बातमीनं माझेही पुढचे दिवस खूप उत्साहात गेले.

खूप मोठ्या आनंदात आणि जोशात आमच्या सोनूचं– माझ्या धाकट्या भावाचं आगमन झालं. मी सोनूविषयी कायकाय कल्पना मनात बोलून ठेवल्या होत्या. पण सोनू हे बाळ जरा वेडपटच होतं. कारण दिवसभर जेव्हा सगळं जग जागं असतं,

तेव्हा सोनू झोपलेलं असायचं आणि त्यामुळे बाळ झोपलेलं असलं की, मला घरभर आवाज न करता चालावं लागायचं. काही खेळायचं म्हटलं तरी आवाज येता कामा नयेत आणि आधीच्या 'बाबा झोपलेत ना....' ची जागा 'सोनू झोपलाय ना....' नी घेतली होती. हा म्हणजे नवीनच त्रास होऊन बसला होता.

मी कधीकधी आईचं लक्ष नाहीये असं बघून सोनूला जागं करण्यासाठी चिमटा काढायचो किंवा चापटी मारायचो. एकदा असं करताना मी पकडलो गेलो आणि मलाच मार खावा लागला होता. आताशा बाबांची जागा सोनूनं घेतली होती. आईला सदान्‌कदा सोनूचाच ध्यास लागलेला असायचा. बाबांच्या तुलनेत जशी मला अपमानास्पद वागणूक मिळत होती. तशीच सोनूच्या तुलनेतही मला दुय्यमच वागणूक होती. पण प्रकरण एवढ्यावर थांबलं नव्हतं. कारण सोनूच्या तुलनेत बाबांनाही दुय्यमच वागणूक मिळत होती.

आईचं वागणं तर आजकाल फारच विचित्र झालं होतं. तिला फक्त 'शोनू... शोनू....' आणि त्याचे लाड एवढंच दिसत होतं. खरंतर बाबापण या प्रकाराला थोडे वैतागले होते. मला साधारणपणे सारं लक्षात येत होतं.

आणि एक दिवस सकाळी मला धक्काच बसला. मी जागा झालो तर माझ्या अंगावर हात टाकून माझ्या शेजारी एक व्यक्ती झोपली होती. एक क्षण मला वाटलं की, अखेरीस आईचं डोकं ठिकाणावर आलं आणि बाबांना सोडून ती माझ्या शेजारी येऊन झोपलीये, पण तसं नव्हतं. माझ्या शेजारी बाबा झोपले होते आणि माझा विश्वासच बसेना! कारण मला कुशीत घेऊन बाबा म्हणत होते, "आज कायकाय करायचं ठरवलंय?"

हाऽऽ हाऽऽऽ! दोनच मिनिटांत सारा प्रकार माझ्या ध्यानात आला.

मी बाबांच्या पाठीवर सांत्वनात्मक थाप मारली आणि मनातल्या मनात म्हटलं, 'बच्चमजी, शेवटी तुमचीपण आईच्या खोलीतनं हकालपट्टी झालीच ना? जाऊ दे. हे दुःख मी खूप भोगलंय, पण आता तुम्ही माझ्या खोलीत आलायत, तर मी तुम्हाला आधार देईन. शेवटी आपण दोघं समदुःखीच आहोत.'

■

(फ्रँक ओ'कोनोर यांच्या 'इडिपस कॉम्प्लेक्स' या इंग्लिश कथेवरून)

कुलदीपक

कडेगावच्या पाटलांच्या वाड्यात— रावसाहेब पाटलांच्या वाड्यात धांदल उडाली होती. शिकारीला जायची तयारी चालली होती. रावसाहेब पाटील, त्यांचा मुलगा दिनकर, प्रांत चौधरीसाहेब आणि गावचे कोतवाल. पाटलांच्या माजघरात बसून चौघंही चार घास पोटात ढकलून घेत होते.

रावसाहेब पाटील म्हणजे कडेगावचे पाटील. पिढीजात चालत आलेलं वतन अन् त्या अनुषंगानं आलेला सारा सरंजाम, दगडी बांधकाम असलेला चौसोपी वाडा, नोकरचाकर, वाड्याच्या दिवाणखान्यातली तैलचित्रं, तुळया-पट्ट्यांवरचं नक्षीकाम, चांदीची भांडी, वाघाचं कातडं अन् महाराजांच्या वेळेपासून जतन केलेली ढालतलवार. वतनात मिळालेलं गाव अन् शे-दोनशे एकर शेती, नदीलगतची. पाटलांनी, त्यांच्या वाडवडिलांनी सगळं नीट सांभाळलं होतं.

रावसाहेबांचं व्यक्तिमत्त्वपण या सगळ्या सरंजामाला साजेसंच होतं. वय असेल पंचेचाळीस–सेहेचाळीस जास्त नाही, पण उंचनिंच धिप्पाड देहयष्टी, व्यायाम करून कमावलेलं कणखर शरीर, पिळदार मिशा, करडी नजर. शिकारीचा भारी शौक रावसाहेबांना. ठासणीच्या सात–आठ बंदुका होत्या रावसाहेबांकडे. इंग्रज सरकारचा खास परवाना होता या बंदुका बाळगण्यासाठी. इंग्रज साहेबाचा रावसाहेबांकडे बराच राबता होता. आजही शिकारीला जाण्याचा बेत होता. बरोबर होते प्रांत आणि कोतवाल– रावसाहेबांचे जीवश्च आणि मुलगा दिनकर.

दिनकर, तरुण, बावीस–चोवीस वयाचा, एकुलता एक. दहा वर्षांपूर्वी दिनकरची आई गेली, पण रावसाहेबांनी दिनकरला आईचं अन् बापाचं दोघांचंही प्रेम दिलं. काही कमी पडू दिलं नाही. शहरातल्या शाळेत पाठवून व्ह. फा. पर्यंत शिक्षण दिलं.

दिनकर हुशार होता, समंजस होता. शाळेतल्या मास्तरांची फार इच्छा होती की,

दिनकरनं पुढं शिकावं. पण रावसाहेबांना वाटायचं की, जास्त शिकून पोरगा साहेब झाला तर वतन कोण चालवणार? शेतीकडे कोण बघणार? लिहायवाचायला यायला लागलं, खूप झालं. हल्लीहल्ली रावसाहेबांनी त्याच्यासाठी मुली बघायलापण सुरुवात केली होती.

वाड्याच्या बाहेर मशाली घेऊन हाकारे उभे होते. धनगरी कुत्री लाळ गाळत ल्हाल्हा करत थांबली होती. मचाणाचं सामान घेऊन चार गडी आधीच पुढे गेले होते.

"मारुती हत्यारं कुठायत?" रावसाहेबांचा करडा आवाज घुमला.

"कवाधरनं ह्या काय चार बंदुका सापसुप करूनशानी उबा करून ठिवल्यात. दारूची पिटीपन काढून ठिवलीया. समदी तयारी हाये धनी."

रावसाहेब, प्रांत, कोतवाल आणि दिनकर चौघांनी चार बंदुका उचलल्या.

'ह्या ठासणीच्या बंदुका केव्हा दगा देतील काय नेम?'

सहज रावसाहेबांच्या डोक्यात शंका येऊन गेली. अंबाबाईचं स्मरण करून रावसाहेब अंधारात झपाझप चालत निघाले. पाठोपाठ सारा लवाजमा.

गावच्या पश्चिमेला गेलेली वाट, बैलगाड्या जाऊनयेऊन चाकोऱ्या पडलेली, सह्याद्रीच्या डोंगरांमध्ये घुसली होती. वेडीवाकडी वळणं घेतघेत ही वाट पुढे खाली थेट कोकणात उतरली होती. जंगल तर चार कोसांवरच चालू होत होतं. रावसाहेबांनी हीच वाट पकडली.

दोन मैल चालल्यावर रावसाहेब थांबले. मिट्ट काळोख अन् निबिड जंगल. रावसाहेब, प्रांत, कोतवाल, दिनकर आणि मारूती— रावसाहेबांचा खास नोकर, पाच जणांनी इथंच डावीकडे वळून जंगलात शिरायचं अन् पांदीनं खालच्या घळीत उतरायचं, हाकाऱ्यांनी मुख्य वाटेनं जाऊन डोंगरात शिरायचं अन् वरनं रान उठवायचं; असा बेत ठरला.

"तासाभरात बार उडाला नाही तरच रान उठवा. उगा आरडा करू नका." रावसाहेबांनी जाताजाता आज्ञा दिली.

दबक्या पावलांनी पाचही जण घळीत उतरू लागले. दहा-बारा मिनिटांत प्रत्येकानं आपापली जागा घेतली. काळोख मिट्ट होता. रातकिड्यांची किरकिर एकसुरात चालू होती. वाऱ्याच्या झुळूकेबरोबर पानांची सळसळ होत होती, अधीरता वाढत होती. श्वासोच्छ्वासाचा आवाजसुद्धा मोठा वाटत होता, आपलाच आपल्याला ऐकू येत होता.

वीस–पंचवीस मिनिटं अशीच नि:स्तब्धेत गेली. घळीत लहानमोठे दगड खूप होते, पावसाळ्यातल्या वाहत्या पाण्यानं गोल-वाटोळे झालेले. कसली तरी खसफस झाली. नक्कीच. एक दगड निसटून खाली पडत गेल्याचा आवाज झाला अन् पाठोपाठ कानठळ्या बसवणारा बार उडाला. पुन्हा नि:स्तब्ध, पुन्हा खसफस, खसफस, कुठलातरी प्राणी खालच्या दिशेनं चालला असावा. जेमतेम काही सेकंदंच

गेली असतील आणि अजून एक बार उडाला. तसाच मोठ्ठा आवाज. खालचा प्राणी जमिनीवर पडल्याचं जाणवलं अन् पाठोपाठ एक अस्फुट आवाजपण आला.

'हा आवाज माणसाचा तर नाही?'

सगळे अंदाज आवाजावरनंच बांधायचे. दिनकर अन् मारूती जवळजवळच होते.

"मारूती, दादांनी डुकरावर बार टाकलेला दिसतोय. पुढं जाऊन नीट बघ तर खरं."

"थांबा, कुनीही बार काढू नका. मीच हाये." मारूतीनं त्याचा जुना खणखणीत आवाज दिला, "खाली जनावर कुठं पडलंय त्ये जरा अंदाज घिवून येतो."

नेमक्याच दगडांवर पाय टाकत मारूती खाली गेला आणि मिनिटाभरातच ओरडायला लागला, "दिनकर, कोतवाल सायेब आरं हिकडं धावा. रावसाहेब पडल्याती, त्यांस्नी लागलंया. धावा लवकर."

कोतवालसाहेबांनी त्यांच्या जवळ असलेली मशाल पेटवली अन् धावत, उड्या मारत तिघेही खाली रावसाहेबांजवळ पोहचले.

रावसाहेब जमिनीवर पडले होते. दोन्ही हातांनी पोट दाबून धरून ते गडाबडा लोळत होते, तडफडत होते. मशालीच्या उजेडातही रक्ताचं थारोळं दिसत होतं.

"दादा, काय झालं दादा?"

"दिनकर... आ... या ठासणीच्या बंदुकीनं दगा दिला... देवा दगडाला अडखळून मी पडलो... बंदूकपण पडली अन् त्या धक्क्यानं बार उडाला. दिनकर गोळी पोटातच घुसलीये रे... आऽऽ... माझा कोथळा बाहेर पडतोय...."

मारूतीनं जोरजोरात हाका मारून वरच्या गड्यांना, हाकाऱ्यांना खाली बोलावून घेतलं, मशाली पेटल्या. बैलगाडी जोडून त्यानं दोन गड्यांना तालुक्यावरून ताबडतोब डॉक्टरला आणायला पाठवलं. एकाला मोरोपंतांना उठवायला पाठवलं. दोन गड्यांनी रावसाहेबांना अलगद उचलून घेतलं. दगडाधोंड्यांच्या घळीतून रावसाहेबांना उचलून वर आणणं सोपं काम नव्हतं. गड्यांनी शिकस्त केली. रावसाहेबांना कमीतकमी त्रास होईल, याची काळजी घेत सगळे झपाझप वाड्याकडे निघाले.

जखम चांगलीच मोठी होती. पोटातली आतडी दिसत होती. दिनकरचा धीर खचला होता. मोरोपंत आले. रावसाहेबांना वेदना सहन होत नव्हत्या. स्वच्छ पंचाच्या कापडानं मोरोपंतांनी रावसाहेबांचं पोट बांधून टाकलं अन् कसलसं चाटण उगाळून ते रावसाहेबांना थोडंथोडं देत होते. काळजीनं त्यांचा चेहरा ग्रासला होता.

"मोरोपंत, माझा शेवट आता लांब नाही. मृत्यूपूर्वी दिनकरशी मला एकांतात काही बोलायचंय."

मोरोपंतांनी खोलीतनं सगळ्यांना बाहेर चलण्याची खूण केली. दिनकर मुसमुसून रडत होता. रावसाहेबांच्या पलंगापाशी तो एकटाच उरला.

"दिनकर डोळे पूस अन् मी काय म्हणतो ते नीट ऐक. माझ्याकडे वेळ फार

थोडा उरलाय.''

"दादा, तालुक्याहून डॉक्टर एवढ्यात पोहचतीलच आणि सगळं काही ठीक होईल. तुम्ही शांत रहा, दादा.''

"दिनकर माझा शेवट मला दिसतोय. वेळ थोडा आहे. शांतपणे ऐक. दिनकर, सगळ्या गोष्टी समजण्याएवढा तू आता मोठा झालायस. दहा वर्षांपूर्वी तुझी आई गेली. तेव्हापासून दिनकर, मीच तुझी आई होतो अन् मीच बाप. तुझ्या आईला मी वचन दिलं होतं की, मी दुसरं लग्न करणार नाही. ती गेली त्या वेळेला मी पस्तिशीचा होतो. या वयात दिनकर, पुरुषाला एकटं राहणं अवघड जातं. एकाकीपणा पण फार येतो. साधारण सहा वर्षांपूर्वी सोनपूरला– आपल्या जिल्ह्याच्या गावी जाताना मला एक मुलगी भेटली. आमचे संबंध वाढले. त्या मुलीनं मनापासून माझ्यावर प्रेम केलं. मला त्याची आवश्यकता होती. ती निराधार होती. आम्ही दोघं एकमेकांना पूरक ठरलो. तुझ्या आईला दिलेल्या वचनामुळे मी त्या मुलीला लग्न करून घरी आणू शकत नव्हतो. तिचं नाव कमल, कमल देशमुख. सोनपूरला वरच्या आळीत गोकुळदास शेठची पेढी आहे. तिथून चौथं घर कमलचं. दर गुरूवारी दिवसभर मी कमलकडेच असायचो. इतर दिवशी ती कामाला जाते. दिनकर, कमलचं या जगात कुणीच नाही. माझ्या अपघाताचं ऐकून ती कोसळेल. दिनकर, गुरूवारी तिच्याकडे जा. तिला धीर दे. देवाच्या कृपेनी आपल्या वाडवडिलांनी आपल्यासाठी गडगंज ठेवलंय. ते सगळं तुझंच आहे, पण दिनकर त्यातलं थोडंसं तिला दे. कुणासमोर पदर पसरण्याची वेळ तिच्यावर येऊ देऊ नको. दिनकर पोरा, माझ्यासाठी एवढं करशील ना?''

"दादा, आजपर्यंत तुमचं म्हणणं मी कधी डावललं आहे? तुम्ही कसलीही काळजी करू नका.''

"बस पोरा, आता मी निश्चिंत झालो. दिनकर... आऽऽ....''

बोलून रावसाहेबांना थकवा आला होता.

रावसाहेबांची शुद्ध हारपली.

दिनकरनं मोरोपंतांना हाक मारली. तेवढ्यात डॉक्टरपण पोहचले होते. मोरोपंतांनी नाडी बघण्यासाठी रावसाहेबांचं मनगट हातात घेतलं. डॉक्टरनं पोटाला बांधलेला पंचा जखम स्वच्छ करण्यासाठी सोडला. काही सेकंदातच मोरोपंतांनी रावसाहेबांचा हात खाली ठेवला अन् डॉक्टरांकडे बघून नकारदर्शक मान हालवली.

वाड्यात एकच आक्रोश उठला. दिनकर पोरका झाला. नोकरचाकरांचा प्रेमळ धनी गेला. गावाचा पोशिंदा गेला.

रावसाहेबांचं क्रियाकर्म, दिवस दिनकरनं सगळं व्यवस्थित केलं. त्यानंतरच्या पहिल्याच गुरूवारी दिनकरनं सोनपूरला जायचं ठरवलं. सकाळी लवकर उठून दिनकरनं गड्यांना दिवसभराच्या कामाच्या सूचना दिल्या. दिनकर आता हळूहळू

कामात लक्ष द्यायला लागला होता.

वरच्या आळीत, गोकुळदास शेठच्या पेढीपासून चौथं घर. मागच्या पंधरा दिवसांत दिनकरनं हा पत्ता दोन-पाचशेवेळा तरी घोकून ठेवला होता. सकाळी अकरा-साडेअकराच्या सुमारास दिनकर सोनपूरला पोहचला. गाडीवाल्याला बाजारातच थांबायला सांगून दिनकर पायीच वरच्या आळीकडे निघाला.

ठक... ठक... ठक... दिनकरनं कडी वाजवली. किंचित घाबरला होता तो. छातीतली धडधड थोडी वाढली होती. तेवढ्यात दरवाजा उघडला गेला. साधारण दिनकरच्याच वयाची एक सुंदर स्त्री समोर उभी होती. पंधरा-वीस सेकदं अशीच शांततेत गेली. दिनकर एकटक कमलकडे बघत होता.

"कोण पाहिजे आपल्याला?"

"अं... अं... कमल... म्हणजे कमल देशमुख इथेच राहतात का?"

"हो. मीच कमल. कुठून आलात आपण?"

"मी रावसाहेब पाटलांचा मुलगा. त्यांचाच सांगावा घेऊन आलोय."

"दिनकर का? या ना, आत या. रावसाहेब नाही आले का? मागच्या गुरूवारीपण आले नव्हते."

दिनकर घरात गेला. घर लहानसंच होतं, पण स्वच्छ आणि टापटिपीचं होतं. कडेगावच्या वाड्याच्या दिवाणखान्यात असं होतं, हुबेहूब तस्संच रावसाहेबांचं मोठ्ठं तैलचित्र इथेपण होतं. पलीकडे जेवणाचं छोटंसं मेज दिसत होतं. बाहेरच्या प्रशस्त खोलीत एक ऐसपैस आरामखुर्ची होती. त्याच्या शेजारच्या स्टुलावर चांदीचं तबक अन् विडा सुपारीची सारी तयारी दिसत होती. चांदीचा अडकित्तापण होता, थेट वाड्यातल्यासारखाच. रावसाहेबांच्या आवडीनिवडींचा, सवयींचा ठसा घरावर उमटलेला स्पष्ट दिसत होता. माजघराच्या दरवाजाजवळ एक छोटा मुलगा, तीन एक वर्षांचा, एकटाच काहीतरी खेळत बसला होता.

"कसे आहेत रावसाहेब? आज येणार नाहीत का?"

दिनकर अवघडून मुख्य खोलीतल्या जाजमावर बसला होता. धीर एकवटून खालच्या मानेनं दिनकरनं बोलायला सुरुवात केली....

"रावसाहेब आता कधीच येऊ शकणार नाहीत. मागच्या सप्तमीच्या दिवशी रात्री रावसाहेब गेले. त्यांना अपघात झाला."

"असं कसं झालं? मला जरा नीट सांगा दिनकर."

बोलताबोलताच कमलच्या डोळ्यांतून अश्रू वाहायला लागले. तिच्यावर तर आभाळच कोसळलं होतं. दिनकरनं भराभर बोलायला सुरुवात केली. शिकारीची तयारी, अपघाताचा प्रसंग, नंतर उडालेली धावपळ प्रत्येक गोष्ट दिनकरनं बारीकसारीक विशेषांसहित सांगितली. कमल एव्हाना ओक्साबोक्शी रडत होती. दिनकरचे शब्द तिला ऐकूच येत नव्हते.

आपली आई रडत असलेली पाहून खेळणारा लहान मुलगा पळतपळत त्यांच्या जवळ आला. आपली आई का रडतीये त्याला नक्की कळेना, पण एक गोष्ट नक्की, हा नवीन आलेला बाबा काहीतरी बोलला अन् आई रडायला लागली. मुलानं धिटाईनं दिनकरच्या जवळ जाऊन आपल्या इवल्याइवल्या हातांनी त्याला गुद्दे मारायला सुरुवात केली. रडतारडताच कमलनं त्याला जवळ घेतलं.

"कमल, हा मुलगा...."

"हो, हा माझाच... रावसाहेबांचाच मुलगा आहे. दिनकर, मगाशी तुम्ही सांगत होतात, पण माझं लक्षच नव्हतं. नक्की कायकाय झालं परत एकदा सांगता का?"

दिनकरनं पुन्हा एकदा सर्व प्रसंग अगदी पहिल्यासारखाच सांगितला. एव्हाना दिनकरलापण हुंदका आवरणं अशक्य झालं. पाच-एक मिनिटं कुणीच कुणाशी काही बोललं नाही.

"कमल, दादांच्या शेवटच्या इच्छेनुसार मी इथे आलोय. तू धीर सोडू नकोस. तुला लागतील तेवढे पैसे माझ्याकडे बिनदिक्कत माग. मी तुला भरपूर देईन. रावसाहेबांनीच तसं बजावलंय मला. तू कुठलीही काळजी करू नकोस."

"दिनकर, लक्षावधी रुपयांची रास जरी तुम्ही माझ्यासमोर लावलीत तरी माझं नुकसान भरून येणार नाही. मी काय करू तुमचे पैसे घेऊन? पैसा, अडका काही नकोय मला."

"पण कमल, ही दादांचीच शेवटची इच्छा आहे. तुला पैसे द्यायला त्यांनीच मला सांगितलंय आणि तेही भरपूर."

"दिनकर, तुमचं जेवण झालं नसेल ना? सकाळीच वाड्यावरनं निघाला असाल ना? जेवण तयार आहे. मी पाचच मिनिटांत पानं घेते."

कमलमधल्या स्त्रीत्वानं तिला तिच्या कर्तव्याची आठवण करून दिली.

"छे... छे... कमल, उगाच त्रास घेऊ नको."

पण कमलनं आग्रहानं दिनकरला जेवायला बसवलं. जेवण साधंच पण रूचकर होतं. रावसाहेबांची आवडती खीरपण होतीच. जेवताना, जेवणानंतर रावसाहेबांच्या आठवणी निघाल्या. कमल, दिनकर दोघेही मधूनमधून डोळे पुसत होते.

जेवणानंतर दहा-एक मिनिटं बसून दिनकर जायला निघाला.

"कमल, मला आता निघायला हवं, पण या पैशाच्या व्यवहारासंबंधी आपल्याला एकदा बोलावंच लागेल. मी त्यासाठी परत येईन. कधी येऊ?"

"अं... मग पुढच्या गुरूवारी येता का? कारण इतर दिवशी मी कामाला जाते."

"चालेल. पुढच्या गुरूवारी आजच्यासारखाच सकाळी अकरा-साडेअकराच्या सुमारालाच येतो."

"मग जेवायलाच या."

"नाही, त्याची काही आवश्यकता नाही."

"जेवायलाच आलात म्हणजे बोलायलापण जरा निवांत वेळ मिळेल, म्हणून म्हणते.''

"ठीक!''

पुढचा आठवडा फारच कंटाळवाणा गेला. दिनकरनं शेतातली कामं परत चालू केली होती. रावसाहेब असताना दिनकर सतत त्यांच्याबरोबरच असायचा; शेतात, गावात, चावडीवर, वाड्यात, दिवाणखान्यात सतत एकत्र. रावसाहेबांची आठवण त्याच्या मनातून जायची नाही आणि मग दिवस अधिकच कंटाळवाणा वाटायचा.

अधूनमधून दिनकर कमलबद्दल विचार करत राही. कमल दिसायला अशी सुंदर होती, तशीच वागायबोलायलापण साधी आणि सरळ होती. कमल खरंच छान होती. तिच्या विचारांनी दिनकर सुखावत होता.

'किती पैसे द्यावेत तिला? हजार रुपये वर्षाला? नको दोन हजार द्यावेत म्हणजे भरपूर होतील किंवा जास्त मागितले तर जास्तसुद्धा देऊ, पण ती सुखात राहिली पाहिजे.'

पुढच्या गुरूवारी दिनकरनी आधीच्या सारखीच बैलगाडी बाजारातच सोडली अन् भराभर कमलच्या घराकडे निघाला. कमल मागच्या वेळेपेक्षा आज थोडी जास्तच सुंदर दिसत होती. पण त्याचबरोबर मागच्या आठवड्याभरात ती बऱ्याच वेळा रडली असणार, तिचे डोळेच सांगत होते.

दिनकरनं कमलच्या मुलाचा पापा घेतला. आज दिनकरला तिच्या घरात खूप मोकळं वाटत होतं, बरं वाटत होतं. मागच्या वेळेस दु:खाच्या धक्क्यामुळे कमलच्या लक्षात आलं नव्हतं की, दिनकर तिच्या मदतीला आला होता. लागतील तेवढे पैसे तो तिला द्यायला तयार होता. आपल्या वडिलांची शेवटची इच्छा पूर्ण करत होता. रावसाहेबांचं आणि तिचं नातं खरंतर अनैतिक असूनसुद्धा, त्याबद्दल कुठलाही आकस न बाळगता तो तिच्या पाठीशी उभा राहिला होता. त्यामुळे कमलला दिनकरबद्दल खूपच आदर वाटत होता. ती त्याच्याशी जास्त आपुलकीनं, जास्त जवळिकीनं बोलत होती. तिची कृतज्ञता लपवण्याचा तिने अजिबात प्रयत्न केला नाही.

दिनकरनी तिच्याशी बोलताना दोनऐवजी अडीच हजार तिला देऊ केले. शिवाय घरचं धान्य, तेल, गूळ हे होतंच. कमलला एवढं सगळं नको होतं. तिचा आणि मुलाचा खर्च भागण्याएवढं ती कमवत होती. फक्त मुलाची शाळा, शिक्षण चालू झाल्यानंतर दिनकरनं थोडी मदत करावी, अशी तिची इच्छा होती. पण दिनकरनं तिचं काही ऐकलं नाही. लगेचच्या खर्चासाठी तिला पाचशे रुपये दिले आणि अडीच हजाराची वार्षिक रक्कम आणि धान्य वगैरे वेळच्यावेळेस तिच्या घरी पोहचतं होईल, याची खात्री दिली.

दुपारी तीनच्या सुमारास दिनकर जायला उठला.

"ठीक आहे कमल, आता मी निघतो, पण तुला बरीच सावरलेली बघून मला आज खूप बरं वाटलं.''

कमल दिनकरकडे निरखून बघत होती. रावसाहेबांसारखीच मूर्ती अन् थेट तसाच स्वभाव. कमलच्या गालांवर मंद लाली चढत होती.

हलकेच स्मित करून ती म्हणाली, ''परत येणार ना?''

"हो. तुझी इच्छा असेल तर नक्कीच.''

"मग पुढच्या गुरूवारी येता?''

"हो येईल की.''

"आजच्यासारखंच जेवायला या. अकराच्या आसपास....''

"कमल, तुझा आग्रह मोडणं मला कठीण आहे. ठीक तर. पुढच्या गुरूवारी... अकरा वाजता....''

■

(गाय दे मौपासन यांच्या 'फादर ॲन्ड सन' या लघुकथेवर आधारित)

सामाजिक शहाणपण

तळेगाव म्हणजे मावळातलं एक तालुक्याचं गाव, पण तालुक्याचं गाव म्हणजे काही शहर नाही. अर्थात याचा अर्थ खेडं असाही नाही. कारण मावळातली खेडी म्हणजे अगदी छोटीछोटी; दहा-वीस, दहा-वीस घरांची. त्यामुळे तालुक्याचं गाव म्हणजे अशा खेड्यांपेक्षा मोठं गाव. समजा एक दोनशे-चारशे उंबरठ्यांचं खेडं.

आज तळेगावचा उरुस. साऱ्या तालुक्यातले, खेड्यापाड्यांतले, वाड्यावाड्यांमधले लोक सकाळपासूनच तळेगावात यायला लागले होते. गावात मोठी धमाल उडून गेली होती. सगळीकडे माणसंच माणसं दिसत होती. गावातल्या देवळासमोर मोठा मांडव घातला होता. सकाळपासनं तिथं भजनं कीर्तनं चालू होती. गावाबाहेरच्या माळावर गाडी अड्डा केला होता. बाहेर गावाहून येणारे लोक गाडी अड्ड्यांवर गाड्या सोडत होते, बैलांची दावी गाड्यांच्या खुंट्यांना बांधत होते आणि बैलांसमोर थोडाथोडा चारा टकून आधी देवदर्शनाला जात होते. मग कुणी बाजारात जात होते. कुणी गुरांच्या मैदानात नवी उमदी जित्राबं बघायला, खरेदी करायला जात होते. कुणी कुस्त्यांच्या फडाकडे वळत होते तर कुणी मुलांचा हट्ट पुरवायला त्यांना मोठ्या चक्रात बसायला घेऊन जात होते.

गावच्या मुख्य रस्त्यावर मोठा बाजार लागला होता. गावोगावच्या व्यापारांनी येऊन आपापली दुकानं थाटली होती. कपडे, साड्या, रिबिनी, खेळणी, लाकडी वस्तू, लोखंडी हत्यारं, शेतीची अवजारं, प्लास्टिकच्या वस्तू, भांडी-कुंडी, देवांचे फोटो, युरोपपासून काश्मिरपर्यंतची 'शीन-शीनरींची' चित्रं, लहान मुलींच्या माळा, दागिने- किती किती गोष्टी बाजारात विक्रीला आल्या होत्या. दोन-चार कासारांनीही शेकडो रंगांच्या बांगड्यांची दुकानं थाटली होती. विविध वस्तूंच्या जोडीनंच आसपासच्या खेड्यांमधली फळफळावळ, ताजी ताजी भाजी आणि अगदी कडधान्यंही विक्रीला

आलेली होती. या साऱ्यांच्याच मध्ये एका डागदरानंही आपला फिरता दवाखाना थाटला होता अन् साऱ्या धामधुमीतच त्याच्या पेशंटांची तपासणी करण्यात तो गर्क होता. बाजारालाच खेटून गजानन भुवन, नागनाथ भुवन अशी वेगवेगळ्या देवदेवतांची नावं असलेली हॉटेलं दाटीवाटीनं उभी होती. त्यांच्या पुढ्यातच त्यांचे कळकट्ट आचारी वडे, भजी अन् जिलब्या तळत होते. अन् तळणीचा वास येणाऱ्या-जाणाऱ्यांना आवाहन करत होते. हॉटेलं ओलांडून पुढं उजवीकडं रावबाच्या मळ्यातून खाली उतरलं की कुस्तीचा मांडव होता. तिथं मोठमोठ्या पैजा लागत होत्या. जिंकलेल्या मल्लांचे वस्ताद आपापले फेटे पुन्हा एकदा नीट घट्ट बांधत होते अन् आपल्या पठ्ठ्यांना खांद्यावर घेऊन नाचवत होते. तर हरलेल्या मल्लांचे वस्ताद फेटे काढून हातात घेत होते अन् आपल्या पठ्ठ्यांची कानउघाडणी करत होते अन् हिरमुसून त्यांची पावलं गाडी अड्ड्यांकडे वळत होती. सकाळपासून संध्याकाळपर्यंत साऱ्या गावात अशी धमाल उडून गेली होती. उन्हाची, गर्दीची तमा न बाळगता लोकं दिवसभर इकडून तिकडे हिंडत होती, मजा करत होती, खरेदी करत होती.

पश्चिमेला महादेवाच्या डोंगरामागे सूर्य गेला, तसे बायकापोरांसकट आलेले खेडूत परत निघायची लगबग करायला लागले. देवळापुढच्या मांडवात कथेकरी बुवांनी त्यांच्या वाद्यांची लावालाव चालू केली. कुस्तीच्या फडातले मल्ल, वस्ताद दिवसभराच्या कुस्त्यांची चर्चा करत घोळक्याघोळक्यानं बाजाराकडे वळले. प्रेक्षक लोकांतल्या बऱ्याचजणांनी आपला मोर्चा तमाशाच्या थिएटरकडे वळवला. गोंसाल्विसच्या 'परमिट रूम' मधली गर्दी वाढायला लागली.

दिवस सरला होता, तरीही कुठच्याही इतर भारतीय खेड्यासारखंच, तळेगावही स्वत:च्या मनोरंजनात मशगुल होतं. मुग्धाची वाट बघूनबघून रमेश कंटाळला होता. किती वाट बघायची त्याला काही सीमा? राण्यांच्या हॉटेलात दिवसभरात दहा कप तरी चहा तो प्यायला असेल, वेळ घालवायचा म्हणून. त्याच्या डोक्यात वेगवेगळे विचार येत होते आणि प्रयासानं तो ते झटकून टाकत होता.

'आख्खा दिवस गेला. आता तरी सोड ना म्हणावं बाबा तिला. अजून किती तिष्ठायचं?' तो स्वत:शीच पुटपुटला.

रमेश, वय वीसच्या आसपास, तळेगावातलाच. घरची थोडी शेती, घरच्यापुरतं धान्य पिकवणारी. त्याशिवाय चार एकरात फळझाडं– चिकू, सिताफळं आणि पेरू. रमेशचे वडील ही फळं शहरात पाठवायचे आणि त्यातनं बऱ्यापैकी उत्पन्न मिळायचं. रमेश नुकताच ग्रॅज्युएट झाला होता आणि आता पुढं काय? असा विचार त्याच्या डोक्यात होता. शेती करायची, काही व्यवसाय करायचा की शहरात जाऊन एखादी नोकरी धरायची?

रमेशला साहित्यात रूची होती आणि शहरात एखाद्या वृत्तपत्रात नोकरी करावी, असंही त्याला एका बाजूला वाटत होतं. दिवसभर तळेगावातल्या उरूसात, लोकांच्या

गर्दीत तो हिंडत होता, पण पाण्यात तेलाचा एखादा थेंब जसा स्वतंत्र राहतो, तसं माणसांच्या लोंढ्यातही त्याला एकाकी वाटत होतं. माणसांचे प्रवाह त्याच्या अंगावरून जात होते. परंतु तो स्वत:ला त्या प्रवाहांमध्ये सामील करून घेऊ शकत नव्हता. त्याची तशी इच्छापण नव्हती.

मागच्या काही दिवसांत तर रमेशला जास्तच एकाकी, समाजापासून जास्तच विलग वाटायला लागलं होतं. त्याच्या स्वभावातही बदल घडत होते. तो जास्त विचारी, जास्त सखोल बनत होता. जी गोष्ट मुलांना माहिती नसते, पण प्रौढत्वानं माहिती व्हायला लागते अशा कुठच्या तरी गोष्टीनं त्याचे विचार ग्रासले जात होते. त्याला स्वत:लाच प्रौढपण येत असल्याची भावना होत होती. पण म्हणजे नक्की काय होतंय हेही कळत नव्हतं. जुन्या आठवणी उचंबळून येत होत्या. वैचारिक मिसरूड फुटायला लागलं होतं. शहाणपण येत होतं. हेच सामाजिक शहाणपण होतं का? त्यालाही नक्की कळत नव्हतं. विचार तरल झाले होते आणि हे सगळं ओळखून समजून घेणाऱ्या व्यक्तींची जवळ असण्याची नितांत गरज वाटायला लागली होती. त्याच्या आईच्या मृत्यूनंतर त्याला समजून घेणारी कुणीच व्यक्ती त्याच्या आयुष्यात आजपर्यंत आलेली नव्हती. पण आता मात्र अशा कुणाचीतरी गरज भासायला लागली होती.

प्रत्येक मुलाच्या आयुष्यात एक विशिष्ट वेळ अशी येते की मागं वळून आपल्या आजपर्यंतच्या आयुष्याचा आढावा घ्यावासा वाटू लागतो. म्हणजे बहुतेक हीच ती वेळ असते ज्यावेळेस तो मुलाचा माणूस होत असतो. ती लक्ष्मण-रेषा ओलांडत असतो. गावच्या रस्त्यावरून, त्या बाजारातून, गर्दीतून, गोंगाटातून हा मुलगा चालतोय. पण मना मात्र त्याचं त्या समाजापासून लांब आहे. ते पुढच्या ध्येयांचा विचार करतंय. विचार करतंय की, या जगात आपल्याला नक्की काय बनायचंय? पुढची ध्येयं आणि मागील चुकांची दु;खं दोन्ही एकाच वेळेस मनात गर्दी करताहेत. विचारांचा कल्लोळ माजतोय अन तो वाढत जातोय. अनिर्बंध. त्याची भीती वाटायला लागतीये. कुणीतरी हाक मारतंय का?... नाही. नाही... हे या गर्दीचे विकट आवाज आहेत. हे असले आवाज? ही माणसं... हे लोंढे... कोण आहेत हे सारे? यांची ही अचकट विचकट आरडाओरड? हे सारं म्हणजे आपल्या ध्येयांच्या गळ्यात बांधलेली धोंड आहे... छे... या कोलाहलात आपलं काय होणार? या पृथ्वीवर माणसांचे समुद्र पसरलेत अन् त्यांचे प्रचंड मोठमोठे प्रवाह. उकळत्या पाण्याचे प्रवाह. अन हे सारे पार करून आपलं ध्येयं गाठायची? आणि कशासाठी? माणसांचे हे प्रवाह उगम तरी पावतात कुठून? अन् यांना काही अंत? शहाणपण त्याच्या मनात तरल, दु:खद, वेदनाकारी भाव उत्पन्न करतात. वाळलेलं पान जसं वाऱ्यांबरोबर इतस्तत: भटकत राहतं, आपलं आयुष्यही असंच भरकटत राहणार का? हे सगळं बोलायला, ऐकून घ्यायला कुणीतरी पाहिजे. कुणीतरी समजूतदार. जिच्याजवळ सगळं मन मोकळं

करता येईल अशी कुणीतरी. जी आपल्या खांद्यावर डोकं टेकून शांतपणे हे सारं ऐकून घेईल अशी. कुणीतरी खरी जीवाभावाची. खरी मैत्रीण. मैत्रीणच का? हो मैत्रीणच. कारण मुली जास्त समजूतदार असतात... अन जास्त भावविभोर...

मंजू. रमेशच्या विचारचक्रात मंजूला अढळस्थान होतं. विशेषत: वैचारिक मिसरूड फुटायला लागल्यापासून तर अधिकच. मंजू गावातल्या मोठ्या, जुन्या प्रतिष्ठित कुटुंबातली. लहानपणापासूनच रमेशला मंजू आवडायची. सर्वसामान्य मुलींपेक्षा ती फारच वेगळी होती. एकीकडे रमेश जसा प्रौढत्त्वात शिरत होता, तसंच दुसरीकडे मंजूची पण स्त्री बनत होती. तिची समजही शहाणपणात बदलत होती. तीन-चार वर्षांपूर्वी रात्री एकदा तिच्याबरोबर नदीच्या काठानं चालताना, पावसाच्या शिडकाव्यासारख्या अचानक आलेल्या विचारांपोटी त्यानं तिच्यासमोर बढाया मारल्या होत्या. तिच्या नजरेत त्याचं स्थान वाढावं म्हणून, तो म्हणजे कुणी मोठा माणूस आहे असा तिचा समज व्हावा म्हणून. पण आज मात्र तसं नव्हतं. आज ती जवळ असण्याची अनिवार गरज होती. त्याच्या डोक्यातलं विचारमंथन त्याला तिच्यासमोर मांडायचं होतं. प्रौढपण म्हणजे काय हे कळतही नव्हतं त्या काळात त्यानं आपण मोठा माणूस असल्याची बतावणी तिच्यासमोर केली होती. पण आजची गोष्ट वेगळी होती. त्याच्या विचारांमध्ये घडत असलेले बदल, त्याच्या आकांक्षा, त्यात दडलेली भीती, सगळं तिच्याशी खरं खरं मनापासून बोलायचं होतं.

मंजू अन रमेश गावातच दोघेही वाढलेले. अन लहानपणापासूनच जिवलग मित्र-मैत्रीण असलेले. मंजू आता कॉलेजात शिक्षण घेत होती. शहरात. अन् आता सुटीसाठी चार दिवस गावी आली होती. तीही आता अल्लड पोर राहिली नव्हती. बदल तिच्यातही घडत होते. तिलासुद्धा आता सौंदर्य आणि स्त्रीत्त्वाची ओढ लागली होती. तिच्याही मनात जुन्या आठवणी आणि पुढच्या आकांक्षा यांचं स्त्री-सुलभ मिश्रण तयार झालं होतं. तिलाही जिवाभावाचं, समजून घेणारं, हलकेच कुशीत घेऊन केसांतून हात फिरवणारं कुणीतरी हवं होतं. ती तिची स्त्री-सुलभ गरज होती.

गावच्या हायस्कूलातला पी. टी. शिक्षक तरुण होता. शहराकडनं आलेला होता अन् मुग्धाचा लांबचा कुणीतरी नातेवाईक होता आणि तेवढाच धागा पकडून दोन दिवस तो तिच्या भोवतीभोवती घोटाळत होता. शिक्षक प्रत्येक गोष्ट 'सैद्धान्तिक' रूपातच मांडायचा! दिवसभर वेगवेगळ्या रीतीनं त्याला कटवायचा मुग्धा प्रयत्न करत होती, पण सारं व्यर्थ. शिक्षक बरोबर असतानाही मुग्धा रमेशचाच विचार करत होती. त्याला भेटण्याची ओढ आता अनिवार झाली होती.

उन्हाळ्यातल्या त्या एका रात्री रमेशबरोबर नदीकाठनं चालण्याची आठवण राहूनराहून तिच्या मनात येई. आजही रात्री असंच त्याच्याबरोबर असण्याची उर्मी तिला होती. शहरात राहून नाटक, सिनेमे बघून, वाचन करून, वेगवेगळ्या स्पर्धांमध्ये भाग

घेऊन तिचे विचार प्रगल्भ व्हायला लागले होते. रमेशला भेटण्याची तळमळ त्यासाठीच होती. तिला तिच्या विचारांमधले बदल त्याला सांगायचे होते. शहाणपण तिलाही आलं होतं, सामाजिक शहाणपण?

हताशपणे रमेश मुग्धाची वाट पाहत होता. बाजारच्या रस्त्यात मुंग्यांसारखी माणसं इकडून तिकडे हिंडत होती. पेट्रोमॅक्सच्या बत्त्या पेटल्या होत्या. मध्येच बैलगाड्या जात होत्या. लांब तमाशाच्या थिएटरात ढोलक्या लावल्या जात होत्या. कथेकरी बुवांनी हरिनामाचा गजर लावला होता. रमेशला सगळ्याच आवाजांचा त्रास होत होता. त्याची चिडचिड होत होती. सगळी समाजव्यवस्था, सगळ्या संस्था, सगळा कोलाहल फेर धरून त्याच्याभोवती नाचत होते.

'तिला त्या शिक्षकाबरोबरच बसायचं असेल तर बस म्हणावं. मला काय घेणं आहे तिच्याशी? तिचा आणि माझा संबंधच काय?'

रमेशचा श्वासोच्छ्वास जोरात व्हायला लागला होता. त्याला त्याचा एकटेपणा अधिकच डसायला लागला होता. सगळ्या जगानं आपल्याला धिक्कारलंय, असं वाटत होतं. स्वतःशीच पुटपुटत जत्रेच्या गर्दीतून तो इतस्ततः भटकत होता.

'धाय मोकलून रडावं म्हटलं तर तेही शक्य नाहीये. ही गर्दी आपल्याला ते पण करू देणार नाही. नालायक साले.'

रस्त्यातून जाताजाताच कशाला तरी अडखळून तो पडला. बाजूच्या भिंतीला एक खिळा होता, त्याला अडकून पँट फाटली.

'आता हेही?'

कसंबसं त्यानं स्वतःला सावरलं.

फाटलेल्या ठिकाणी पँटला टाचणी लावली आणि स्वतःशीच बडबडला.

'बास झालं, सरळ तिच्या घरीच जातो आता. सरळ घरात घुसतो. आत जाऊन बसतोच आणि कोण असेल त्याला सांगतो, मला मुग्धाला भेटायचंय. तेही लगेच....' आणि तिरीमिरीतच त्यानं चालायला सुरुवात केली.

मुग्धाच्या घरात बाहेरच्याच खोलीत मुग्धा, मुग्धाचे वडील, काका आणि शिक्षक असे चौघे बसले होते. मुग्धा कातावून गेली होती, अस्वस्थ झाली होती. शिक्षक तर अखंड बडबडत होता. त्याच्या बडबडीचा तिला तिटकारा आला होता. आपण कसे सुधारणावादी आणि पुढारलेल्या विचारांचे आहोत, असं तो सारखं उगाचच दाखवत होता.

"खरंच काका, या सुंदर छोट्याशा गावात येऊन ग्रामीण भारतीय समाजमनाचं मला फार समग्र दर्शन घडतंय आणि तुम्हा लोकांचा तर मी विशेष आभारी आहे कारण...." वगैरे, वगैरे.

वैतागून मुग्धा उठून घरात निघून गेली आणि स्वयंपाकघरात असताना तिला तिच्या वडिलांचे शब्द कानावर पडले.

ते शिक्षकाला सांगत होते, "....बरोबर आहे, तुमचं सर. खरंतर गावातला कुठलाच मुलगा मुग्धाच्या योग्यतेचा नाही."

स्वयंपाकघराच्याच दरवाजानं मुग्धा सरळ बाहेर पडली. राग तिच्या मस्तकात शिरला होता.

'छे, काय जग आहे, इतकी प्रचंड माणसं आणि इतके प्रचंड त्यांचे शाब्दिक बुडबुडे. रमेश... रमेश, कुठं आहेस रे?'

जवळजवळ धावतच ती बाजाराच्या दिशेनी निघाली अन् दोनच मिनिटांनी थबकली. मागच्या दोन दिवसात आत्ता पहिल्यांदा तिच्या चेहऱ्यावर मनस्वी आनंद पसरला अन् खळखळून हसायला आलं. समोरनं रमेश येत होता, फणकाऱ्यात.

'सरळ तिच्या घरात आतच जातो आणि जाऊन बसतोच आत.' असं बडबडत होता.

मुग्धाच्या समोर येईपर्यंत त्याचं तिच्याकडे लक्षच नव्हतं अन् अचानक तिला पुढ्यात पाहून तो अवाक झाला. वेड लागल्यासारखं तो तिच्याकडे बघत होता.

"चल, चल."

तिचा हात हातात धरून तो उलटपावली झपाझप निघाला. दूर कोलाहलापासून दूर....

सवयीनं वळावीत तशी दोघांचीही पावलं नदीच्या दिशेनं वळली. मुग्धाचा हात अजूनही रमेशच्या हातातच होता. आनंदानं दोघांच्याही चित्तवृत्ती तरारून आल्या.

रमेशला नक्की कळत नव्हतं की, मुग्धाशी कायकाय बोलायचं. त्यानं जेजे ठरवलं होतं, मागच्या काही दिवसातलं जे विचारमंथन होतं, त्यातलं काहीसुद्धा त्याला आठवेना. मुग्धाचीही अवस्था अगदी तशीच झाली होती. आपले विचार, रमेशचे विचार हे सारं काही ओळखून घेऊन तिला त्याच्याबद्दल जास्तच जवळीक वाटायला लागली होती.

नदीकाठावरनं गावातली जत्रा लांब दुसऱ्या ग्रहावर असल्यासारखी दूर भासत होती. जत्रेतले दिवे, लोकांची हालचाल, कथेकरी बुवांचा आवाज, तमाशातल्या लावणीचा ठेका, गोंगाट हे सारं म्हणजे लांबवर चाललेल्या भुतांच्या नाचासारखं वाटत होतं.

नदीकाठी मात्र वातावरण शांत, धीरगंभीर होतं. नदीच्या बांधावर रमेशच्या नेहमीच्या आवडत्या ठिकाणी रमेश आणि मुग्धा येऊन बसले. समोरचं मोठ्ठं पात्र, त्या पलीकडची शेतं, शेतांमध्ये उभी असलेली स्तब्ध काळीशार झाडं, त्या पलीकडचा महादेवाचा प्रचंड डोंगर अशा त्या संपूर्ण निर्विकल्प विस्तारात, अस्तित्ववादाच्या घडामोडीत आपली क्षुद्रता रमेशला जाणवली.

मुग्धाच्या असण्यानं त्याची चिडचिड, कातावलेपणा कुठल्याकुठे पळाला म्हणजे जणू काही तिचा स्त्रीजन्य हात, त्याच्या जीवनयंत्रात अगदी विशिष्ट हळुवार बदल

करायला त्याला मदत करत होता. रमेशच्या डोक्यात फक्त मुग्धाचाच विचार होता. त्याचं मुग्धावर प्रेम होतं. त्याला मुग्धानं त्याच्यावर प्रेम करायला हवं होतं.

मुग्धाचा हात त्यानं हलकेच हातात घेतला. मुग्धा थोडं रमेशच्या अधिक जवळ सरकली. थंड बोचऱ्या वाऱ्यानं तिच्या अंगावर शहारा आला. विचारचक्राचा वेग खूपच मंदावला होता. स्वत:च्या भावनांचे अर्थ समजावून घेण्याचा तो स्वत:च प्रयत्न करत होता. त्या उन्नत स्थळी अणूंचे मनुष्यरूपी दोन पुंजके एकमेकांना घट्ट बिलगले होते.

'या शांत स्थळी मी आलोय आणि दुसरी व्यक्तीपण माझ्यावर विसंबून माझ्याबरोबर आहे.' असाच काहीसा विचार दोघांच्याही मनात होता.

रमेश आणि मुग्धा कितीतरी वेळ शांत बसून होते. कुणीच काही बोलत नव्हतं. मध्येच एकमेकांपासून थोडंसं अलग होऊन रात्रीच्या अंधारात ते एकमेकांच्या डोळ्यांत बघायचा प्रयत्न करत, थांबूनथांबून एकमेकांचं चुंबन घेत होते. लांबवर बैलगाड्यांच्या गळ्यातल्या घुंगरांचे आवाज ऐकू येत होते. गावाबाहेर एका घोळक्यानं शेकोटी पेटवलेली दिसत होती. मिट्ट विस्ताराच्या पार्श्वभूमीवर शेकोटीच्या ज्वाळा उठून दिसत होत्या.

रमेश आणि मुग्धा जायला उठले. गाव अगदी नजीक आल्यावर थांबले. रमेशनं मुग्धाला अगदी घट्ट मिठीत घेतलं, पण दोनच मिनिटांत ते बाजूला झाले. शारीरिक आकर्षणाची जागा आदरानं घेतली. आदरयुक्त नजरांनी दोघंही एकमेकांना न्याहाळत होते. दोघांची मनं हर्षोन्मादानं फुलून आली होती. त्यांना दोघांनाही ज्या गोष्टीची ओढ लागली होती, तीच गोष्ट कळतनकळत त्या रात्रीनं त्यांना बहाल केली होती.

रमेश-मुग्धाला आता पुरुष-स्त्री म्हणा किंवा मुलगा-मुलगी म्हणा, पण आजच्या सुधारलेल्या जगात सामाजिक शहाणपण आलेल्या स्त्री आणि पुरुषाचं जगणं ज्या गोष्टीमुळे शक्य होतं, आजच्या या रात्री या दोघांना त्याच गोष्टीचा आधार लाभला होता.

■

(शेरवूड अंडरसन यांच्या 'सोफिस्टिकेशन' या इंग्लिश कथेवरून)

आवंतण

संध्याकाळचे सव्वासात-साडेसात झाले होते. परळला जुनाट चाळीतल्या आपल्या एकुलत्या एक खोलीत शांकरभाष्यात डोकं खुपसून जयराम बसला होता. खोलीत भौतिक समृद्धीचं कोणतंही चिन्ह नव्हतं. भिंतीचा रंग उडालेला होता. साठ वॅटच्या दिव्यानं खोलीत पिवळा प्रकाश पसरला होता. जागोजागी धूळ साचली होती. जुनाट लाकडी टेबल, दोन खुर्च्या, लाकडी फडताळ या सगळ्यावर पडलेले पुस्तकांचे ढीग. पलीकडच्या कोपऱ्यात पाण्याचा माठ, त्याच्या शेजारी प्लास्टिकची लाल बादली, त्याला अडकवलेला प्लास्टिकचाच मग, त्याच्या अलीकडे एक छोटंसं लाकडी मेज, त्यावर जुनाट वातीचा स्टोव्ह, चहाची सारी तयारी, दोन-तीन ताटल्या, चमचे, मेजाशेजारी गुंडाळून ठेवलेली गादी, त्यावर सकाळचा टाकून दिलेला टॉवेल, भिंतीवर खिळ्याला अडकवलेले कपडे इ. इ.

खालच्या आंबेडकर रस्त्यावरचे रहदारीचे आवाज येत होते. रस्त्यावरच्या दिव्यांचा प्रकाशही खिडकीतनं बळजबरीनं आत घुसला होता.

जयराम त्रिंबक कुलकर्णी, मूळचा नांदेडजवळच्या एका खेड्यातला. आई, वडील आणि तीन बहिणी, तिघींचीही लग्न झालेली. जयराम साधारण अठ्ठावीसचा. शाळेचं शिक्षण संपल्यावर मुंबईत येऊन राहिला होता. एका शाळेत अर्धवेळ नोकरी करत सध्या हिंदू तत्त्वज्ञानात पी.एचडी. करत होता. पीएचडीचा त्याचा प्रबंध पूर्ण झाला होता आणि पुढच्या दोन-चार महिन्यांत त्याची डॉक्टरेट अपेक्षित होती.

मागच्या चार-पाच वर्षांत जयरामनं आईवडिलांबरोबरचे गुळगुळीत संबंध बरेच कमी केले होते. पत्रबित्र टाकणं तर केव्हाच बंद करून टाकलं होतं. वरचेवर गावाकडनं कुणी ना कुणी यायचं जायचं. त्यातनंच ख्याली खुशाली दिली-पाठवली जायची तेवढीच.

चार वर्षांपूर्वी सुटीला गावी गेला असताना त्याचं आणि त्याच्या वडिलांचं भांडण झालं होतं. विषय होता 'त्याचं लग्न'. आईवडिलांची इच्छा होती की, त्यानं आता गावाकडे परत यावं आणि लग्न करावं. त्यांनी तर त्याच्यासाठी मुलीपण बघायला सुरुवात केली होती आणि त्याला न विचारताच एक 'दाखवण्याचा कार्यक्रम' पण ठरवला होता. आईवडिलांचा अपमान होऊ नये म्हणून जयरामनं दाखवण्याचा कार्यक्रम उरकला होता, पण घरात आता त्याला घुसमटायला लागलं होतं.

"हं... काय जयराम, परवाच्या मुलीला होकार कळवायचा का?" वडीलांनी विचारलं.

"होकार? बाबा मी तुम्हाला निदान चार वेळा तरी सांगितलंय की, मला पीएचडी करायचीये आणि तोपर्यंत लग्न वगैरे करून मला माझ्या अभ्यासातलं लक्ष बाजूला काढायचं नाहीये."

"मग मुलगी बघितलीसच कशाला?"

"त्या लोकांना बोलावण्याच्या अगोदर तुम्ही मला विचारलं तरी होतंत का? तुमचा मान राहावा, म्हणून मी मुलगी बघण्याचं नाटक केलं."

"अरे, पण असा किती वर्षं राहणारेस? पीएचडी काय कुणी लग्नानंतर केली नाही का? आणि त्या पीएचडीसाठी थांबून राहिलास तर किती वर्षं जायची काय सांगावं?"

"कितीही वर्षं लागली तरी चालतील. माझं लग्न अजिबात नाही झालं तरी चालेल, पण पीएचडी चालू असताना मला संपूर्ण एकाग्रतेनं अभ्यासच करायचाय."

"लग्न नाही झालं तरी चालेल? काय बोलतोयस कळतंय का तुला? कुलकर्ण्यांचा वंश पुढे कोण चालवणार?"

"म्हणजे तुमच्या वंशाबिंशाच्या कल्पनांपुढे मी माझ्या बुद्धिवादाचा त्याग करायचा का?"

"तू काय बोलतोस आम्हाला तर काही कळत नाही बुवा. माझ्या मते परवाची मुलगी चांगली होती आणि तू तिला होकार देऊन टाकावास."

"बाबा, परत तेच! मला इतक्यात लग्न करायचं नाहीये आणि त्यातही परवाची होती, तसली मुलगी मला बायको म्हणून नकोय."

"तसली म्हणजे? काय वाईट आहे त्या मुलीत? दिसायला बरी आहे, शिकलेली आहे. घरचं सगळं करणारी आहे आणि लोकही चांगले आहेत. अजून काय पाहिजे?"

"पण तुमचे जे निकष आहेत तेच माझे असले पाहिजेत का? आणि मला वाटतं माझ्या लग्नाचं माझं मी बघतो. तुम्ही याच्यात लक्ष घालू नका."

यावर वडिलांनी खूप त्रागा केला. रात्री उशिरापर्यंत बडबड करत राहिले ते.

जयरामनं बॅग भरली आणि दुसऱ्या दिवशीच्या सकाळच्या एसटीनं तो मुंबईला निघून आला.

आता पीएचडीचा प्रबंध पूर्ण झाल्यानं आणि त्याची डॉक्टरेट मिळण्याचं निश्चित झाल्यानं मात्र लग्नाचे विचार त्याच्या मनात डोकावत होते. पण तरीही घरच्यांना त्यानं त्याबाबतीत काहीच सांगितलं नव्हतं. कारण त्यांना नुसतं कळायचा अवकाश, त्यांनी त्यांच्या मते 'चांगल्या' मुलींची रीघच लावली असती. एकतर दाखवणंबिखवणं आणि एकूण सगळ्याच पारंपरिक लग्नपद्धतीची जयरामला चीड होती. आईवडिलांच्या नातेवाइकांच्या भोचकपणाचाही त्याला राग होता आणि म्हणूनच त्याने मुद्दामहून गावाकडचे संबंध कमी करून टाकले होते. दुसरी गोष्ट म्हणजे मागची काही वर्षं अभ्यासात, वाचनात आणि पीएचडीच्या कामात तो एवढा व्यस्त होता की, इतर सर्वसाधारण मुलांसारखं त्यानं सामाजिक आयुष्यपण उपभोगलं नव्हतं. त्यामुळे आपसूकही एखादी मुलगी त्याच्या आयुष्यात आली नव्हती. त्यामुळे स्वतःच स्वतःचं लग्न कसं काय जमवायचं, हे त्याला कळत नव्हतं.

'भारतातील/परदेशातील सर्व जातींच्या... वगैरे, वगैरे... घरपोच स्थळांसाठी लिहा. शामराव देशपांडे, खोली क्र. .... वगैरे, वगैरे...'

जयरामल नक्की माहीत नव्हतं की, स्वतःचं लग्न जमवण्याचा हाच मार्ग आहे का? पण तरीही शामराव देशपांड्यांना त्यानं पत्र आणि स्वतःचा बायोडेटा पाठवून दिला.

संध्याकाळी जयराम शांकरभाष्य वाचत बसलेला असताना दाराची कडी वाजली आणि पन्नाशीच्या आसपासचा एक माणूस आत आला.

"नमस्कार... जयराम कुलकर्णी इथेच राहतात का?"

"हो. मीच जयराम. आपण?"

"मी शामराव देशपांडे. आमच्या वधू-वर सूचक संस्थेला आपलं पत्र मिळालं, आपल्या स्थळासंबंधी. त्याबाबतच बोलायला आलोय."

जयरामला शामराव देशपांडे हा माणूस काही फारसा आवडला नाही. त्यातच पुन्हा स्वतःचा उल्लेख 'स्थळ' असा झाल्यामुळेही त्याची चिडचिड झाली. स्थळ काय? शामराव पन्नाशीचे होते. त्यांचा चेहरा थकलेला, उन्हानं रापून काळा पडलेला, सुरकुतलेला होता. दाढीचे खुंट वाढलेले होते. केस पिकलेले आणि अस्ताव्यस्त होते. शामरावांचे कपडेही अगदी साधेच आणि मळलेले होते. शर्ट पँटमध्ये खोचलेला नव्हता. पँटतर कित्येक दिवसात धुतलेली नसावी. सरकारी कारकून किंवा रेल्वेचे टी. सी. वगैरे यांच्याकडे असते, तशी चॉकलेटी रंगाची रेक्झिनची जुनाट बॅग शामरावांच्या हातात होती.

"तुमचा बायोडेटा वाचला मी आणि बरंका रावसाहेब, तुमच्यासारख्या विद्वान पंडितासाठी अगदी एकाहून एक सरस स्थळं आहेत आमच्याकडे."

शामराव स्वत:ला आम्ही म्हणायचे. बोलायला लागले की, त्यांच्या तोंडाचा घाण वास समोरच्यापर्यंत यायचा. जयरामनं एका खुर्चीवरची पुस्तकं उचलून शामरावांना बसायला जागा करून दिली. आपल्या जुनाट बॅगेतून शामरावांनी पिवळ्या कार्डांचा एक गठ्ठा काढला. त्यावर लिहिलेलं पुटपुटत शामराव एक-एक कार्ड बाजूला ठेवत होते.

जयरामनं खिडकीतनं खाली डोकावलं. रहदारीचे आवाज वाढले होते. फूटपाथवरच्या विक्रेत्यांचे टीपेला पोहचलेले आवाज रहदारीच्या आवाजात मिसळत होते.

"हे काय? फक्त तीनच मुली?" पिवळ्या कार्डांच्या गठ्ठ्यातून तीन कार्ड शामरावांनी बाजूला काढलेली बघून जयरामनं विचारलं.

"रावसाहेब, माझ्या ऑफिसात याल तर हजारोंनी स्थळं आहेत आमच्याकडे. कार्डांचे तर ढीगच्या ढीग आहेत, पण तुमच्यासारख्या विद्वान पंडितासाठी कुठलीही मुलगी सांगायला मला काय वेड लागलंय?" जयरामला थोडं लाजल्यासारखं झालं.

"तुम्ही मुलींचे फोटो ठेवत नाही का?" थोडं अवघडत जयरामनं विचारलं.

"नाही. आधी मुलीचं शिक्षण, घरदार मग देणं-घेणं आणि मग फोटो अशी पद्धत असते, डॉक्टरसाहेब."

"मला नुसतं जयरामच म्हणा. मला अजून डॉक्टरेट मिळालेली नाहीये." पण शामरावांच्या कानातून हे वाक्य त्यांच्या मेंदूपर्यंत बहुधा पोहचलंच नाही. घसा खाकरून एकदा उठून त्यांनी खिडकीबाहेर थुंकलं आणि पहिलं कार्ड समोर धरून त्यांनी वाचायला सुरुवात केली, "मीनाक्षी देशमुख. दिसायला गोरीपान, सडपातळ, सुंदर, गृहकृत्यदक्ष, वय चोवीस. शिक्षण बी.ए. वडील रिटायर्ड पोस्टमास्तर. मुलीला थोडासा मंगळ आहे, परंतु शुक्र बलवान असल्यामुळे काही अडचण नाही."

जयरामची तळपायाची आग मस्तकाला गेली.

"देशपांडे, माझ्या पत्रात मी स्पष्ट लिहिलं होतं की, पत्रिकेवर माझा विश्वास नाही. मग हे काय काढलंत शुक्रबिक्र?"

"डॉक्टरसाहेब, ही मुलगी म्हणजे नक्षत्र आहे नक्षत्र आणि पत्रिकेची तुम्ही कशाला काळजी करता? ती मी जुळवतो ना बरोबर...."

"पण माझा या फालतुगिरीवर विश्वासच नाहीये आणि ज्या लोकांना स्वत:पेक्षा मंगळ आणि शुक्राच्या माहितीत जास्त रस आहे त्यांनी तीच माहिती घ्यावी. मला अशा लोकांशी काही घेणं नाही."

"डॉक्टर, पत्रिका बघण्यात गैर काय? तुम्ही तर ते हिंदू कायकाय लिहिलंय, तुम्ही त्यातले एवढे मोठे विद्वान आणि तुम्हीच असं बोलावं? आम्ही अनुभवातून बोलतोय. पंडितजी, पत्रिका बघणं फार आवश्यक असतं."

"देशपांडे, तुमच्याकडे सगळ्या अशाच मुली असतील तर मला वाटतं, आपण एकमेकांचा वेळ वाया घालवतोय. तुम्ही गेलात तरी चालेल."

जयरामच्या या पवित्र्यामुळे शामराव गडबडून गेले.

''नाही, नाही डॉक्टर, तसं काही नाही. पत्रिका बघायचीच नाही असं अगदी ठाम असेल तर तशीही स्थळं आहेत आमच्याकडे... बरं का, काही काळजी करू नका तुम्ही. आता हीच बघा. या मुलीचं आडनाव आहे, शहा. तुम्हाला आंतरजातीय चालेल म्हणालात ना? या मुलीलाही पत्रिका वगैरे बघायची नाहीये. अतिशय हुशार मुलगी आहे. शिवाय अंधेरीला स्वत:चा फ्लॅट आहे. रावसाहेब, लाखात एक स्थळ आहे.''

''वय काय आहे तिचं?''

''अं... बत्तीस. पण इतकी सुंदर आहे दिसायला, चोवीसचीच वाटते.''

''बत्तीस?'' जयरामनं खिडकीतनं बाहेर बघत क्षितिजसमांतर डोकं हालवलं. ''रावसाहेब, माझं ऐका. ही मुलगी पहाच तुम्ही. अहो वयाचं काय राहिलंय आजकाल? मी तर म्हणतो जेवढं जास्त वय तेवढं बरंच नाही का? मुलीनं चार पावसाळे जास्त पाहिलेले असणं, ही संसाराच्या दृष्टीने चांगलीच गोष्ट नाही का?'' जयरामला शामरावांच्या मूर्खपणाची कीव आली.

''बरं ते जाऊ दे, निराश व्हायचं कारण नाही. हे बघा अजून एक कार्ड आहे तुमच्यासाठी. मुलगी फक्त एकवीस वर्षांची आहे. दिसायला तर जणू बाहुलीच. वडील प्रसिद्ध डॉक्टर आहेत. खूप श्रीमंतपण आहेत आणि पुन्हा रावसाहेब तुमच्या जातीतलीच आहे ती....''

''..........''

''पत्रिका वगैरेच्या बाबतीतही आग्रही लोक नाहीयेत. मी जर तुमच्या जागी असतो, तर याच मुलीशी लग्न केलं असतं मी, डॉक्टर.''

''शामराव, मी डॉक्टर झालेलो नाहीये अजून...'' प्रत्येक शब्दावर जोर देतदेत जयराम म्हणाला.

ही चूक खरंतर जयरामचीच होती. कारण जसं नोकरीच्या बायोडेटात लिहितात तसंच शामरावांना पाठवलेल्या बायोडेटात त्यानं स्वत:च्या शिक्षणाबद्दल आणि हिंदूतत्त्वज्ञानातल्या त्याच्या कामाबद्दल खूप काही लिहिलं होतं. त्यामुळे शामरावांनी स्वमतीनुसार त्याचे 'डॉक्टर, पंडित' असे अर्थ लावले होते!

''देशपांडे, मला एक कळत नाही, एवढी चांगली मुलगी आहे तर तिला वधू-वर सूचक संस्थेची मदत घ्यायची आवश्यकताच काय?''

''अहो, आमच्याकडे म्हणजे निवडीला अगदी भरपूर वाव. आता तुम्ही नाही आलात आमच्याकडे...?''

''माझं मुंबईत ओळखीचं, नातेवाईक कुणी नाही म्हणून आलोय तुमच्याकडे.'' शामरावांच्या चेहऱ्यावर अपराधी भाव आले होते.

''देशपांडे, या मुलीला व्यंग... वगैरे नाही ना?''

"नाही, नाही... व्यंग नाही. पण रावसाहेब, लहानपणी एक छोटासा ॲक्सिडेंट झाला होता. त्यामुळे चालताना... थोडंसं... म्हणजे व्यंग नाही हा आणि या मुलीच्या सौंदर्यापुढे तिचं ते थोडंसं लंगडणं लक्षातही येत नाही."

जयरामची सहनशक्ती संपली होती.

"देशपांडे, माझी मेसमध्ये जेवायला जायची वेळ झालीये. मी विचार करून काय ते कळवतो तुम्हाला."

"मग, या मुलीच्या वडिलांशी बोलून घेऊ तोपर्यंत?"

"देशपांडे, मला जरा विचार करू देत. मी नंतर काँटॅक्ट करीन तुम्हाला. माझी बाहेर पडायची वेळ झालीये."

जयरामनं नाइलाजानं देशपांड्यांना जवळजवळ बाहेर ढकललंच.

पुढचे दोन-चार दिवस जयरामला फार वाईट गेले. आणखी एक गोष्ट जयरामच्या लक्षात आली की, शामराव देशपांडे त्याच्याकडे स्वत:हून आले नव्हते, तर त्यानंच पत्र टाकून त्यांना बोलावून घेतलं होतं. कारण त्याला स्वत:चं स्वत: लग्न जमवता आलं नव्हतं. 'लग्न जमवता आलं नाही,' कारण आपण आजपर्यंत कुणावर प्रेमच केलेलं नाही.

हा विचार धक्कादायक होता.

'आपल्या आयुष्यात प्रेम हा प्रकारच नाही. आपलं आपल्या आईबाबांवर प्रेम नाही. इतर कशावरही नाही. नक्की आपण चारचौघांसारखेच आहोत का?'

जयरामचा थरकाप उडाला.

'आपण कुणावरतरी प्रेम केलंच पाहिजे. जमेल का? नाही, ते करावं लागणार. आपलं लग्न कधीच होणार नाही बहुतेक.'

विचार करकरून जयरामचं डोकं फुटायची पाळी आली.

चार-एक दिवसांनंतरच त्याचं वाचनात परत लक्ष लागायला लागलं. लग्नाचे विचार तूर्त तरी बाजूला ठेवले होते आणि त्याच दिवशी संध्याकाळी शामराव दार ढकलून खोलीत आले. तेच पिंजारलेले केस, तसेच दाढीचे खुंट, तेच घाणेरडे कपडे, तीच जुनी फाटकी रेक्झिनची बॅग.

शामरावांना बघून जयरामची तळपायाची आग... पण कसंबसं स्वत:ला सावरून तो त्यांना म्हणाला, "देशपांडे, मी सांगितलं होतं ना मला जरा विचार करू द्या. योग्य वेळी मी येईन तुमच्याकडे."

पण हे सगळं बोलेबोलेपर्यंत शामराव खोलीत येऊन स्थानापन्नपण झाले होते.

"डॉक्टर, एवढी चांगली बातमी आणलीये तुमच्यासाठी की, आयुष्यभर आठवण ठेवाल आमची."

बोलताबोलताच त्यांनी त्यांच्या बॅगेतून वर्तमानपत्राच्या कागदात बांधलेला कसलातरी पुडा काढून टेबलावर ठेवला. "अहो, ते परवाचं आंतरजातीय स्थळ. आठवलं का?

शहा... शहा.''

एकीकडे त्यांनी पुडा सोडला.

''घ्या ना नाक्यावरच्या इराण्याकडनं आणलेत, गरमगरम.''

शामरावांनी इराण्याकडचे सामोसे आणले होते. पद्धत म्हणून जयरामला घ्या, घ्या म्हणत शामरावांनी स्वत:च सगळे सामोसे खाल्ले आणि मग त्याच कागदाला हात पुसले, त्यानंच टेबल पुसलं, त्याच्यातच टेबलावर पडलेले अन्नकण गुंडाळले आणि शेवटी सगळ्याचा बोळा करून त्यांनी खिडकीबाहेर उडवून दिला.

जयरामचा नाईलाज झाला होता. या माणसाच्या कोडगेपणाची हद्द होती.

''पुढच्या आठ-पंधरा दिवसात पत्र टाकीन मी तुम्हाला, मगच या.''

जयरामचा राग अनावर होत होता. शामराव हुशार होते. जयरामचा अंदाज घेत घेत बोलत होते.

''डॉक्टर, आम्ही ते....''

''मी अजून डॉक्टर झालेलो नाहीये.'' जयराम कातावून देशपांड्यांवर ओरडला.

''बरं, बरं का पंडितजी, अहो ती शहा मुलगी, अहो तिचं अठ्ठावीसचं वय आहे. त्याचं काय झालं तिचे वडील आले होते आमच्या ऑफिसात. मी त्यांना सरळ सांगितलं, मुलीच्या वयाचा दाखला आणून द्या आणि मग सगळा घोटाळा लक्षात आला. आमचीच कार्ड लिहिताना चुकी झाली होती. माफ करा पण डॉक्...''

शामरावांनी जीभ चावली.

जयरामलापण मनातल्या मनात थोडं हसू आलं.

''पण रावसाहेब, ती मुलगी तुम्ही बघाच आणि आता तर काय तुमचा वयाचा प्रश्नपण मिटला.''

''देशपांडे, तो वयाचा दाखला मला आणून दाखवता का?''

जयरामचा देशपांड्यांवर अजिबात विश्वास नव्हता.

''रावसाहेब, तुम्ही म्हणाल तेव्हा दाखवतो, पण तुम्ही आधी मुलगी तर बघा. सगळं विसरून जाल तिला बघितलंत की.''

देशपांड्यांच्या चालूपणाबद्दल जयरामला कोणतीही शंका उरली नव्हती. त्यामुळेच त्याला देशपांड्यांवर विश्वासही ठेवायचा नव्हता आणि या सगळ्या प्रकरणात स्वत:ला आणखीन गुंतवूनही घ्यायचं नव्हतं.

'या देशपांड्यांच्या जाहिरातीला पाठवलेलं पत्र एवढं अंगाशी येईल, असं वाटलं नव्हतं. पण आता या माणसाला तोडलंच पाहिजे नाहीतर हा माणूस काही पिच्छा सोडणार नाही.'

जयराम विचार करत होता.

''देशपांडे, कृपा करून मला विचार करायला वेळ द्या. मी सांगतोय ना, की आठ-दहा दिवसांनी पत्र टाकीन मी, तरी हे काय चालवलंय तुम्ही? मला आता

कोणतीही मुलगी बघायची नाहीये. माझं पत्र मिळालं की, मगच या तुम्ही.''

देशपांड्यांचा नाईलाज झाला होता.

''रावसाहेब, पण....''

जयरामही थोडा आक्रमक झाला होता.

''आता पणबीण काही नाही. देशपांडे, मी कळवल्यावर मगच या आता.''

शेवटी स्पष्टच सांगितलं त्यानं.

''ठीक आहे, पण एक करा बरं का, हे काही फोटो... मुलींचे... तुम्हाला दाखवण्यासाठी आणले होते, तेवढे ठेवून जातो, सवडीनं बघून ठेवा.''

''देशपांडे, ते पाकीट इथं ठेवू नका. मला कुठल्याही मुलीचा फोटो बघायचा नाहीये आणि चला, मला आता उशीर होतोय.''

देशपांडे जायला उठले, पण जाताजाता पाकीट मात्र हट्टानं त्यांनी जयरामच्या टेबलावर ठेवलंच.

देशपांडे गेले. पाकीट टेबलावर तसंच पडून राहिलं. महत्प्रयासानं पुढच्या दिवसांमध्ये जयरामनं परत वाचनात मन रमवलं. लग्नाचा विचार बराच मागे पडला. दिवस भराभर चालले होते आणि जयरामला आता फक्त त्याच्या पीएचडीचे वेध लागले होते.

साधारणपणे महिन्याभरानंतरची सकाळ. जयराम अगदी सहज खिडकीतनं खालची रहदारी बघत उभा होता. आंबेडकर रस्त्यावरचा व्हीटीच्या दिशेनं जाणारा वाहनांचा ओघ, चाकरमान्यांची ऑफिसला वेळेत पोहचण्याची लगबग, बेस्टच्या थांब्यावरची गर्दी, शाळकरी मुलांची वर्दळ, सर्व काही यंत्रवत चालू होतं. जयरामच्या मनात आईवडील, गाव असे विचार येत होते. साहजिकच विचारधारा वाहतवाहत परत स्वत:च्या लग्नापाशी आली.

देशपांड्यांनी टाकलेलं पाकीट टेबलावर अजूनही तसंच पडलेलं होतं. सहज जयरामनं पाकीट उघडलं. आतमध्ये चार फोटो होते. जयराम फोटो हातात घेऊन एकएक फोटो नीट न्याहाळून बघत होता.

'या मुली सुंदर असल्या तरी अशा निस्तेज का? यांच्या चेहऱ्यात समाधान का नाही? मला जे पाहिजे ते यांच्यात नाही.'

जयरामला स्वत:ला नक्की माहीत होतं की, त्याला कशा प्रकारच्या मुलीशी लग्न करायचं होतं. परंतु ते वर्णन शब्दात अभिव्यक्त करणं अवघड होतं. जयरामनं खिन्नपणे पाकिटात फोटो परत ठेवले आणि ठेवताठेवताच त्याच्या लक्षात आलं की, आत अजून एक लहान फोटो होता.

जयरामनं तोही फोटो बाहेर काढला आणि... फोटो बघून तो अवाक झाला.

'ओहो हीच मुलगी? हेच तर पाहिजे होतं आपल्याला. वा! काय मुलगी आहे, काय डोळे आहेत, बुद्धिमान, बोलके, परिपक्व. ही मुलगी दिसायला सुंदर नसली म्हणून काय

बिघडलं? पण हीच ती मुलगी जिचं वर्णनही आपल्याला करता येत नव्हतं.'

कितीतरी वेळ जयराम त्या फोटोकडे बघत होता. मनात विचारांची गर्दी झाली होती.

'हीच ती गृहिणी सचिव सखी मिथ: प्रियशिष्या ललिते कलाविधौ!'

जयरामनं शर्टपँट अडकवली. घाईघाईनं त्यानं टेबलाचे खण धुंडाळले. सगळ्या कागदपत्रांची आणि पुस्तकांची उलटापालट करून शामराव देशपांड्यांचा पत्ता शोधून काढला.

'शामराव देशपांडे, खोली क्र... वगैरे वगैरे....'

'अरे बापरे! गोवंडी! ठीक आहे गोवंडी तर गोवंडी. पण या देशपांड्याला ताबडतोब गाठलंच पाहिजे.'

लगेचच, पळतपळतच जयराम खाली आला. टॅक्सी करून त्यानं वडाळा स्टेशन गाठलं आणि तिथून गोवंडी.

देशपांड्यांचं घर जुनाट बैठ्या चाळीत होतं, जवळजवळ झोपडपट्टीच. बारीकबारीक गल्ल्यांमधून खूप शोधाशोध केल्यानंतर त्याला देशपांड्यांची खोली सापडली. दारावर टकटक करून तो थांबला.

"कोण पाहिजे?"

पन्नाशीच्या आसपासच्या स्त्रीनं दरवाजा उघडत विचारलं. तिच्या अंगावर जुनाट फाटकं पातळ होतं. घरकामानं मध्येमध्ये भिजलेलं.

"शामराव देशपांडे आहेत का?"

"नाहीयेत, ते कुठचे घरी सापडायला?" स्त्री एकदम फिस्कारली.

"मग कुठं ऑफिसला भेटतील का? ऑफिसचा पत्ता आहे का त्यांच्या?"

"अहो कसलं आलंय ऑफिस न् बिफिस... तुमचा काय निरोप असेल तो सांगा."

दरवाजातनं जयरामला घराच्या आतलं दृश्य दिसत होतं. आतलं अठराविश्व दारिद्र्य. एक जुनाट कॉट, त्यावर अस्ताव्यस्त पडलेलं अंथरुण, कपडे अन् त्याच्या शेजारी बिस्किटांच्या किंवा तेलाच्या चार डब्यांची एक चवड. वरच्या डब्यावर टाकलेलं एक फाटकं पोतं. आतमधला फोडणीचा वास बाहेर येत होता.

"माझं नाव जयराम कुलकर्णी. मला देशपांड्यांना ताबडतोब भेटायचंय. फार महत्त्वाचं काम आहे."

"ठीक आहे, सांगते."

खाडकन दरवाजा त्याच्या तोंडावर बंद झाला.

जयरामचा हिरमोड झाला होता, पण काही इलाज नव्हता. येताना गाडीत बसल्याबसल्या त्यानं खिशातल्या फोटोला हात लावून बघितला. मनात तिचेच विचार होते.

'किती साधेपणा होता तिच्या चेहऱ्यात. बेताच्याच परिस्थितीतून वर आलेली दिसतीये.'

वडाळ्याला उतरून त्याने बस धरली आणि खोलीकडे परत आला.

जयराम खोलीपाशी पोहचतो तर देशपांडे तिथे त्याचीच वाट पाहत उभे होते.

"मी आत्ता तुमच्याकडेच गेलो होतो."

त्यांना बघून जयराम एकदम उत्साहात आला.

"तुम्ही या इथे कसे?"

"तुम्ही घरी निरोप ठेवलात म्हणून तर आलो." देशपांडे उत्तरले.

"अरेच्या! पण मग माझ्या आधीच कसे पोहचलात?"

"ते जाऊ देत रावसाहेब, काम बोला. फोटो बघितलेत? कुठली मुलगी पसंत आहे?"

बोलताबोलताच जयरामनं खोली उघडली आणि ते दोघे आत आले. टेबलावर पडलेलं फोटोचं पाकीट जयरामनं त्यांच्या हातात ठेवलं.

"काय? कोणती मुलगी आवडली?"

जयरामनं काही न बोलता खिशातून फोटो काढून देशपांड्यांना दाखवला आणि देशपांड्यांचा चेहरा खर्रकन उतरला.

"अं... ही? हिचा फोटो तुमच्याकडे कसा आला? पाकिटात होता का? पण... पण पाकिटात गेलाच कसा? द्या... द्या तो फोटो इकडे...."

देशपांड्यांनी जयरामच्या हातातून फोटो काढून घ्यायचा प्रयत्न केला. जयरामपण चक्रावून गेला.

"देशपांडे, असं काय करताय? हीच... हीच मुलगी आवडलीये मला. कोण आहे? आजच्या आज मला तिला भेटायचंय."

"डॉक्टर, हा फोटो चुकून तुमच्या पाकिटात आलेला दिसतोय. ती मुलगी तुमच्यासाठी नाहीये. द्या तो फोटो."

"छे... छे... मला हिच्याशीच लग्न करायचंय. कधी भेट घडवून आणताय बोला."

"माझं ऐका रावसाहेब, फोटो परत द्या."

"पण असं काय करताय देशपांडे? मला ती मुलगी आवडलीये."

जयरामचा स्वर कातावला होता. देशपांडेपण मेटाकुटीला आल्यासारखे दिसत होते.

"डॉक्टरसाहेब ती मुलगी तुमच्यासाठी नाहीये."

जयरामला शंका येत होती की, ही देशपांड्यांची काहीतरी नवीन क्लृप्ती असावी.

"हे पहा देशपांडे, ती मुलगी कोण आहे, काय करते मला सगळं ताबडतोब

सांगा. हे काय नवीन नाटक लावलंय तुम्ही?''

जयरामच्या रागाचा पारा चढत होता. देशपांडेपण काकुळतीला येऊन फोटो मागत होते.

''रावसाहेब, मला काही विचारू नका. तिच्यापेक्षा जास्त चांगल्या पन्नास मुली मिळवून देईन मी तुम्हाला, पण हिचा विचार सोडा.''

''पण का? ही कोण आहे ते सांगत का नाही तुम्ही? तुमच्या इतर पन्नास मुलींशी काही घेणं नाही मला.''

जयरामनं फोटो घट्ट धरला होता.

देशपांड्यांच्या डोळ्यांतून घळाघळा पाणी वाहायला लागलं.

''काय झालं देशपांडे?''

''तिचं नाव नीता... माझीच मुलगी....''

दोनेक मिनिटं स्तब्धतेत गेली. देशपांड्यांनी बाहीला डोळे पुसले.

जयरामनं जरा शांत आवाजात परत म्हटलं, ''पण देशपांडे, तुमचीच मुलगी असेल तर चांगलंच आहे की आणि मला फारच आवडलीये ती.''

''डॉक्टर, माझी मुलगी तुमच्यासाठी नाही. तुम्ही एवढे विद्वान. धर्म, देव, ईश्वर सगळ्याचा अभ्यास झालाय तुमचा. दशग्रंथी का काय म्हणतात त्याहीपेक्षा तुम्ही जास्त शिकलेले आहात ना?''

''देशपांडे, ते सगळं वेगळं आहे. ती धार्मिकता आहे. माझा त्याच्याशी काहीही संबंध नाही. माझा तर देवबिव असल्या गोष्टींवरही विश्वास नाही. मी तत्त्वज्ञानाचा अभ्यास करतोय, पण ते जाऊ दे. तुमच्या मुलीला मला ताबडतोब भेटायचंय. कुठे असते ती?''

''नरकात?''

''काय?''

''माझी मुलगी मला मेली आहे. तुमच्यासारख्या विद्वान पंडितावर तर तिची सावलीसुद्धा पडता कामा नये. रावसाहेब फोटो द्या अन् मला जाऊ देत.''

शामराव उद्ध्वस्त झाल्यासारखे दिसत होते. पुढची पंधरा मिनिटं त्यांची आणि जयरामची वादावादी चालली होती. शेवटी शामराव उठले. फोटोचा नाद त्यांनी सोडून दिला आणि 'उद्या सकाळी निरोप देतो.' असं काहीतरी बडबडत बाहेर पडले.

''आज संध्याकाळी साडेसात वाजता, चर्चगेटला सनडान्स हॉटेलच्या बाहेर....'' असा त्रोटकच निरोप देऊन शामराव बाकी काही न बोलता निघून गेले.

दुपारी खाली जाऊन जयरामनं परफ्यूमची एक बाटली विकत आणली. संध्याकाळी अंघोळ करून परफ्यूम उडवून, ठेवणीतले कपडे घालून जयराम खाली उतरला. चर्चगेटला पोहचेपोहचेपर्यंत निदान पन्नास वेळा तरी जयरामनं, तिच्याशी कायकाय बोलायचं याचा स्वत:शीच सराव केला.

साडेसातची वेळ ठरली होती, तरी सातलाच तो चर्चगेटला पोहचला. डिसेंबरमुळे अंधार लवकर पडत होता. चर्चगेट दिव्यांनी लख्खं उजळलं होतं. जयरामनं उतरल्या-उतरल्या आधी सनडान्स कुठं आहे, ते शोधून काढलं आणि मग परत सबवेत जाऊन फ्लोरिस्टकडनं फुलांचा बुके विकत घेतला.

बरोबर साडेसात वाजता तो सनडान्सजवळ पोहचला. नीता आधीच येऊन थांबली होती. लांबनंच त्यानं तिला ओळखलं. तिनं पाठीवर केस मोकळे सोडले होते. लाल भडक मोठ्या फुलांचं ब्लाऊज आणि लालच पँट तिनं घातली होती. पायात पांढरे चमकणारे सँडल्स आणि खांद्याला लेदरची काळी पर्स. उजव्या हातात सिगारेट धरून, सनडान्सच्या बाहेर दिव्याच्या खांबाला टेकून ती उभी होती.

जयरामच्या डोक्यात सप्तसुरांच्या तारा छेडल्या जात होत्या. गर्दीला चुकवत, हातात बुके धरून भराभर चालत तो तिच्याजवळ जाऊन पोहचला.

समोरच्या फूटपाथवरून शामराव हे सारं पाहत होते. स्मशानातून परत येणाऱ्या लोकांप्रमाणेच, मान खाली घालून मूकपणे शामराव परत फिरले.

■

(बर्नार्ड मामामुड यांच्या 'द मॅजिक बॅरल' या इंग्लिश कथेवर आधारित)

देशपांडे

काही वर्षांपूर्वी एक बातमी वाचल्याचं आठवतं, लोकसत्तेत असेल बहुतेक. एका माणसाची बातमी. समजा त्याला आपण देशपांडे म्हणू. जो कित्येक काळ आपल्या बायकोपासून दूर राहिला. तसं पाहिलं तर यात विशेष काय? म्हणजे बातमी बनण्यासारखं काय? उलट आजकाल तर कदाचित कुणी बायकोपासून अजिबात दूर गेला नाही तर अशा माणसाचीच बातमी होऊ शकेल! पण देशपांडे बायकोपासून दूर तर राहिलेच आणि बातमी बनण्यासारखे राहिले.

देशपांडे तसे मुंबईतले— गिरगावातले. पण एक दिवस कामासाठी बाहेरगावी जातो, असं सांगून घराबाहेर पडलेले देशपांडे भुलेश्वरजवळ खोली घेऊन बायको, मित्र, नातेवाईक कुणालाही न भेटता वीस वर्षं तिथं राहिले. बरं स्वत:ला असं आपल्याच लोकांपासून तोडण्यामागे काही खास कारण होतं म्हणावं, तर तेही नाही. अर्थात या काळात देशपांडेसाहेबांनी आपल्या घरावर अगदी रोजच्या रोज आणि बायकोवर अधूनमधून लक्ष ठेवलेलं होतंच.

अहो, भुलेश्वरहून गिरगाव असं कितीसं ते लांब? आणि वीस वर्षांनंतर... म्हणजे देशपांडे बाहेरगावी गेले ते नक्कीच मेले अशी लोकांची खात्री झाल्यावर, असलेल्या थोड्याफार प्रॉपर्टीची तजवीज लागल्यानंतर, इतर लोक सगळं विसरल्यानंतर आणि बायकोनं कुंकू लावणं सोडून कित्येक वर्षं लोटल्यावर एक दिवस संध्याकाळी देशपांडे परत हळूच घरात शिरले... जणू काय सकाळीच बाहेर पडले होते आणि मग मरेपर्यंत बायकोचा प्रेमळ नवरा बनून राहिले.

तसं बघायला गेलं तर ही सगळी एक साधीच घटना, पण विचित्र. या घटनेचं विचित्रपण, वेगळेपणच आपल्याला याच्यावर विचार करायला लावतं. आपल्या सहानुभूतीपूर्ण मनाला स्पर्श करून जातं. आपल्यापैकी प्रत्येकाला माहिती असतं की,

आपण असा वेडगळपणा करणार नाही. पण दुसऱ्यानं मात्र असं काहीतरी करावं, असं आपल्याला मनापासून वाटतं. मी जेव्हा जेव्हा या घटनेचा विचार केलाय, तेव्हा तेव्हा एका गोष्टीबद्दल माझी खात्री झाली आहे की, या कथेचा नायक— म्हणजे आपले देशपांडे आणि ही कथा हे सगळं खरं असणार.

एखादा विषय मनाला जर एवढा भावला तर मी त्याचं आधी मनसोक्त रवंथ करतो. हा आता तुम्हालाही या विषयाचं रवंथ करायचं असेल तर जरूर करा किंवा माझ्याबरोबर देशपांड्यांचा वीस वर्षांचा तऱ्हेवाईकपणा बघत हिंडायचं असेल तरीही चला. बघू या, आपल्याला याची कारणमीमांसा करता येते का किंवा निदान काही बोध तरी घेता येतो का? कारण माझं मत आहे की, विचार प्रभाव उत्पन्न करतातच आणि अनन्यसाधारण घटना, बोध.

आपले देशपांडे इतर कुठल्याही सर्वसाधारण देशपांड्यांसारखेच एक देशपांडे, म्हणजे मध्यम वयाचे, पँटमध्ये शर्ट न खोचणारे, आठवड्यातून एकदाच दाढी करणारे, जास्त उलाढाल्या न करणारे, उलट थोडेसे आळशीच, बायकोशीसुद्धा एकनिष्ठ असणारे. थोडक्यात 'ठेविले अनंते...' अशी वृत्ती असणारे.

साधारणपणे सगळे देशपांडे समजतात तसे आपले देशपांडेपण स्वतःला मनातल्या मनात बुद्धिवादी समजायचे. पण यांचा क्रियाशील बुद्धिवाद दोन-चार मराठी मासिकं चाळण्यापलीकडे कधी फारसा गेला नाही. नुसतंच पडून विचार करत राहायला देशपांड्यांना फार आवडायचं. अमुक एका विषयावर विचार असं काही नाही. नुसतंच वाऱ्याबरोबर जशी वाळलेली पानं इतस्ततः भरकटत राहतात, तसं मन भरकटेल तसं भरकटू द्यायचं. बरं याचा अर्थ सुंदर स्वप्नरंजन म्हणावं तर देशपांड्यांना तेही जमायचं नाही. आता असा माणूस, ज्याच्या मनाचा स्वत्वाबद्दल कधी गोंधळ उडाला नाही, ज्याची कुठल्याही गोष्टीबद्दल आतल्या आत कधी तडफड झाली नाही, असा माणूस असलं तऱ्हेवाईक कृत्य करू शकेल, असं कुणाच्या ध्यानीमनी तरी येऊ शकलं असतं का?

देशपांड्यांच्या मित्रांना किंवा नातेवाइकांना जर कुणी विचारलं असतं की, अख्ख्या मुंबईत सगळ्यांत निष्क्रिय मनुष्य कोण, तर प्रत्येकानं निर्विवाद देशपांड्यांचंच नाव घेतलं असतं. अर्थात सौ. देशपांडे मात्र याच्याशी अगदी पूर्णपणे सहमत होत्याच, असं नाही. त्यांनी आपल्या पतिराजांना खरंतर नीटसं ओळखलंच नव्हतं. लग्नानंतरचा आपल्या नवऱ्याचा थंड स्वार्थीपणा, पतिप्रेमापोटी सौ. देशपांड्यांच्या लक्षात राहिला होता आणि दुसरं लक्षात राहिलं होतं ते म्हणजे लग्नानंतर देशपांड्यांच्या मनात असलेली काहीतरी 'करून' दाखवण्याची खुमखुमी. अर्थात ही खुमखुमी कालौघात हलकेच विरून गेली होती. चार सांसारिक गुपितं मनात लपवण्यापेक्षा अधिक काही देशपांडे 'करून' दाखवू शकले नव्हते.

सौ. देशपांड्यांच्या मते श्रीयुत कधीकधीच जरा विचित्र वागायचे, नाहीतर तसे

ते फाऽऽरच चांगले वागायचे. आता या बायकी 'फाऽऽरच चांगले वागायचे', या विधानाला काही फारसा अर्थ असतो का?

तर असे हे आपले देशपांडे, एक दिवस संध्याकाळी बाहेरगावी जाण्याची तयारी करतात. अर्थात तयारी म्हणजे फक्त एक वळकटी, त्यात अंथरुण-पांघरुण, कपडे आणि एक छत्री. 'रात्रीच्या गाडीनं सोलापूरला जातोय' असं बायकोला सांगतात. खरंतर बायको त्यांना विचारणार असते की, सोलापुरात कुणाकडे उतरणार किंवा पाण्याची बाटली घेतली का... इत्यादी इत्यादी. पण निघताना वेगवेगळे प्रश्न विचारलेले नवऱ्याला आवडायचं नाही म्हणून ती गप्प बसते. श्रीयुतांच्या डोळ्यांतच तिला सगळ्या प्रश्नांची उत्तरं मिळतात!

'तीन-चार दिवसात येईन. उशिरात उशीर शुक्रवार रात्रीपर्यंत नक्कीच!'

देशपांड्यांनी मात्र पुढे काय करायचं, हे मनात पुरतं योजलेलं असतं. आता एकदम एक आठवड्यानं परत यायचं, बायकोला पुरतं गोंधळात टाकायचं, असा निश्चय करून आणि एका हातात वळकटी आणि दुसऱ्या हातात छत्री घेऊन देशपांडे निघतात. नेहमीसारखंच बायकोचं एक उत्तेजनार्थ चुंबन घेतात. बायकोही नेहमी सारखंच उत्तेजनार्थ लाजते. दरवाजातून बाहेर पडताना दिसलेलं आपल्या ह्यांचं हसरं रूप सौ. आपल्या मनात साठवून घेतात.

हे हसरं रूप मनात साठवून घेणंबिणं जरी तसा किरकोळ प्रसंग वाटला तरी याला पुढे फार महत्त्व आहे. कारण देशपांड्यांच्या बायकोपेक्षा त्यांची विधवा म्हणून जास्त वर्षं काढाव्या लागलेल्या सौं.ना नंतर कधीही देशपांड्यांची आठवण झाली तर हेच हसरं रूप डोळ्यांसमोर यायचं. वेगवेगळ्या कल्पना करत बसलं की, त्यांचं हे हसरं रूप आणि इतर काहीतरी स्वप्नं यांचं मिश्रण होऊन विचित्र आणि कधीकधी भेसूर चित्रं दिसायची, म्हणजे उदाहरणार्थ मृत देशपांड्यांना तिरडीवर ठेवलंय, पण त्यांच्या चेहऱ्यावर ते दरवाजातलंच हसू दिसतंय किंवा स्वर्गात देशपांड्यांच्या भोवती अप्सरा नृत्य करतायत, पण त्यांच्या चेहऱ्यावर मात्र तेच हसू आहे. अशा कितीतरी कल्पना डोक्यात आल्या किंवा इतर लोकांना देशपांडे मेलेच असणार, अशी खात्री झाली तरीही सौ. देशपांड्यांना कित्येक वेळा वाटायचं की, मी नक्की विधवा आहे का?

पण ते सगळं जाऊ दे... आपल्याला श्रीयुत देशपांड्यांशी कर्तव्य आहे. त्यामुळे पटकन चला, नाहीतर या मुंबईच्या भाऊगर्दीत आपली अन् त्यांची चुकामुक व्हायची.

भुलेश्वरच्या त्या जुनाट बिल्डिंगमध्ये, ते पहा एका छोट्याशा खोलीत देशपांडे येऊन पोहचलेत. वळकटी सोडून आत काहीतरी शोधतायत. रात्रीचा लेंगा अन् सदरा असेल. अशा तऱ्हेनी गिरगावातून सुखात झालेल्या देशपांड्यांच्या सोलापूरच्या प्रवासाची इथे भुलेश्वरच्या खोलीत सांगतापण झाली.

'इकडे येताना कुणी बघितलं तर नसेल? भुलेश्वरच्या मार्केटच्या गर्दीत भराभर

चालतापण येईना. खालच्या नाक्यावरून इकडं वळताना कुणीतरी हाकपण मारत होतं... 'देशपांडे... देशपांडे' म्हणून.'

'देशपांड्या, मूर्खा स्वत:ला किती मोठा समजशील? विश्वाच्या तुलनेत तुझ्या आणि मुंगीच्या आकारात काही फारसा फरक नाहीये बाबा. शहाणा असशील तर आता झोप आणि सकाळी पहिली गोष्ट म्हणजे घरी जाऊन बायकोला सगळं खरंखरं सांगून टाक. तिच्या निष्कलंक हृदयात तुला अढळपद आहे, ते तसंच टिकव. मानवी हृदयातल्या आकर्षणावर चरा ओढणं चांगलं नाही.'

आपणच करत असलेल्या विनोदावर एकीकडं देशपांड्यांना थोडंसं कानकोडं झाल्यासारखं वाटत होतं. नवीन जागा, वेगळी गादी, एकट्यानंच झोपायचं. देशपांड्यांचा डोळा लागेना. 'जाऊ दे, उद्या आपलं घरी जावं.'

सकाळी जरा लवकरच उठून देशपांडे परत विचार करायला लागले.

'नक्की काय करावं? परत जावं? का काढावेत एक-दोन दिवस अजून?'

देशपांडे असेच होते. घरातून तर ते बाहेर पडले होते. काय करायचं हे ठरवून बाहेर पडले होते, पण आपण हे नक्की का करतोय, हे मात्र त्यांना ठाऊक नव्हतं. एखाद्या कामाबद्दल केलेला मोडकातोडका विचार आणि त्या कामासाठी केली जाणारी ढोर मेहनत ह्या दोन्ही गोष्टी म्हणजे माणसाच्या मनाच्या दुबळेपणाची ग्वाही असते. घरी जावं की जाऊ नये, या द्वंद्वात देशपांड्यांनी मग ठरवलं की, आधी नुसतंच लांबनं घराकडे बघून तर येऊ. जरा अंदाज घेऊ आणि येऊ परत. पुन्हा तेच. हे करून देशपांडे काय साधणार होते? आणि 'जरा अंदाज' म्हणजे तरी काय?

सवयीने - देशपांडे सवयीचे गुलाम असणार, यात नवल ते काय. देशपांड्यांच्या बोटाला धरून त्यांना अगदी पार त्यांच्या बिल्डिंगच्याजवळ नेऊन सोडलं आणि सवयीनेच आता ते बिल्डिंगमध्ये शिरणार, एवढ्यात देशपांडे अडखळले.

'देशपांडे कुठं शिरताय?' परत द्वंद्वांत चालू. सीसॉच्या फळीची दोन्ही टोकं एकाच वेळेला खाली किंवा एकाच वेळेला वर कशी असतील? मुळात द्वंद्व आहे म्हणून सीसॉ आहे, पण हे कळत नव्हतं म्हणून तर ते देशपांडे होते आणि मग एकदम मागे वळून देशपांडे घाईघाईनं परत भुलेश्वरच्या दिशेनं निघाले. नाक्यावरून वळताना हळूच त्यांनी आपल्या घराकडे नजर टाकली. बायको धुणं वाळत घालत होती.

'अरे बापरे, तिनं बघितलं वाटतं माझ्याकडं... छे, एवढ्या गर्दीत मी कुठला ओळखू येतोय... नक्कीच ओळखणार. नवरा आहे मी तिचा. पण ती तर मला वाटतं या दिशेला बघतच नव्हती...'

धडधडत्या छातीने देशपांडे तरातरा भुलेश्वरकडे वळले. अगदी शेवटी पुन्हा एकदा एक चोरटी नजर त्यांनी घराकडे टाकलीच.

'देशपांडे, हजारो लाखो मर्त्य बिंदूमधलेच तुम्ही एक. तुम्हाला या प्रचंड

सागरातून कोण वेगळं हुडकून ओळखणारं आहे?'

या लांबलचक विनोदाची, विनोदाची म्हणा किंवा विचित्रपणाची म्हणा, सुरुवात ही अशी झाली. पुढच्या गोष्टी— देशपांड्यांची विगची खरेदी, वेगळ्या प्रकारच्या कपड्यांचा वापर, वगैरे वगैरे आपोआप घडल्यासारख्या घडायला लागतात.

कुणी ओळखू नये म्हणून देशपांडे वेगळं रूप धारण करतात, पण नेमक्या याच कारणांनी ते त्यांचा परतीचा एकएक दोरपण कापतात. देशपांड्यांच्या स्वभावातला सुप्त आडमुठेपणाही इथे उफाळून येतो.

'बघू बरं किती दिवस बायकोला आपली उणीव जाणवते. अगदी फारच आजारीबिजारी पडली तरच घरी जायचं.'

आत्ताआत्तापर्यंत देशपांडे म्हणायचे, झालं हे बास झालं. उद्या किंवा परवा घरी जाऊ, पण आता ते म्हणतायत उद्याच कशाला? पुढच्या आठवड्यात जाऊ नं.

बऱ्याच वेळेस मनाला एखादी गोष्ट आतून पटत नसते. पण तरीही अहंमन्यता, भीती, राग, आडमुठेपणा किंवा शुद्ध मूर्खपणा मनावर प्रभाव पाडतो आणि या प्रभावाखाली माणूस बेलगाम वागत राहतो. मग त्याचे परिणाम आणि आवश्यकता यांचा गुंता करून टाकतो, न सोडवता येणारा गुंता. देशपांड्यांना दहा वर्षांसाठी त्यांच्यावरच सोडून देऊ. कारण या दहा वर्षांत अमुक असं काहीच घडलं नाहीये.

दहा वर्षांनंतरचा एक दिवस. ठाकूरद्वारजवळून तो पहा एक वयस्कर मनुष्य चाललाय. लहानसं कपाळ... तेही सुरकुतायला लागलेलं, निस्तेज खोल डोळे, पाठीत किंचित पोक आणि खाली बघून एकेक मोजून टाकल्यासारखी पावलं टाकत चाललेला. चेहरा जाणूनबुजून खालती ठेवतोय वाटतं तो किंवा तशी सवयच लागली असावी त्याला, जगापासून तोंड लपवण्याची.

समोरच्या बाजूने ती पहा तशीच एक वयस्कर स्त्रीपण येतीये. अगदी म्हातारी नाहीये, पण काळाच्या ओझ्यानी थकल्यासारखी दिसतीये. विधवा, साधी सुती साडी नेसलेली, केस पांढरे व्हायला लागलेली. डोळ्यांखाली सुरकुत्या, कातडीचे फुगवटे जमा व्हायला लागलेली. ठाकुरद्वारातल्या फुटपाथवरच्या चालणाऱ्यांच्या गर्दीनं श्री आणि सौ. देशपांडे एकमेकांच्या समोरच आले की... क्षणभरच आणि ज्या गर्दीच्या भोवऱ्यानं त्यांना समोरासमोर आणलं त्याच भोवऱ्यानं क्षणभरात दूरही लोटलं.

सौ. देशपांड्यांनी एकदा मागे वळून बघितलं आणि पुन्हा आपल्या आधीच्याच चालीनं त्या पुढे चालत राहिल्या आणि श्रीयुत देशपांडे? दहा वर्षांनंतर पहिल्यांदा त्यांनी आपल्या बायकोला एवढ्या जवळनं आणि साक्षात समोर पाहिलं. त्यांचा तर बराच वेळ 'आ' बंदच होईना.

घाईघाईनं देशपांडे आपल्या खोलीत परत आले. दरवाजा बंद करून घेतला. वरचा बोल्टपण लावला आणि मटकन गादीवर बसले. त्यांच्या दुबळ्या मनासमोरून त्यांनी दहा वर्षं चालवलेल्या तऱ्हेवाईकपणाचा चित्रपट झर्रकन सरकून गेला. 'मी

बिनडोक आहे, बिनडोक.' गादीवर डोकं टेकून रडतरडत देशपांडे परतपरत म्हणत राहिले.

मला तर वाटतं, देशपांडे खरंच बिनडोक होते. कारण कुठला डोकं असलेला माणूस स्वतःच स्वतःवर असं विचित्र आयुष्य लादून घेईल? आयुष्यानं तुम्हाला दिलेले हक्क, स्वातंत्र्य आणि सवलती स्वतःच सगळे सोडून द्यायचे आणि तेही स्वतः न मरता.

देशपांडे मुंबईतच अगदी भर वस्तीतच राहत होते. पण तरीही अदृश्य मानव असल्यासारखे होते. मुंबईतली गर्दी रोज त्यांच्या अंगावरून जायची, पण गर्दीला ते दिसायचे नाहीत. देशपांडे आपल्या बायकोच्या जवळच राहत होते, पण बायकोच्या प्रेमाची ऊब त्यांच्यापर्यंत पोहचू शकत नव्हती. एखादा संन्यासी वैराग्यापोटी स्वतःला संसारापासून दूर घेऊन जातो, त्याचंसुद्धा आयुष्य देशपांड्यांसारखं विचित्र नसतं.

वीस वर्षांचा हा काळ म्हणजे काही फार मोठा काळ नाही. देशपांड्यांनी आधी ठरवल्याप्रमाणे देशपांडे एक आठवड्याने परत आले असते किंवा वीस वर्षांनी परत आले, तरी परिस्थितीत असा फार मोठा फरक काहीच झालेला नव्हता किंवा एक आठवड्यात देशपांडे कुटुंबाच्या संदर्भात, काळ जेवढा पुढे सरकला असता, वीस वर्षांतही काही त्यापेक्षा फारसा पुढे सरकलेला नव्हता. फक्त एकच गोष्ट कुणी थांबवू शकलं नव्हतं, श्री. आणि सौ. देशपांड्यांचं वय. मध्यम वयात घराबाहेर पडलेल्या आणि उतारवयात परत आलेल्या नवऱ्याचं स्वागत त्याची विधवा बायको चुंबन देऊन करू शकली असती?

वीस वर्षं अशीच लोटली अन् एक दिवस संध्याकाळी रोजच्या प्रमाणेच फिरतफिरत देशपांडे त्यांच्या गिरगावातल्या घरापाशी आले. अजूनही त्याला ते 'आपलं घरं'च म्हणायचे!

जून महिन्यातली ती संध्याकाळ होती. आकाश पूर्ण झाकोळलेलं होतं आणि बिल्डिंगच्या दरवाजापाशी पोहचेपोहचे पर्यंत आभाळ फुटावं असा जोराचा पाऊस सुरू झाला. क्षणभरातच देशपांड्यांच डोकं अन् चेहरा पावसानं भिजून गेला. घाईघाईनं देशपांडे बिल्डिंगमध्ये शिरले आणि अनाहूतपणे पायऱ्यापण चढायला लागले.

'देशपांडे... देशपांडे, थांबा काय करताय काय हे? अहो जिन्याच्या वरच्या टोकाला तुमचं घर आहे, बायको आहे.'

देशपांड्यांचा पुन्हा गोंधळ उडाला.

'काय करावं? वर जावं?... की इकडेच कुठेतरी थोडा वेळ आडोशाला थांबून खोलीकडे परत जावं?... पण हा पाऊस इतक्यात कुठचा उघडणार... आडोशाला किती वेळ उभं राहावं लागेल कुणास ठाऊक... छे, आज इकडे गिरगावात यायलाच नको होतं.'

विचार करत जड पावलांनी देशपांडे एक-एक पायरी चढत होते अन् दोनच

मिनिटांत देशपांड्यांच्या लक्षात आलं की, ते त्यांच्याच दरवाजात उभे होते.

'काय करू? परत फिरायचं की दरवाजा उघडायचा?'

दोनच सेकंद विचार करून, वीस वर्षांपूर्वी जसे हसत देशपांडे बाहेर पडले होते, थेट तसंच हसत देशपांड्यांनी दरवाजा लोटला अन् घरात पाऊल टाकलं. हे तेच हसू होतं ज्यानं त्यांच्या बायकोच्या आयुष्याची किंमत देऊन एक विनोद केला होता.

हा आनंदी क्षण... आपण तरी याला आनंदीच म्हणू, देशपांड्यांच्या नशिबात येऊ शकला तोसुद्धा धड विचार न करताच. देशपांड्यांच्या उंबरठ्याच्या आत आपण त्यांचा पाठलाग करणं योग्य होणार नाही, पण आत जाताजाता देशपांडे तुमच्या आमच्या विचारशक्तीला भरपूर खाद्य देऊन गेलेत. बघा, नीट विचार करा... याच खाद्यातला एखादा घास आपल्याला या घटनेच्या बोधाचा स्वादसुद्धा देऊ शकेल.

या आपल्या गूढ जगात आणि या साऱ्या कोलाहलात माणूस वेगवेगळ्या संस्थांशी, वेगवेगळ्या संस्था एकमेकांशी आणि सगळं सगळ्यांशी असं काही जखडलं गेलंय की, माणसानं जर यातून बाहेर पाऊल टाकायचं ठरवलं, तर तो बाहेर फेकला जाईल, कदाचित पार या विश्वाच्याही बाहेर...!

∎

(नॅथनिल हॉथॉर्न यांच्या 'वेकफील्ड' या इंग्लिश कथेवर आधारित)

आध्यात्मिक उन्नती

माझं आजोळ कोकणातलं. देवगड तालुक्यातलं. अगदी खास कोकणातलं कोकणपण असलेलं. लहानपणी उन्हाळ्याच्या सुटीत कोकणात जाताना एसटीनं फोंडा घाट उतरला की, कोकणाचा खास दरवळ नाकात शिरायचा आणि कोकण आल्याची मनाची खात्री पटायची.

कोकणातल्या गावांमध्ये एक विशिष्ट प्रकारचा दरवळ येतो. अन् मला कोकणात जायची संधी मिळाली की अगदी छाती भरभरून मी तो दरवळ पिऊन घेतो. अगदी मनसोक्त. आंब्या फणसाची मोठ्या खोडांची झाडं, उंच उंच माड अन् पोफळी, पायाखाली पडलेल्या वाळलेल्य पानांचा सडा, आडातून उपसून बागेत सोडलेलं पाणी, त्याच्यासाठी केलेले छोटेछोटे पाट, घरांपुढची शेणानं सारवलेली स्वच्छ खळी, घराच्या जवळपासच असलेला दोन-चार गुरांचा गोठा आणि सगळ्यात महत्त्वाचं म्हणजे समुद्रावरून किंवा खाडीवरून येणारा वारा. या सगळ्या वासांचं मिश्रण म्हणजेच तो कोकणचा खास दरवळ. मनाला अगदी वेड लावणारा...

त्यावेळी दरवर्षी उन्हाळ्याच्या सुटीत कोकणात जायचं हे ठरलेलंच. आता पूर्वीसारखं दरवर्षी जायला मिळतंच असं नाही, पण कोकणचा आजही माझ्या मनावर एवढा प्रभाव आहे की आजही कोकणात जायची एखादी जरी संधी मिळाली तरी मी त्याचा पुरेपूर फायदा उठवतोच. तसा माझ्या आठवणीतला शेवटचा मी कोकणात गेलो होतो– म्हणजे अगदी मनसोक्त राहायला असं गेलो होतो– त्यालाही आता कित्येक वर्षं उलटली.

तेवीस-चोवीस वर्षांचा असेल मी त्यावेळेस. काही महिने माझ्या मामाकडे जाऊन राहिलो होतो. नुसताच. म्हणजे अमुक असं काहीच करत नव्हतो. सकाळी उशीरापर्यंत झोपायचं, नदीवर तासन्तास डुंबत राहायचं. पत्ते खेळत बसायचं किंवा

पुलावर जाऊन आबाच्या हॉटेलातला कडक लाडू खायचा आणि उगाच इकडच्या तिकडच्या गप्पा मारत राहायचं. असं काहीही. आमचा मामा मात्र पहाटेच उठायचा. आणि घरभर चालणारी त्याची आणि मामीची लगबग अंथरूणावर पडल्यापडल्या जाणवत राहायची. मामा जातिवंत कोकणी. वरकरणी तिखट स्वभावाचा पण आतून प्रेमळ. त्याचं नशीब त्याला कधीच साथ देत नाही अशी त्याची कायमची खंत. अन् कधीकधी सकाळीच उठून मामा देवगडला जायचा. साधा-स्वच्छ सुती झब्बा अन् स्वच्छ पायजमा घालून. खांद्यावर छोटासा नॅपकीन किंवा पंचा टाकून.

माझं मात्र आळशासारखंच सगळं चालायचं. एक दिवस संध्याकाळी मी पुलावर फिरायला गेलो आणि मनात आलं, 'चला, आज घाटी चढून सड्यावर जाऊ अन् सड्यावरनं जी गाडीवाट गावाच्या दुसऱ्या टोकाकडे उतरलीये तिकडनं घरी येऊ. नाही सापडला रस्ता तर शोधून काढू किंवा विचारू कुणाला तरी.'

घाटी चढून मी सड्यावर पोहचलो. इथपर्यंतचा रस्ता माहितीतलाच होता. आता गाडीवाटेनं परत खाली उतरायला लागलो. दोन–तीन मैल वेडीवाकडी वळणं घेतघेत वाट बरीच खाली आली अन् अचानक वाटेच्या थोडसं खाली डाव्या हाताला एक सुंदर कौलारू घर दिसलं.

गाडीवाट हलकेच उजवीकडे वळली होती अन् तिथंच गडग्याला तीन बांबूंचा आखाडा केला होता. आखाड्यातून आत घराकडे गेलेली लालचुटूक पाऊलवाट, तिच्या दोन्ही बाजूला पडलेल्या आंब्याच्या वाळलेल्या पानांच्या आणि राठ गवताच्या मधून उठून दिसत होती. पाऊलवाटेच्या उजव्या हाताला गडगा, गडग्याच्याही उजव्या हाताला थोडी वरती गाडीवाट. पाऊलवाटेच्या डाव्या हाताला मात्र उंच गेलेल्या जुन्या आंब्याच्या पंधरा-वीस कलमांची रांग.

गडग्याच्या बाहेर आखाड्याजवळ, या पाऊलवाटेच्या सुरुवातीच्या टोकापाशी उभं राहून बघितलं तर दिसत होतं एक टुमदार कौलारू घर, स्वच्छ अन् टापटिपीचं. घरापुढे नीट सारवलेलं खळं, खळ्याला चहूबाजूंनी बनवलेली पेळव, पेळवेच्या पुढे छोट्याछोट्या फुलझाडांची गर्दी, त्याच्या खालच्या बाजूला दोन-तीन माड, पपया आणि शेवग्याची दोन झाडं, बारीकबारीक फुलांनी डवरलेली.

पाऊलवाटेच्या डाव्या हाताला असलेल्या आंब्याच्या खोडांमधून बघितलं की दिसायचे, या कलमांनंतरच्या उतारावर ओळीनी लावलेले अननस, तिथून आणि थोडं खाली उतरल्यावर असलेलं भाताचं शेत, शेताच्या शेवटाला छोटीशी पुळण, पुळणीच्या पलीकडची माडांची सरळ रांग. त्यानंतर बांध, बांधापलीकडे पसरलेली संध्याकाळच्या पिवळ्या उन्हात चमचमणारी खाडी, खाडीच्या पलीकडच्या तीरावरचा दगडी बांध, बांधावरचे माड, त्यामागे उभा चढत गेलेला गर्द हिरव्या झाडीची चादर घेतलेला डोंगर अन् त्या डोंगरातली झाडीतून डोकावणारी लाल कौलांची घरं.

माझ्या मागे पश्चिमेला, लांब खाडीच्या समुद्राकडच्या टोकाशी सूर्य अस्त पावत

होता. मावळत्या उन्हाच्या पिवळ्या सोनेरी किरणांमध्ये ते सारं दृश्य एवढं मोहक झालं होतं की, स्तिमित होऊन किती वेळ ते बघत मी खिळलो होतो कुणास ठाऊक. मी मंत्रमुग्ध झालो होतो.

कसल्याशा आवाजानं माझं लक्ष विचलित झालं. कौलारू घराच्या खळ्यात दोन मुली उभ्या होत्या. एक मोठी बावीस-तेवीसच्या आसपासची, थोडीशी जाड पण लक्षणीय सुंदर आणि दुसरी धाकटी सतरा-अठरा वर्षांची, गोरीपान, लहानसर, नाजूक, दोन वेण्या घातलेली. दोघी जणी खळ्यात उभं राहून माझ्याकडेच प्रश्नार्थक नजरेनी बघत होत्या.

काही न बोलता मी पुन्हा गाडीवाट पकडली. गाडीवाट गडग्याच्या, घराच्या मागनं काहीशा उंचीवरनं गावाच्या दिशेनी गेली होती. अंधार पडायला लागला होता. मी जरा भराभर पावलं उचलली. मी घरी पोहचलो तेव्हा मला असं वाटत होतं की, मी एखादं स्वप्नच बघून आलोय. त्या दृश्याची गोड अनुभूती मनात आत खोलपर्यंत भिनली.

आठ-दहा दिवसांनंतरची गोष्ट. दुपारचा मामाबरोबर रमीचा डाव टाकून बसलो होतो. गडग्यातून कुणीतरी आत येताना दिसलं. मामाच्या घराच्या पुढ्यातल्या खळ्याभोवती पुरुषभर वाढलेली तुळशीची रोपं होती. त्यामुळे गडग्यातून आत आलेलं माणूस जवळ येईपर्यंत नीटसं दिसायचं नाही.

आठ दिवसांपूर्वी कौलारू घराच्या खळ्यात उभी बघितलेली मुलगीच आत येत होती, थोरली, साडी नेसलेली, आकर्षक. आत आल्याआल्याच तिनं मामाशी बोलायला सुरुवात केली, माझ्याकडे न बघताच. ती कसलीशी वर्गणी मागायला आली होती. कानवलीला मागच्या आठवड्यात लागलेल्या आगीत बुद्धवाड्यातल्या किती झोपड्या जळाल्या, किती लोकांचं काय नुकसान झालं याचा पाठ केल्यासारखा साद्यंत पाढा तिनं वाचला. कानवलीतल्या संकटग्रस्तांना मदत करण्यासाठी केलेल्या कसल्याशा कमिटीची ती मेंबर होती.

काहीतरी बराच मजकूर लिहिलेल्या एका कागदावर मामाची सही घेऊन उठताउठताच ती म्हणाली, "काका, आजकाल आमच्या घराकडे येणं विसरलात का? या ना एखाद दिवशी सवड काढून." आणि माझ्याकडे मानेनंच निर्देश करून "बरोबर यांना पण आणा. यांचं नाव एवढं ऐकलंय, आमच्या घरी हे आले तर आईला खूप आनंद होईल. चला, येते मी. अजून दोन-चार ठिकाणी जायचंय."

आली तशीच झर्रकन निघून गेली ती.

"मामा, कोण ही मुलगी?"

"अरे, ही उषा– कुलकर्ण्यांची मुलगी. कुळकर्णी देवगडात सरकारी नोकरीत होते. पाच वर्षांपूर्वी गेले. आता घरात तीनच माणसं. ही, हिची आई आणि धाकटी बहीण. घरची थोडी शेती आहे. दोन–अडीचशे कलमं आहेत. त्यामुळे खाऊनपिऊन सुखी आहेत तिघी जणी."

"कुठल्या आगीबद्दल बोलत होती ती?"

"अरे, त्यांच्या घरासमोरच्या खाडीच्या पलीकडं जे गाव दिसतं ना ती कानवली. परवा तिकडे मोठी आग लागली होती. ही उषा कानवलीच्या शाळेत शिकवते आणि बरोबरीनं बरीच समाजसेवापण करते, त्या कानवलीतल्या लोकांसाठी. आपण जाऊ एखादे दिवशी त्यांच्याकडे. त्या तिघीही फार चांगल्या आहेत."

एक दिवस दुपारचं जेवण झाल्यावर मामा म्हणाला, "चल कुळकर्ण्यांकडे जाऊ. येतोस?"

उषा, आई आणि धाकटी बहीण तिघीही घरातच होत्या. मला बघून उषाच्या आईला आनंद झाला.

"एवढी सुंदरसुंदर चित्रं काढता, आमच्या या कानवलीचं एखादं तरी चित्र काढा की." माझ्यासमोर दरवाजात उभं राहून ती म्हणाली.

उषा मात्र गंभीर चेहऱ्यानं मामाशीच बोलत राहिली. कानवली गावातले प्रश्न, तिथल्या लोकांची दुरावस्था इत्यादी इत्यादी.

"काका, तुमच्यासारख्यानं आम्हा लोकांना या कामात मदत करायला पाहिजे. निदान मार्गदर्शन तरी."

"बरोबर आहे हो उषा." आई म्हणाली.

मला वाटतं आईला या समाजसेवेतलं वगैरे काही फारसं कळत नव्हतं. परंतु आपली मुलगी फार हुशार आहे आणि जगावेगळं काहीतरी चांगलं करतीय, एवढीच जाणीव होती. निव्वळ त्या जाणिवेपोटी ती उषाला 'बरोबर आहे, बरोबर आहे.' असा दुजोरा देत राही.

"हा संपूर्ण तालुका काँग्रेसच्या ताब्यात आहे." उषानं परत चालू केलं आणि माझ्याकडे बघून म्हणाली, "तुमचे मामा काँग्रेस कमिटीचे चिटणीस. या लोकांनी आपली माणसं सरकारी खात्यात चिकटवण्यापलीकडे काही केलं नाही. समाजासाठी खरं कामबिम तर काहीच नाही. त्यामुळे आपण तरुणांनीच या लोकांना विरोध केला पाहिजे आणि घोषणाबाजीनं काही होणार नाही. आपण काम करून जगाला दाखवून दिलं पाहिजे की, समाजासाठी खरं काम म्हणजे काय ते." उषा प्रेरित होऊन बोलत होती.

धाकटी बहीण शानू. तिचं खरं नाव शांता, पण घरात तिला शानूच म्हणायचे. झोपाळ्यावर शांत बसून मोठ्या बहिणीचं बोलणं ती ऐकत होती. उषाच्या मते आणि अर्थातच त्यामुळे आईच्याही मते शानू अजून लहान होती आणि त्यामुळे मोठ्या लोकांच्यामध्ये तिनं बोलणं योग्य नव्हतं. म्हटलं तर शानू खरंच अल्लड होती.

थोड्या वेळानं तिनं मला त्यांच्या घरातला जुन्या फोटोंचा अल्बम दाखवला.

"हे माझे काका... आणि ही काकू... आणि हा चुलत भाऊ." मला टेकून उभं राहून निरागसपणे शानू मला सांगत होती.

शानू उषाएवढी मोठी नसली तरी लहानपण नव्हती. त्यामुळे तिचं मला असं

टेकून उभं राहणं फारच सुखद होतं.

कुळकर्णी लोक स्वभावानं खरंच चांगले होते. मला त्यांच्या घरात बरं वाटत होतं. त्या तिघींशी माझं चांगलं सूतपण जुळलं होतं. आम्ही त्यांच्याकडे बराच वेळ बसलो होतो. खूप गप्पा मारल्या. अर्थातच सगळ्यात जास्त बडबड उषाचीच होती आणि तीही समाजसेवा, काँग्रेस आणि कानवली या विषयांवरच.

एखाद्या अभ्यासू माणसाबरोबर वाद घालणं मामाला जमायचं नाही. अशा वेळी एकतर तो गप्पच व्हायचा किंवा तिरसटासारखं काहीतरी बोलायचा. उन्हं थोडी कलल्यावर आम्ही त्यांच्या बांधावर फिरायला गेलो. अंधार पडायला लागला, तसा आम्ही त्यांचा निरोप घेतला.

"मामा, त्या तिघीही खरंच चांगल्या आहेत."

"हो... हो... निश्चितच. पूर्वी उषाचे वडील होते ना त्या वेळेस अगदी नित्यानं मी त्यांच्याकडे जायचो, पण आताशा जमतच नाही रे कामामुळे. किती काम... किती काम."

आमच्या मामाचं अगदी ठाम मत होतं की, शेतात जेवढं जास्त राबावं, तेवढं जास्त चांगलं पीक येतं. अर्थात हे काही तितकंसं बरोबर नव्हतं. कारण कित्येक वेळेला मामाला देवगडला जाताना पोस्टात टाकायला दिलेलं पत्र त्याच्या खिशात कित्येक दिवस तसंच राहायचं. आता अशा माणसाच्या नशिबी अपरंपार कष्ट जर आले, तर त्यात नवल कसलं?

आताशा कुळकर्ण्यांकडे मी वरचेवर जायला लागलो होतो. कित्येक वेळा खळ्यातल्या झोपाळ्यावर एकटाच बसून मी विचार करत राही. माझ्या आळसटलेल्या आणि निरर्थक जीवनाचा मला कंटाळा येई, चीडचीड होई. त्याच वेळेस त्या तिघींच्या हालचालीचे किंवा उषाच्या वाचनलिखाणाच्या कागदांचे आवाज बाहेर ऐकू येत. कित्येक वेळा दुपारी उषा कानवलीत किंवा देवगडला कामासाठी जाई आणि संध्याकाळी परत आल्यावर मोठ्या आवाजात काही काही बोलत राही. त्यात जर का कानवलीचे प्रश्न वगैरे असला काही विषय असेल तर मात्र माझ्याकडे बघून म्हणे, 'हं, तुम्हाला यात रस नसायचाच.'

उषा सुंदर होतीच, पण तिचा चेहरा तेवढाच करारी होता. तिचा धाक वाटायचा. माझ्या चित्रांमध्ये मी कानवली किंवा तिथले सामाजिक प्रश्न हे विषय कधीच घ्यायचो नाही. उषाला याबद्दल राग होता. तिच्या समाजसेवेशी मला काहीही कर्तव्य नव्हतं, पण नेमका याच कारणामुळे उषाला मी कधीही आवडायचो नाही. अर्थात तिच्या मनातली माझ्याबद्दलची तिडीक मला जाणवू न देण्याचा ती प्रयत्न करायची. पण अधूनमधून ती माझ्या लक्षात यायचीच.

कधीकधी मानसिक त्रास झाला असेल तर झोपाळ्यावर बसल्याबसल्या मी म्हणायचोसुद्धा की, भरल्यापोटी समाजसेवा करणं कडक इस्त्री केलेला भरजरी शालू

नेसून मिरवण्यासारखंच आहे.

शानूचं मात्र असं नव्हतं. खरंतर तिचं अमुक असं काहीच नव्हतं, माझ्यासारखंच. दिवसातला बराच वेळ ती काहीबाही वाचत राहायची. मी आल्यानंतर मात्र तिचा चेहरा खुलायचा. आल्याआल्या ती मला कायकाय घडलं हे सांगत राहायची.

"राधा गाभण होती ना तिला खोंड झाला. त्याच्या कपाळावर चांद आहे." किंवा "काल रात्री आम्ही शेवग्याच्या फुलांची भाजी केली होती." असं काहीही.

कधीकधी ती आणि मी बांधावर फिरायला जायचो किंवा बांदेकराला हाकारे मारून बोलवायचो आणि त्याच्या होडीतून चक्कर मारून यायचो. कधीकधी खळ्यात पेळवेवर बसून मी चित्रं काढायचो अन् माझ्याशेजारी ती ते बघत उभी राहायची. शानू खूप नाजूक होती आणि गोरीपान. माझं पूर्ण आयुष्य असंच चालू राहू शकलं असतं तर.... लोक, परिसर, निसर्ग, हवामान सगळंच उत्तम आणि स्वच्छंदी जगणं, अजून काय हवं?

"खोतांची आजी माहितीये? एवढे दिवस आजारी होती. मुंबईतल्या डॉक्टरांचंपण औषध आणलं होतं. तरीही बरी होत नव्हती आणि आबा महारानं निरगुडीचा पाला घेऊन तिच्यावर कायतरी मंत्र घातला आणि ती खडखडीत बरी झाली. काय चमत्कार आहे ना?" मी एक दिवस सकाळी आल्याआल्याच शानू मला म्हणाली.

"हॅऽऽऽ, शानू चमत्कार नेमके म्हाताऱ्या आणि आजारी लोकांचेच कसे काय होतात? हे सगळं मूर्खपणाचं आहे. माझ्या मते मुळात हे आयुष्य हाच पुरेसा मोठा चमत्कार आहे. जे आपल्याला नीटसं उमगत नाही, तो म्हणजे चमत्कार."

"पण आपल्याला जे उमगत नाही, त्याची तुला भीती नाही वाटत?"

"छे, भीती कसली? मला जे समजत नाही त्यापासून मी अजिबात दूर जात नाही. उलट धैर्यानी त्याला सामोरा जातो. माणूस हा सर्वश्रेष्ठ प्राणी आहे या विश्वातला. वाघ, सिंह, आकाशातले तारे, निसर्ग या सगळ्यापेक्षा आणि आपल्याला समजणाऱ्या, न समजणाऱ्या सगळ्या गोष्टींपेक्षा मानव श्रेष्ठ आहे आणि म्हणूनच त्याला मानव म्हटलं जातं, उंदीर नाही."

शानूला वाटायचं की, मी चित्रकार असल्यामुळे मला सगळं कळतं. त्यामुळे ती मला विश्व, अंतिम सत्य, जीवन, ईश्वर याबद्दल शंका विचारत राहायची. तिला नेहमी वाटायचं की, मी तिला स्वर्गात किंवा तत्सम एखाद्या अद्भूत जगात, जिथं तिला वाटायचं मी नेहमीच विहार करत असतो, अशा ठिकाणी एक दिवस घेऊन जाईन!

मी जे काही बोलायचो, शानू त्यावर भाबडेपणानं विश्वास ठेवायची.

"आपली उषा किती हुशार आहे ना? मला तर ती इतकी आवडते की, तिच्यासाठी मी वाटेल ते करायला तयार आहे, पण मला एक सांग...."

माझ्या शर्टाची बाही पकडून ती म्हणाली, "तू उषाशी बोलताना एवढा चिडचिडा का होतोस? तुझे आणि तिचे सारखे वाद होतात."

"कारण उषा जे करतीये ते चुकीचचं आहे."

"तुझं बोलणं अगम्य असतं बाबा."

त्याच वेळेला उषा नुकतीच घरात शिरत होती. उन्हानं लाल झालेला तिचा चेहरा अधिकच सुंदर दिसत होता. शानू आणि आई जेवढ्या एकमेकींच्या जिवलग मैत्रिणीसारख्या होत्या, तेवढी उषा नव्हती. कारण उषाचा घरात एक प्रकारचा दरारा होता. ती कायम गंभीर चेहऱ्यानं बोलायची. कानवलीतले लोक त्यांच्या अडचणी सांगायला किंवा त्यांच्यातल्या आजाऱ्यांना घेऊन उषाकडे येत.

उषाची हुशारी, व्यासंग आणि जनसंपर्कामुळे आईला आणि शानूला तिच्याबद्दल आदर होता, भीती होती.

एक दिवस उषा आसपास नाही, असं बघून तिची आई मला म्हणाली, "आमच्या उषासारखी हुशार आणि सुंदर मुलगी शोधून सापडायची नाही. पण मी म्हणते, ही पुस्तकं, ती शाळा, ते काम यातून तिनं थोडंतरी डोकं वर काढायला पाहिजे. आपलं स्वत:चं म्हणून काही बघायला नको का? ती आता तेवीसची आहे, तिच्या लग्नाचं काहीतरी बघायला पाहिजे."

आज कुळकर्ण्यांकडे सकाळपासून संध्याकाळपर्यंत माझा दिवस फारच छान गेला होता. हे कुटुंब मला जवळजवळ त्यांच्यातलाच एक मानायला लागलं होतं. परत येताना मात्र मन उदास झालं होतं. वाटत होतं, जगात, आयुष्यात प्रत्येक चांगल्या गोष्टीला शेवट हा असतोच. कोकणात आल्यापासून पहिल्यांदा असं वाटायला लागलं होतं की, ब्रश हातात घेऊन काही चांगली मनमुराद पेंटिंग्ज करावीत. मी प्रेमात तर नव्हतो?

"आज देवगडाला खासदार आले होते. त्यांच्यापुढे आमच्या प्राथमिक आरोग्य केंद्राची मागणी मी अगदी ठामपणे मांडली." आत येतायेता उषा सांगत होती, "पण मला नाही वाटत हे सरकार कानवलीसाठी काही करेल." आणि मी तिथं आहे हे लक्षात आल्यावर म्हणाली, "आपणही आलेला आहात वाटतं? अर्थात आपल्याला या असल्या प्रश्नांशी काहीच देणंघेणं नसेल ना?"

"देणंघेणं नाही कसं, जरूर आहे, पण आजपर्यंत माझं मत कधी ऐकून घेतलंयस तू? मला तर खरंच वाटतं की, हा प्रश्न फारच महत्त्वाचा आहे."

"खरंच?"

"आणि माझ्या मते कानवलीत प्राथमिक आरोग्य केंद्र नसणंच महत्त्वाचं आहे." मी थोडा चिडलो होतो.

उषा म्हणाली, "मग काय लँडस्केप पेंटिंग असणं महत्त्वाचं आहे?"

"नाही, लँडस्केप पेंटिंगपण नाही. पण तिथं काहीच नसणं महत्त्वाचं आहे."

उषाचाही पारा किंचित चढला होता, पण आवाजावर ताबा ठेवत ती म्हणाली, "तुला माहितीये, मागच्या आठवड्यात साळवींची मुलगी अनीता बाळंत होताना गेली. जवळपास एखादं आरोग्य केंद्र किंवा डॉक्टर, दवाखाना काही असतं तर

अनीता नक्कीच वाचली असती. माणूस चित्रकार असला तरीही त्याला वाईटही वाटू शकतं अशा घटनांचं, अर्थात हृदय असेल तर.''

उषानं एव्हाना आरामखुर्चीत बसून पोस्टाने आलेलं वर्तमानपत्र उघडलं होतं.

''वाटतं ना, जरूर वाईट वाटतं.''

माझ्या बोलण्यात आपल्याला काही रस नाही, असं दाखवण्यासाठी उषानं पूर्ण वर्तमानपत्र समोर उघडून धरलं होतं.

मी अर्थातच माझा मुद्दा पुढे रेटला, ''आताच्या परिस्थितीत शाळा, ग्रंथालय, दवाखाना असल्या गोष्टी म्हणजे कानवलीतल्या लोकांना या गोष्टींचं गुलाम बनवण्यासारखं आहे. ही त्यांना जखडणारी एक-एक साखळी आहे आणि तू जे करतीयेस, ते या लोकांना त्यांच्या त्रासातून सुटका करून देणं नसून, या साखळीची पकड घट्ट करण्यासारखं आहे.''

उषानं पेपर किंचित बाजूला करून माझ्याकडे बघितलं. तिला चूक म्हणणारा बहुतेक मी पहिलाच होतो.

''अनीता बाळंतपणात मेली, हा महत्त्वाचा प्रश्नच नाहीये. तिच्यासारख्या कित्येक अनीता, सुनीता रात्रंदिवस काबाडकष्ट करतात, त्यांच्या पोराबाळांना भरवण्यासाठी. काही दुखलंखुपलं तर आपलं आपणच घरच्याघरी औषधपाणी करतात आणि पुन्हा कामाला जुंपून घेतात. का तर काम केलं नाही तर पोरं खाणार काय? आणि मग एक दिवस कुपोषणानं, एखाद्या जर्जर रोगानं सडून मरून जातात आणि त्यांची पोरं? त्यांचंही तेच होतं. मिळेल ते शिळंपाकं, घाणेरडं खाऊन ही पोरं मोठी होतात आणि परत तसंच कष्ट करकरून मरून जातात. गेली शेकडो वर्षं हेच चाललंय. कुत्र्याचं जिणंसुद्धा या लोकांएवढं घाणेरडं नसतं. सतत काम, सतत दडपण, का तर भाकरीच्या एका तुकड्यासाठी. एखाद्या डोंगराचा कडा अंगावर कोसळावा, तसं लहानपणापासूनच या लोकांवर काम असं कोसळतं की, त्याखाली हे लोक चिरडून जातात, स्वत:ला विसरतात. आपण माणूस आहोत हे विसरतात. स्वत:बद्दलचा विचार, आपल्या आवडींचा विचार, मानसिक जडणघडण, स्वत:ची आध्यात्मिक उन्नती या गोष्टी त्यांच्या गावीही नसतात. कसली आलीये आध्यात्मिक उन्नती? फरक काय यांच्यात आणि प्राण्यांच्यात? आणि तुम्ही लोक या उपर यांना दवाखाना, ग्रंथालय, शाळा असल्या गोष्टींचे गुलाम बनवता. ग्रंथालयाची वर्गणी घेता, औषधांचे पैसे घेता म्हणजे अजून भार टाकता यांच्यावर.''

''हे बघ, मला काही तुझ्याशी वाद घालायचा नाहीये. आम्हाला जे जमतं ते आम्ही करतो. भलेही त्याच्यात काही चुकत का असेना. दुसऱ्याला मदत करणं, हा आमचा धर्म आहे आणि आम्ही ते करत आहोत. नुसती इथे बसून बडबड नाही करत.'' उषा जरा वैतागली होती.

''बरोबर आहे उषा. बरोबर आहे.'' आई म्हणाली.

"शाळा आणि दवाखाने काढून तुम्ही यांच्या गरजा आणि त्याबरोबर देणी वाढवताय. त्यांच्या आयुष्यात अशी ढवळाढवळ करून त्यांच्या आयुष्यातला अंधार वगैरे कसा काय मिटवणार तुम्ही?"

उषाला मी म्हणजे एक बिनडोक, विचार न करता बडबडणारा माणूस वाटत होतो. त्यामुळे चिडून ती म्हणाली, "आपल्याला काहीतरी केलंच पाहिजे ना?"

"अगदी निश्चित करायला पाहिजे. लोकांच्या मानेवरचं हे कष्टाचं जोखड उतरवायला पाहिजे. आयुष्यभर चूल किंवा शेती किंवा हमाली. कष्ट आणि त्रास. स्वत:कडे कधी बघणार? स्वत:कडे, स्वत:च्या मनाकडे, आत्म्याकडे? त्यांच्या मेंदूतल्या आध्यात्मिक विभागाची प्रगती कधी होणार? आध्यात्मिक उन्नती म्हणजे ईश्वर, अंतिम सत्य आणि आयुष्याचा खरा अर्थ... 'ऋतंभरा प्रज्ञा'. स्वत:बद्दलचं ज्ञान, खरं ज्ञान. आयुष्यातला थोडासा का होईना वेळ, त्यांच्या स्वत:च्या आध्यात्मिक उन्नतीसाठी मोकळा करून द्या. माणसाला त्याच्या स्वत:विषयी, स्वत:च्या आत्म्याविषयी, स्व-धर्माविषयी जागृती आली तर मग तुमच्या शाळा आणि दवाखाने त्या सगळ्यासमोर फुटकळ ठरतील. धर्म, शास्त्र आणि कला-साहित्य माणसाला आत्मिक समाधान देऊ शकतात, दवाखाने नाही."

"लोकांना कष्टातून मुक्त करा?" उषा छद्मी हसून म्हणाली, "हे शक्य तरी आहे का?"

"का नाही? तू एवढे सगळे उद्योग करतेस आणि माझ्या मते वेळ वाया घालवतेस. त्याऐवजी त्या वेळेत या लोकांचं काम तू का करत नाहीस? निदान तेवढा वेळ तरी त्यांना मोकळा होईल. मी तर म्हणतो माणसाच्या भौतिक गरजा भागवण्यासाठी करायचं उत्पादन, सगळ्यांनी गरीब, श्रीमंत, शहरी, खेडवळ सगळ्यांनी मिळून काम करून करायचं ठरवलं तर मला वाटतं प्रत्येकालाच रोज जेमतेम फक्त दोन तास काम करावं लागेल. त्याहीपुढे जाऊन हे उत्पादन करू शकणारी यंत्रं शोधून काढावीत, आपल्या गरजा कमी कराव्यात, थोडीफार भूक किंवा थंडी-वारा सहन करण्याची ताकद स्वत:त निर्माण करावी, दारू-सिगारेट असल्या गोष्टींचं उत्पादन बंद करून टाकावं आणि मग बघ वेळच वेळ असेल माणसाकडे. उरलेल्या वेळात माणसाला एकत्रितरित्या खूप काही करता येईल. जसं एखादं गाव एकत्रितपणे श्रमदान करून गावासाठी एखादं धरण बांधतं, तसं माणसांना एकत्रितपणे काम करून संपूर्ण मानवजातीसाठी आनंदडोह बांधता येईल, शास्त्र आणि कलेचा अभ्यास करता येईल. जीवनाचा अर्थ आणि अंतिम सत्य यावर अधिक संशोधन करता येईल. माणसाची ही सततची तडफड, भीती, मृत्यूची भेसूरता यापासून मुक्ती मिळेल आणि कदाचित मृत्यूपासूनही."

"पण एकीकडे तू म्हणतोस शाळा, साक्षरता याचा उपयोग नाही आणि दुसरीकडे तू म्हणतोस शास्त्रांचा अभ्यास झाला पाहिजे. तूच तुझ्या विरोधात

बोलतोयस.''

''छे... आपल्याला शाळा आणि अंध-साक्षरतेची जरुरीच नाहीये. आपल्याला विद्यापीठांची जरुरी आहे.''

''आणि दवाखाने, औषधं तेपण नको?''

''नाही, तेपण नको. कारण आपली औषधं आजार बरा करण्यासाठी असतात. आजाराचं कारणच नष्ट केलं की, आजार होण्याचा प्रश्नच उद्‌भवत नाही आणि आजाराचं मुख्य कारण म्हणजे कष्ट, दडपण. जे नुसतं बरं करतं त्याला मी शास्त्र मानतच नाही. कारण खरं शास्त्र तात्पुरतं, अर्धंमुर्धं बरं करत नाही, तर ते तुम्हाला वैश्विक ध्येयापर्यंत नेतं. सत्य, आयुष्य, ईश्वर, आत्मा या गोष्टींचा अर्थ समजावून सांगतं. जेव्हा हेच शास्त्र माणसाच्या भौतिक गरजा आणि रहाटगाडग्याच्या चक्रासाठी वापरलं जातं, दवाखाने आणि ग्रंथालयांमध्ये बांधलं जातं, तेव्हा हेच शास्त्र तुमचं आयुष्य अधिक गुंतागुंतीचं बनवतं. पण हे सगळं सोडून मनुष्य आज दुर्दैवानी जास्तीत जास्त घाणेरडा, लोभी बनतोय. आपल्या आयुष्यातली हव्यास, भोग, लालसा आपल्याला दिवसेंदिवस नरकाकडेच ढकलतीये. असल्या घाणीत कोण काम करणार? सगळी साली हवस....''

''ही असली तात्त्विक बडबड करणं शाळा आणि दवाखाने चालवण्यापेक्षा खूपच सोपी असते. ज्यांना काहीच करायचं नसतं, ते असल्या निष्फळ बडबडीचा आधार घेतात.''

उषाला माझ्याबरोबर नक्की तात्त्विक वाद घालणं जमत नव्हतं. माझा मुद्दा बौद्धिक पातळीवर खोडून काढता येत नव्हता. त्यामुळे मूर्ख बायकी पद्धतीनं तिनं हा वाद मिटवला.

आईकडे वळून पुन्हा तिच्या मूळ गंभीर आवाजात उषा म्हणाली, ''खासदार साहेबांशी बराच वेळ चर्चा केली आम्ही, पण मला नाही वाटत हे सरकार काही करेल आपल्या लोकांसाठी.''

माझी कानशिलं तापली. दोन तास जीव तोडून मी काय सांगत होतो? माझ्या सारं लक्षात आलं. मी जायला उठलो.

रात्र खूप झाली होती. कानवली शांत झोपली होती. खाडीच्या पाण्यावर चंद्रप्रकाश पडून छोट्याछोट्या लाटा चमकत होत्या. मी आखाड्याच्या बाहेर आलो, शानूही माझ्या पाठोपाठ. आखाड्याबाहेर दोन-एक मिनिटं दोघंही स्तब्धतेत उभे राहिलो. हवा थंड होती. शानूनं दोन्ही हात छातीशी घट्ट बांधून घेतले होते.

हळू आवाजात जणू शांततेला जास्त धक्का लागू न देता ती म्हणाली, ''मला वाटतं तू जे बोलत होतास ते बरोबर होतं. सर्व मानवजातीने मिळून आध्यात्मिक प्रगतीसाठी प्रयत्न केले, तर त्यातून सगळ्यांचीच दुःखापासून सुटका होण्याची शक्यता आहे.''

''अर्थातच. आपण मानव आहोत. देवानं आपल्याला बुद्धी दिली आहे, पण

त्याचा योग्य उपयोग केला नाही, तर आपल्यात आणि प्राण्यांच्यात फरक काय?''

दोन मिनिटं पुन्हा स्तब्धतेत गेली. मधूनच थंडीनं शानू थरथरत होती.

''चल, उशीर खूप झालाय. उद्या कधी येशील?''

''शानू, दोन मिनिटं थांब ना. दोन मिनिटांनी जाऊ.''

नाजूक शानू रात्रीच्या शांततेत अधिक हळुवार, कोमल भासत होती. मला वाटतं, मी शानूच्या प्रेमात पडलो होतो. नक्कीच, तीपण माझ्यावर प्रेम करायला लागली होती. मी हलकेच पुढे सरकलो आणि दोन्ही हातांनी शानूला माझ्याजवळ घेतलं, अगदी जवळ. कपाळ, गाल, नाक, डोळे, कान, ओठ, हनुवटी, मान— मी शानूवर चुंबनांचा वर्षाव केला. शानूही मला घट्ट मिठी मारून उभी होती. ती सुखावली होती.

''मला जाऊ देतोस का आता?'' हसतहसत शानू म्हणाली.

''उद्या भेटू, मला घरी जाऊन आईला आणि उषाला हे आधी सांगायचंय. आईचं ठीक आहे, पण उषा काय म्हणेल कुणास ठाऊक. अच्छा.''

आखाड्याच्या बाहेर उभं राहून मी शानूच्या गेलेल्या आकृतीकडे बराच वेळ पाहत उभा होतो. थंडी वाढली, तसा मी घराकडे परतलो.

''आरोग्य खात्याशी... खात्याशी... या संदर्भात... या... संदर्भात... आम्ही आजपर्यंत... आम्ही....''

दुसऱ्या दिवशी सकाळी मी कुळकर्ण्यांकडे पोहचलो, त्या वेळेला आतून उषाचा आवाज येत होता. ती तिच्या सहकाऱ्याला पत्र सांगत होती. मी खळ्यापाशी पोहचण्याच्याआधीच एका छोट्या मुलानं माझ्या हातात एक चिठ्ठी ठेवली.

''मी आणि आई कोकण सोडून जातोय. उषाला मी आपल्या प्रेमाविषयी सांगितलं. पण तिनं मला तुझ्यापासून दूर जायला सांगितलंय. मला क्षमा कर. मी तुझी माफी मागते, पण उषाची आज्ञा मला मोडता येत नाहीये. मी आणि आई रात्रभर रडत होतो. जाऊ दे. मला विसरून जा.''

माझ्या मेंदूत ॲटम बॉंबचा आवाज यावा तसा मोठा स्फोट झाला आणि नंतर सुन्न....

''दवाखान्याच्या... दवाखान्याच्या... इमारतीसाठी... येणारा खर्च... येणारा... खर्च....'' उषाचं पत्रकथन.

आध्यात्मिकदृष्ट्या उन्नत होऊन मी कुळकर्ण्यांच्या टुमदार घरातून बाहेर पडलो.

■

(अंतोन चेकॉव्ह यांच्या 'द हाऊस विथ द मन्सार्ड' या रशियन कथेवर आधारित)

कोमल गंधार

दुपारचे साडेचार-पाच वाजून गेले होते. चैतन्यची गाडी कोयनानगरच्या दिशेनं वेगानं धावत होती. पाटण केव्हाच मागे पडलं होतं, म्हणजे कोयनानगर अजून फक्त पंधरा-वीस मिनिटं. तिथंच प्रज्ञा भेटणार होती आणि तिथून पुढे लाँचनं साधारण तासभर. सगळा मिळून अजून दीड-दोन तासाचा प्रवास शिल्लक होता. सप्टेंबर नुकताच संपला होता. पाऊस ओसरून गेला होता. सगळीकडे हिरवंगार होतं. वळणावळणाच्या रस्त्यानं जाताना रस्त्याच्या डावीकडनं भरून वाहणाऱ्या कोयनामाईचं सुखद दर्शन होत होतं.

गाडीत सीडी प्लेअरवर भीमसेनजी मुलतानीतली ठुमरी आळवत होते— 'सजन तुम काहेको नेहा लगाए...'

चैतन्यची ही अतिशय आवडती ठुमरी. गाडी चालवता-चालवता हातानं हलकेच ठेका धरून चैतन्य त्या स्वरहिंदोळ्यावर रममाण झाला होता.

चैतन्य कुरूंदकर... वय अंदाजे बेचाळीस-त्रेचाळीसच्या आसपास, गोरापान, रूबाबदार, काळेभोर दाट कुरळे केस, मोठ्ठं कपाळ अन् खेळकर डोळे. चैतन्यनं अजून लग्न केलेलं नव्हतं आणि त्याला तसंच स्वच्छंदी जगणं मस्त आवडत होतं.

चैतन्य व्यवसायानं पत्रकार. लहानपणापासनंच लेखनाची, वाचनाची आवड. त्यानं पुण्यातनं कला शाखेची पदवी घेतली होती आणि एका वर्षाच्या पत्रकारितेचा अभ्यासक्रमही पूर्ण केला होता.

पहिली काही वर्षं उमेदवारीत घालवल्यानंतर आता त्याच्या तीन-चार प्रकाशित पुस्तकांनी आणि पर्यावरणावरच्या त्याच्या लेखांनी साहित्यविश्वात त्याचं नाव लोकांना माहिती व्हायला लागलं होतं. त्याचं प्रसिद्ध होणारं लिखाण अभ्यासक-वाचक मोठ्या उत्सुकतेनं वाचत होते. त्यावर चर्चा घडत होत्या.

आठ दिवसांपूर्वी त्याला त्याच्या मैत्रिणीचं— प्रज्ञाचं बंगलोरहून पत्र आलं होतं आणि ते वाचूनच तो उल्हसित झाला होता.

'भारतीय फुलपाखरांवरच्या माझ्या संशोधनाच्या कामासाठी मी कोयनेच्या जंगलात चार दिवस यायचं म्हणतीये. तूही येतोस का? मस्त मजा येईल.'

अर्थातच. क्षणाचाही विलंब न लावता त्यानं प्रज्ञाला फोन केला आणि लगेच सगळा कार्यक्रम नक्कीही करून टाकला. अशी संधी कोण सोडणार?

"ठीक... ठीक... हे बघ प्रज्ञा, मलाही नाहीतरी चार दिवस सुटी घेऊन कुठेतरी बाहेर जायचंच होतं. या शहरी वातावरणातून, ट्रॅफिक जॅम्समधून, दांभिक लोकांच्या जगापासून दूर... आधुनिकतेमुळं जमलेली कोळिष्टकं झटकून टाकण्यासाठी."

"हं...." प्रज्ञानं रुकार दिला.

"चार दिवस कोयनेच्या जंगलात म्हणजे अगदी पर्वणीच होईल. तू तुझं काम कर... मी माझं वाचन-लिखाण...."

"चालेल की."

"कोयनेच्या जंगलात बॅकवॉटरच्या खूप आत फॉरेस्टचा एक डाक बंगला आहे. मी आमच्या ऑफिसमधनं चीफ कॉंझर्व्हेटरच्या ऑफिसमध्ये फोन करून दोन खोल्या बुकच करून टाकतो."

"अरे व्वा... हे तर फारच छान होईल."

"दोन खोल्या बुक करू का एकच करू?" चैतन्यनं चेष्टेच्या सुरात विचारलं.

"चैतन्य, शहाणपणा करू नकोस हं. तू सडाफटिंग आहेस, पण मी लग्न झालेली संसारी बाई आहे. लक्षात आहे ना?" प्रज्ञानं चैतन्यला जामलं.

"बरं बाई, रागावू नकोस. मी आपली सहज गंमत करत होतो. ठीक आहे. मग आता सारं नक्की ठरलं तर. तू परस्परच येणार आहेस ना कोयनेच्या स्टँडवर? आपण तिथेच पाचच्या सुमारास भेटू, ठीक आहे?"

"ओके बॉस्स...." प्रज्ञा.

"आणि काही बदल झाला असेल तरच परत फोन करू. नाहीतर हे सारं अगदी पक्कं."

"यस्स... डन."

भीमसेनजींची ठुमरी संपत असतानाच शेवटचं गोल मोठ्ठं वळण घेऊन गाडी कोयनानगरात आली. चैतन्यनं सीडी प्लेअर बंद करून टाकला आणि गाडी कोयनेच्या स्टँडमध्ये सरळ आतच नेली. कोल्हापूर-दापोली एसटी समोरच उभी होती.

'हं, यातूनच प्रज्ञा आली असणार.'

गाडी लावतालावताच त्याची शोधक नजर सगळ्या स्टँडभर फिरली. कोपऱ्यातल्या हॉटेलच्या दारातच प्रज्ञा उभी होती, पाठीला भलीमोठी हॅवरसॅक लावून. केस विस्कटलेले, चेहरा लांबच्या प्रवासानं थकलेला. पाण्याच्या बाटल्यांची खरेदी चालू होती बहुतेक.

प्रज्ञा ठाकूर म्हणजे पूर्वाश्रमीची ठाकूर अन् लग्नानंतरची प्रज्ञा शर्मा. हे लोक मूळचे उत्तरेतले, गढवालचे. तिचे वडील आयकर खात्यात कुणी मोठे अधिकारी होते. त्यांची बदलीची नोकरी, पण प्रज्ञा मात्र लहानाची मोठी झाली ती पुण्यातच. त्यामुळे ती अगदी परिपूर्ण पुणेरी होती, वागायला अन् दिसायलाही— थोडीशी जाडसर चणीची, सावळ्या नितळ अंगकांतीची, गोल वाटोळा चेहरा, सुंदर नाही पण निरतिशय आकर्षक, कुरळे दाट काळेभोर केस, ते घोड्याच्या शेपटीसारखे मागे बांधलेले, अपरं नाक, रूंद जिवणी, टपोरे चमकदार डोळे अन् चेहऱ्यावर बुद्धिमत्तेची झाक.

कॉलेजपासून चैतन्य अन् प्रज्ञाची मैत्री होती. खरंतर चैतन्य कला शाखेचा आणि प्रज्ञा शास्त्र शाखेची. पण रेड क्रॉसच्या कामातनं त्यांची ओळख झाली आणि स्वभाव साधर्म्यामुळे ही ओळख चांगल्या निखळ दृढ मैत्रीत परिपक्व कधी झाली ते त्या दोघांनाही कळलं नाही. ही मैत्री एवढी विशुद्ध, एवढी पावन होती की, याला कधी तथाकथित प्रेमाचा, शारीरिक आकर्षणाचा, वासनेचा स्पर्शही झाला नाही.

प्रज्ञानं झूलॉजीमधनं पदवी घेतली तर चैतन्यनं मराठी साहित्यात. प्रज्ञानं एम.एस्सी. केलं तर चैतन्यनं पत्रकारिता. प्रज्ञाला खरंतर पुढे संशोधन, पी.एचडी. वगैरेही करायचं होतं. पण घरचे लोक परंपरावादी. त्यामुळे त्यांच्याच समाजातल्या एका चांगल्या, उच्चशिक्षित, सुसंस्कृत मुलाचं स्थळ जेव्हा त्यांना समजलं तेव्हा सगळ्या पारंपरिक रितीरिवाजांप्रमाणेच त्यांनी प्रज्ञाचे चार हात करून टाकण्यात कोणतीच दिरंगाई केली नाही.

या साऱ्या काळात चैतन्यची अन् प्रज्ञाची मैत्रीही अबाधितच होती. त्यांच्या एकमेकांशी भेटीगाठी, गप्पाटप्पा, पुस्तकांची देवाणघेवाण सारं काही सुरळीत चालू होतं. प्रज्ञाच्या लग्नानंतर अर्थातच यात थोडासा खंड पडला. तिचं नवं घर होतं. त्यामुळे चैतन्यला वाटायचं की, उगीच आपल्यामुळे तिच्या सासरकडच्यांच्या डोक्यात संशयाची पाल चुकचुकायला नको, तिला कधी कुठचा त्रास व्हायला नको. पण प्रज्ञाला घर चांगलं मिळालं होतं. तिचा नवरा जेवढा बुद्धिमान होता तेवढाच मनानंही मोठा होता. चैतन्यच्या आणि प्रज्ञाच्या मैत्रीत गैर काहीच नाही, हे लवकरच त्याच्या लक्षात आलं आणि त्या मैत्रीचा त्यानं मोकळेपणानं स्वीकार केला. एवढंच नाही तर तो अन् चैतन्यही एकमेकांशी सौहार्दानं वागू लागले. सगळं काही खूप चांगलं आणि सरळ झालं.

लग्नानंतर वर्षा दीड-वर्षातच प्रज्ञाला मुलगी झाली आणि पुन्हा चार वर्षांनंतर आणखी एक. प्रज्ञा आता स्वत:च्या संसारात आणि दोन्ही मुलींचं करण्यात पूर्ण गुरफटून गेली. चैतन्यशी गाठीभेटी खूप कमी झाल्या आणि अशातच प्रज्ञाच्या नवऱ्याला बंगलोरातली आय. टी. क्षेत्रातली खूप मोठ्या हुद्द्याची नोकरी मिळाली आणि ते सारं कुटुंब बंगलोरला निघून गेलं. प्रज्ञाच्या दोन्ही मुली शाळेत जायला

लागल्यानंतर, प्रज्ञालाही तिथल्याच कुठल्याशा शास्त्रीय संशोधन संस्थेत नोकरी मिळाली अन् तिनं झूलॉजीमध्ये तिचं पी.एचडी चं काम सुरू केलं.

बंगलोरला गेल्यापासून मागच्या दहा वर्षांत प्रज्ञाची आणि चैतन्यची एकदा किंवा दोनदाच गाठभेट झाली होती. अधूनमधून पत्र, फोन वगैरे व्हायचं, ते मात्र अव्याहत चालू होतं. त्यामुळे प्रज्ञाच्या आजच्या या भेटीचं खासं महत्त्व होतं. कॉलेजनंतर म्हणजे पंधरा-वीस वर्षांनंतर पहिल्यांदाच असे पूर्ण चार दिवस आणि अगदी दोघेच असे ते भेटत होते.

"काय रे शहाण्या, काय गुणगुणतोयस?" यांचं दोघांचं एकमेकांना भेटणं म्हणजे अशीच एकमेकांवर दादागिरी असायची.

"अगं गाडीत भीमसेनजींची मुलतानीतली एक ठुमरी ऐकत होतो. काय लाजवाब चीज आहे माहिती आहे?"

"अरे व्वा, हो का? गाडीत चांगल्या सीडीज असतील तर घे हां. मी माझा पोर्टेबल सीडी प्लेअर आणलाय."

एकमेकांशी बोलताबोलताच गाडी फॉरेस्टच्या छोटेखानी ऑफिसपाशी येऊन पोहचली. ऑफिसच्या दारातच फॉरेस्ट खात्याचा कुणी माणूस उभा होता. चैतन्यची गाडी येऊन थांबताच तो लगबगीनं पुढं आला.

"नमस्कार कुरूंदकर साहेब, पुण्याहून शिखरे साहेबांचा फोन आला होता. त्यांनी सांगितलं तुम्ही येणार आहात, म्हणून मी मुद्दाम आपली वाटच पाहत थांबलो होतो. म्हटलं त्या निमित्तानी आपली भेट होईल."

"अरे वा! पाटील नमस्कार. काय म्हणता? बऱ्याच दिवसांनी भेट झाली. चला, तुम्हीपण आमच्याबरोबर आत येताय का?"

चैतन्य या भागात बऱ्याच वेळा येऊन गेलेला असल्यामुळे त्याची इथल्या लोकांशी चांगली ओळख होती. शिवाय स्वत: पर्यावरणाचा अभ्यासक आणि पत्रकार असल्यामुळे फॉरेस्ट खात्यातल्या लोकांना त्याच्याबद्दल आदर होता.

"प्रज्ञा, हे विजय पाटील. इथले रेंजर आहेत. हे कोयनेचं पात्र ऐंशी-नव्वद किलोमीटर आतपर्यंत आहे आणि त्याच्या दोन्ही बाजूला घनदाट जंगल आणि विजय पाटलांना या जंगलातलं अक्षरश: झाड अन् झाड आणि दगड अन् दगड माहिती आहे."

चैतन्यनं पाटलांची आणि प्रज्ञाची ओळख करून दिली.

"पाटील, या प्रज्ञा शर्मा. या बंगलोरहून आल्यात आणि भारतीय फुलपाखरांवर पी.एचडी. करतायत."

"अरे वा! मॅडम, तुमच्यासारखी लोकं इकडे आली की, आम्हाला खूप बरं वाटतं." पाटील मनापासून बोलले.

"हा पालीचा आमचा बंगला म्हणजे तुम्हाला अगदी अभ्यासाला सुवर्णसंधी

आहे बघा. जंगलात आत अगदी कोअर एरियात आहे. संपूर्ण शांतता. शिवाय फुलपाखरांसाठी अगदी बंगल्याच्या बाहेरही पाऊल टाकायला लागायचं नाही. अगदी अनटच्ड फ्लोरा अन् फौना आहे.''

चैतन्यनं गाडी फॉरेस्टच्या आवारातच नीट पार्क केली. आता तीन-चार दिवस गाडी तिथंच राहणार होती. चैतन्यनं आणि प्रज्ञानं गाडीतलं त्यांचं सामान काढलं.

चैतन्य गाडी लॉक करत असतानाच प्रज्ञानं त्याला आठवण केली, ''सीडीज... सीडीज....''

''अरे हो, विसरतच होतो.''

चैतन्यनं पुन्हा गाडी उघडली आणि आत डोकं घातलं.

''तू अजूनही वेंधळाच कसा काय रे?''

''काय करणार? तुझ्यासारखी बायको मिळाली नाही ना!'' चैतन्यनं चेष्टा केली.

''हं. बरं बास. चला आता लवकर.'' प्रज्ञानं बायकी ठसक्यात फर्मावलं.

फॉरेस्टच्या लाँचनं जसा किनारा सोडला, तसं शेवटी पुन्हा एकदा त्या दोघांना अच्छा करून पाटील माघारी वळले.

पाऊस चांगला झाल्यामुळे कोयनेचं पात्र अगदी काठोकाठ भरलं होतं. लाँचनं किनारा सोडला आणि डावीकडे बॅकवॉटरच्या दिशेनं तोंड करून कूच सुरू केलं. पाठीमागे धरणाची भव्य अभेद्य भिंत दिसत होती. उजव्या-डाव्या हाताला अथांग पाणी पसरलं होतं आणि त्याच्या शेवटी उंच वाढत गेलेले डोंगर.

संध्याकाळचे साडेपाच-पावणेसहा झाले होते. सूर्य नुकताच पश्चिमेकडच्या डोंगरांच्या मागे लपला होता. सूर्यास्ताला अजून बराच अवकाश होता, पण इथे हे बॅकवॉटर असं दक्षिणोत्तर पसरलं होतं की, त्याच्या पूर्वेला आणि पश्चिमेला दोन्हीकडे सह्याद्रीचे उत्तुंग डोंगर होते. त्यामुळे सकाळी सूर्योदयानंतर बऱ्याच वेळानं सूर्याची किरणं या प्रदेशावर पडत होती आणि संध्याकाळीही सूर्यास्ताच्या खूप आधीच सूर्य पश्चिमेच्या डोंगराआड दडत होता. या भव्य निसर्गपटलावर लाँच अक्षरश: मुंगीसारखी भासत होती आणि मुंगीच्याच गतीनं पुढं जात होती. लांब कुठेतरी लहान मुलांच्या खेळण्याचा, हसण्याचा, आरडाओरडीचा आवाज येत होता. बाकी सारं अगदी शांत नि:शब्द होतं.

पाण्याचा अथांग पसरलेला महासागर आणि त्याच्या दोन्ही बाजूंनी चढत गेलेल्या हिरवाईच्या विविध निसर्गछटा. त्या मनमोहक तर होत्याच, पण मनाला शांतता, धीरगंभीरताही प्रदान करत होत्या. लाँच जसजशी पुढे जात होती, तसतसं पात्र अरूंद व्हायला लागलं होतं आणि पूर्व पश्चिमेचे डोंगर जवळ जवळ सरकत होते. आंबा, फणस, जांभूळ, चिंच, पिंपळ, वड, ऐन, किंजळ, बेहेडा, पांगारा, साग, गुलमोहोर, बहाया, हळद्या, घाणेरा, पळस यांसारख्या वृक्षांची दाटी झाली होती. स्वच्छ, प्रसन्न, ताजा हिरवा रंग निसर्गानं मुक्त हस्तानं उधळला होता. दूरवर आत

खोल जंगलात मोरांचा केकारव चालू होता. लांब डाव्या हाताच्या किनाऱ्याला वानरांची एक टोळी पाण्यावर खाली आली होती अन् लाँचचा अंदाज घेतघेत बिचकत पाण्याला तोंड लावत होती.

चैतन्य आणि प्रज्ञाच्या चित्तवृत्ती उल्हसित झाल्या होत्या.

"वॉवऽऽ चैत्या मी पहिल्यांदाच इथे येतीये. हे सारं कल्पनातीत आहे रे. मी ॲमेझॉन कधी बघितलं नाहीये, पण टीव्हीवर वगैरे जे काही बघितलंय त्याच्यापेक्षाही हे अतुलनीय आहे रे."

"हं..." चैतन्यनं सृष्टिसौंदर्यावरची नजर न काढताच हुंकार दिला.

"आपल्या लोकांना ना मार्केटिंग नाहीच जमत. बघ काय खजिना आहे हा."

"बरं आहे. नाही मार्केटिंग जमत ते. नाही तर याचीपण वाट लावून टाकतील ते."

समोरचं चित्र हळूवारपणे एखाद्या चित्रपटासारखं बदलत होतं आणि बदलून पुन्हा त्याचंच नवं रूप, आणखी भव्यता, आणखी गडद हिरवाई, आणखी धीरगंभीरता समोर पुन्हा पुन्हा उभारून येत होती. भरीस भर म्हणून आता संधिप्रकाशानं या साऱ्या चित्राला आध्यात्मिक शांतता बहाल केली होती.

"साहेब बंगला आला बरं का. आता उतरायचंय."

लाँचमधल्या फॉरेस्टच्या गार्डनं असं म्हटलं तेव्हाच चैतन्य अन् प्रज्ञाची समाधी भंग पावली. लाँच किनाऱ्याच्या जवळ आली आणि एका खडकाला अडखळून स्थिर झाली. फॉरेस्टच्या गार्डनं आणि लाँचच्या चालकानं चैतन्य आणि प्रज्ञाला उतरायला आणि त्यांच्या हॅवरसॅक वगैरे काढायला मदत केली.

पंधरा-वीस मिनिटांची जंगलातून सरळ वर गेलेली पाऊलवाट चढून गेल्यावर समोरच्या थोड्या सपाटीवर फॉरेस्टचा डाकबंगला होता. हिरव्या गर्द जंगलातला एक छोटासा चौकोनी तुकडा काढून त्या जागी बसवल्यासारखा. डाकबंगल्याचं पहिलंच दर्शन अगदी लोभसवाणं होतं. लाल मंगलोरी कौलांचं छप्पर, दगडी भिंती, त्यात पांढऱ्या चौकटींमध्ये बसवलेल्या काचेच्या खिडक्या, बंगल्याची मागची बाजू सोडून उरलेल्या तीनही बाजूंनी असलेला प्रशस्त व्हरांडा, त्याचा सुंदर नक्षीकाम केलेला लोखंडी कठडा अन् कठड्याच्या सरळ रेषेत वरती उतरत आलेलं कौलारू छप्पर आणि या सगळ्यांपेक्षाही मोठ्ठी आकर्षक होती ती बंगल्याच्या समोरची हिरवळ लावलेली सपाट मोकळी जागा— बसायला, पाय मोकळे करायला आणि गप्पा मारायला. या मोकळ्या जागेच्या सभोवार सीमेलगत रांगेनं लावलेली सिल्व्हर ओकची उंचउंच झाडं.

बंगल्याच्या खानसाम्यानं लाँचचा आवाज ऐकला होता. चैतन्य आणि प्रज्ञाला तो गेटपाशीच सामोरा गेला.

"काय रामभाऊ, काय म्हणताय?" चैतन्यनं चौकशी केली.

"नमस्कार साहेब."

"नमस्कार, काय म्हणताय? कसं काय चाललंय?"

"चाललंय आपलं साहेब. सरकारची नोकरी त्यामुळे सगळं चांगलंच आहे बघा. बरं या या. आत या. मी दोन्ही खोल्या तयार करून ठेवल्यात."

"रामभाऊ, यांचं नाव प्रज्ञा शर्मा. या पर्यावरण शास्त्रातल्या मोठ्या अभ्यासक आहेत बरं का. इथल्या फुलपाखरांवर संशोधन करायला आल्या आहेत."

"नमस्कार मॅडम." रामभाऊ.

"बरं, रामभाऊ, जेवणाचं मी थोड्या वेळात सांगतो. तुम्हाला चालेल ना?"

"चैतन्य, आपण आज जरा लवकरच जेवून घेऊ या का? मी अगदी दमून गेलीय प्रवासानं. लवकर जेवू आणि लवकर झोपून टाकू आजच्या दिवस. चालेल ना?" प्रज्ञानं विचारलं.

"हो, चालेल की. तू फ्रेश वगैरे हो. आठच्या सुमारासच जेवू."

रामभाऊ तिथेच उभे होते. त्यांच्या सारं लक्षात आलं.

"ठीक आहे साहेब. तुम्ही दोघं फ्रेश व्हा. मी स्वयंपाकाचं बघतो आणि आठच्या सुमारास पानं घेऊन हाका मारतो की...."

फॉरेस्टचा हा डाकबंगला जेवढा सुंदर होता, तेवढ्याच त्यातल्या खोल्यापण चांगल्या होत्या, स्वच्छ, प्रशस्त, भरपूर उजेडाच्या. प्रत्येक खोलीत मोठा पलंग, त्यावर स्वच्छ धुतलेल्या चादरी घातलेल्या. संडास, बाथरूम आतच आणि स्वच्छ, पाण्याची चांगली सोय असलेले. अगदी मोठमोठे सरकारी अधिकारी इथे येऊन राहायचे. त्यामुळे या बंगल्याचा बडेजाव काही वेगळाच होता. रामभाऊ इथला गडी, रूमबॉय, खानसामा, मॅनेजर, केअर-टेकर सारं काही होता.

बंगल्याच्या आवारातच मागच्या बाजूला त्याची खोली होती. त्याच्या कुटुंबात तो आणि त्याची बायको दोघंच होती. मोठा मुलगा पुण्यात नोकरी करायचा आणि धाकट्या मुलीचं लग्न होऊन ती सासरी गेली होती. दिवसभर रामभाऊ अन् त्याची बायको बंगल्याची झाडलोट, आलेल्या पाहुण्यांची देखभाल, स्वयंपाकपाणी, आवरणं वगैरे सारं काही भक्तीभावानं करायचे. बागेचं, झाडांचं काम आणि बंगल्याची देखभाल, दुरुस्ती अशा कामांसाठी बाहेरचे मजूर बोलावले जायचे.

जेवणाच्या टेबलावर अगदी खमंग वास सुटला होता. मोठा डायनिंग हॉल. त्यात तसंच मोठ्ठं डायनिंग टेबल. कांद्या-बटाट्याचा रस्सा, पोळ्या, आमटी, लसणाची चटणी, कांदे असा साधाच पण रूचकर बेत होता.

"बरं, आता उद्यापासूनचा तुझा प्रोग्रॅम कसा काय आहे?" चैतन्यनं जेवायला सुरुवात करताकरताच विचारलं.

"हे बघ, या भागातल्या फुलपाखरांच्या काही खास जाती आहेत. ही फुलपाखरं फक्त इथेच आणि याच दिवसात दिसतात. यांची लाईफ सायकल अगदी लहानशीच

असते आणि ह्युमन हॅबिटॅटच्या आसपासही ही फुलपाखरं येत नाहीत. साहजिकच त्यांच्याबद्दल खूपच कमी माहिती मिळते. मला त्यांच्यावर थोडंसं काम करायचंय. माझ्या माहितीप्रमाणे आणि संध्याकाळी येताना या जंगलाचं जे पहिलं दर्शन झालंय त्यावरून माझी खात्री आहे की, इथं त्यांची हजारोंनी वस्ती असेल.'' प्रज्ञानं एका दमात सगळं सांगून टाकलं.

''मॅडम, फुलपाखरांवरच्या या पहिल्या धड्याबद्दल धन्यवाद! पण मला असं विचारायचं होतं की, या सगळ्यासाठी तुला जंगलात भटकंती करावी लागेल का? आणि किती वेळ? तू साधारण काय ठरवलंयस ते कळलं की, थोडसं आपल्याला उद्या-परवाचं प्लॅनिंग करता येईल, कळलं?'' चैतन्य.

''कळलं. हे बघ, मी असा विचार करतीये, उद्या आणि परवा सकाळी लवकरच उठून जंगलात जायचं आणि जेवणाच्या वेळेपर्यंत म्हणजे चांगले पाच-सहा तास भटकंती करायची, निरीक्षणं करायची, सँपल्स गोळा करायची, फोटो काढायचे वगैरे वगैरे आणि दुपारी जेवणानंतर इथे बसून नोट्स काढायच्या, नोंदी करायच्या, कदाचित काही संदर्भ वाचायला लागतील ते वाचायचे वगैरे वगैरे. तू येणार का माझ्या बरोबर भटकायला?''

''मला तर यायला आवडेल तुझ्याबरोबर. पण एकेका फुलपाखराच्या मागे तू तासन्तास हिंडणार, परत बोलायचं नाही, आवाज करायचा नाही अशा तुझ्या अटी असणार. नाही का?''

''अर्थातच....'' प्रज्ञा हसतहसत म्हणाली.

''मग तू जंगलात तुझी भटकंती कर. मी इथेच थांबून, मला बरंच लिखाण करायचंय ते करतो. संध्याकाळी मात्र आपण मस्त गप्पा मारू. कसं काय?''

''शहाण्या, अरे चल की जंगलात भटकायला, मी काही फार अटी घालणार नाही. भटकता-भटकताही गप्पा मारू आणि पुन्हा संध्याकाळीही आहेच की.''

''बरं, एक काम करूया. उद्याच्या दिवस तू एकटीच जा. माझ्या डोक्यात काही एक विशिष्ट विषय तयार आहे आणि ते लिहायला हात अगदी शिवशिवतायत. ते सगळं एकदा कागदावर उतरवलं की, मला अगदी बाळंत झाल्यासारखं वाटेल. त्यामुळे उद्या सकाळी आणि दुपारी बसून मी जास्तीत जास्त खर्डेघाशी करतो आणि परवा मग तुझ्याबरोबर भटकायला येतो.''

''बरं तर, मग तू उद्या तुझ्या बाळंतपणाला जा आणि मी सकाळीच जंगलात जाते. संध्याकाळी मात्र पाच-साडेपाचपर्यंत तुझं सगळं काम आटप म्हणजे मग आपण टाईमपास करायला मोकळे. ओके?''

''ओऽऽ यस्स....'' चैतन्यनं दुजोरा दिला.

सकाळी हवेत मस्त गारवा होता आणि सगळा आसमंत धुक्यात अक्षरश: गुरफटला गेला होता. अगदी पहाटेपहाटेच सगळं आवरून प्रज्ञानं तिची जंगलात

जायची तयारी केली. रामभाऊंनी बंगल्यावर कामाला असणाऱ्या मजुरांमधल्या एका बाईला मुद्दाम प्रज्ञाच्या बरोबर दिलं.

"मॅडम, इथं तशी खरंतर काही भीती नसते, पण हा कोअर एरिया आहे. शिवाय पावसाळ्यामुळे रानपण फार गच्च वाढलंय. एकीला एक तुम्ही दोघी असलात म्हणजे आम्हाला काही काळजी नाही आणि शिवाय या बाईला जंगलाची चांगली माहिती आहे. त्यामुळे तुम्हाला जरा मदतच होईल." रामभाऊंनी माहिती पुरवली.

"प्रज्ञा, तुझा सीडी प्लेअर माझ्यासाठी देऊन जा. म्हणजे लिहितालिहिता एकीकडे चांगली श्रवणभक्तीही करतो. रामभाऊ बाहेर व्हरांड्यात मला लिहिण्यासाठी एक टेबलखुर्ची टाकून द्या ना." चैतन्य.

थोड्याच वेळात प्रज्ञा तिच्याबरोबरच्या बाईला घेऊन निघून गेली. रामभाऊंनी चैतन्यसाठी बाहेर टेबलखुर्ची टाकली होती. चैतन्यनं बाहेर व्हरांड्यातच सीडी प्लेअर लावला आणि टेबलावर कागद, पेन, संदर्भाची पुस्तकं अशी सारी जय्यत तयारी केली. स्वच्छ पांढरा सुती सदरा अन् लेंगा घालून त्यानं त्याची लिखाणाची बैठक जमवली.

सृष्टीचा, निसर्गाचा माणसाच्या मनावर खोल परिणाम होतो. शुद्ध, स्वच्छ, मोकळी हवा, सभोवताली पसरलेली गर्द झाडी, विविध पक्ष्यांचं कूजन, त्यांची इकडून तिकडे चाललेली लगबग, मनमोहक फुलपाखरांचा मुक्त विहार, पाऊस पिऊन तृप्त झालेली माती, वृद्ध होऊन गळून गेलेला पाचोळा, उंचउंच सिल्वर ओक्सच्या पानांमधून उतरलेले सूर्यकिरण... या प्रत्येक सृष्टीघटकाचा स्वतंत्रपणे अन् यासारख्या घटकांचा एकत्रितपणे माणसाच्या चित्तवृत्तीवर, भावविश्वावर थेट सखोल परिणामचं होतो. या परिणामाचं प्रतिबिंबच चैतन्यच्या लिखाणात उतरत होतं.

दुपारी दीडच्या सुमारास प्रज्ञा थकूनभागून जेव्हा परत आली, तेव्हा चैतन्य एकाग्रचित्तानं खाली मान घालून लिहीत होता. मागे कुमारांची वृंदावनी सारंगातली बंदिश. एक खुर्ची ओढून प्रज्ञा जेव्हा धाडकन चैतन्यच्या समोर बसली तेव्हाच चैतन्यची तंद्री मोडली.

"बापरे, चैत्या... एवढं भटकलेय, एवढं भटकलेय काय सांगू तुला. मला अगदी कडकडून भूक लागलीये आणि प्रचंड काम केलंय मी आज. तुला नंतर सगळ्या गमतीजमती सांगते. आधी जेवण...."

"अगं, स्वयंपाक तयार आहे. रामभाऊ मगाशीच विचारत होते. काय मस्त लालबुंद दिसतीयेस तू. जरा वॉश वगैरे घेऊन ये, मलापण भूक लागलीये. मी रामभाऊंना पानं लावायला सांगतो."

जेवण झाल्यानंतर प्रज्ञानंही तिच्या खोलीतली टेबलखुर्ची व्हरांड्यात चैतन्यच्या टेबलाजवळ आणवून घेतली आणि पुन्हा एकदा ते दोघंही आपापल्या कामांमध्ये बुडून गेले.

"बापरे! लिहूनलिहून मान मोडून आली. तुला अजून किती अवकाश आहे?" चैतन्यनं आळस देत विचारलं.

संध्याकाळचे सहा-साडेसहा झाले होते. उन्हं कधीच उतरून गेली होती.

"मलाही आता कंटाळा आलाय रे, पण आज इतकं मस्त काम झालंय म्हणून सांगते. भरपूर निरीक्षणं केलीत मी. सगळीच्या सगळी आत्ता लिहून काढलीयेत. लिंफॅलिडे नावाच्या फॅमिलीतल्या बटरफ्लाईजवर मला निरीक्षणं करायची होती. ही अगदी सुंदर, मोठी, आकर्षक रंगांची फुलपाखरं असतात आणि त्यांच्या शेकडो जाती-प्रजाती आहेत. यांच्यातल्या डेनायने या प्रजातीत मला विशेष रस आहे आणि आजच्या माझ्या भटकंतीत तर मला अक्षरश: हजारोंनी ही दिसली. ग्लासी टायगर्स, ब्लू ग्लासी टायगर्स, ट्री निंफस, मॅगपाय क्रो, मलाबार ट्री निंफ... किती प्रकार म्हणून सांगू आणि या सर्वांवर कळस चढला तो म्हणजे ब्लू मॉर्फोच्या दर्शनानं." प्रज्ञा उत्साहानं सांगत होती.

"ब्लू मॉर्फो म्हणजे?" चैतन्य.

"अरे, ब्लू मॉर्फो नावाचं अस्सं मोठ्ठं सात–आठ इंची स्पॅन असलेलं, गर्द रेशमी निळं फुलपाखरू दिसणं म्हणजे आयुष्य सार्थकी लागल्यासारखं आहे. इतकं ते सुंदर असतं आणि हाईट म्हणजे माझ्या वाचनात तरी ते पश्चिम घाटात कधी स्पॉट झाल्याचं मी वाचलं नाहीये. ते इथं आहे हे कळलं तर आमच्या फुलपाखरंप्रेमी जमातीला धक्काच बसेल आणि माझ्यासाठी ही मोठी अचिव्हमेंट असेल. मी त्याचे खूप फोटो काढलेत. तुला दाखवीन मी." प्रज्ञाचा उत्साह ओसंडून वाहत होता.

"अरे वा! हे तर फारच छान झालं. म्हणजे पी.एचडी. मिळाली की, मला एक जोरदार पार्टी नक्की तर. छान छान! माझंही भरपूर काम झालं आज. अगदी मस्त मोकळंमोकळं वाटतंय आता बाळंतपण होऊन गेल्यामुळे...." आणि दोघंही त्यावर खळखळून हसले.

"ठीक, हे बघ, हे सारं आता आवरू. मी जरा फ्रेश होतो. रामभाऊंना मी आपल्यासाठी बाहेरच्या हिरवळीवर टेबलखुर्च्या लावायला सांगितल्यायत. तू पण आवरून फ्रेश होऊन ये आणि मी तुझ्यासाठी काहीतरी सरप्राईज पण आणलंय...."

"हो का? मग तर मी अगदी पटकनच येते हां."

तासाभरात अंघोळ वगैरे करून कपडे बदलून दोघंही बाहेर आले. अंधार नुकताच पडला होता. रामभाऊंनी हिरवळीवर दोघांसाठी एक टेबल, त्यावर स्वच्छ आच्छादन आणि दोन वेताच्या खुर्च्या टाकल्या होत्या. टेबलाच्या मध्यभागी चंबूच्या आकाराची उंच काच असलेला दिवा ठेवला होता आणि त्यात मेणबत्तीपण लावली होती. आकाशात टिपूर चांदणं होतं. आज चतुर्दशी होती अन् उद्या पौर्णिमा. चंद्र अजून वर यायचा होता. समोरचा डोंगर काळाकभिन्न दिसत होता. रातकिड्यांनी आसमंतभर एकसूर लावला होता. थंडीनं कणाकणानं शिरकाव करायला सुरुवात

केली होती.

"अहाहा! चैत्या काय माहौल आहे रे... काहीतरी चांगली सीडी लाव की."

"हो, लावतो ना. माझ्याकडे हरिप्रसादजींची एका खासगी मैफिलीची सीडी आहे. त्यात पूर्ण विस्तार केलेले पूरिया, बागेश्री अन् चंद्रकंस आहेत, ओळीनी एका मागोमाग एक. थांब लावतो, मजा येईल."

सीडी लावून चैतन्यनं खोलीतून एक छोटीशी लाकडी पेटी बाहेर आणली. "आणि हे खास माझ्या जीवश्च कंठश्च मैत्रिणीसाठी...."

चैतन्यनं ती पेटी प्रज्ञाच्या हातात दिली.

प्रज्ञानं त्याच्यावरचं लेबल वाचलं, "शँटॉ मौंटाँ रॉथशिल्ड... वॉव... चैतन्य, फ्रेंच वाईन?... वंडरफूल...."

"अगं, ही नुसती साधीसुधी फ्रेंच वाईन नाहीये. हिची सोनेरी लाल कांती आणि हिची गोड, फळांचा स्वाद असलेली चव... ही फक्त जिवलग मैत्रिणीसाठीच खास बनवलेली आहे. फ्रान्समध्ये, फ्रान्सच्या बोर्ड्यू भागात आणि बोर्ड्यूमध्येच जगातल्या सर्वोत्तम वाईन्स बनतात, हे तुला माहिती आहे ना?"

चैतन्यनं माहिती पुरवली.

"आणि दुसरं म्हणजे हिला रोमान्स वाईनपण म्हणतात...."

"अरे वा... मग तर घेऊन बघितलीच पाहिजे पटकन...."

"हं... आणि ही जिभेवर विरघळून हलकेच घशाखाली उतरते ना तसतशी अगदी रोमरोमात भिनत जाते बघ."

"चैत्या, आता मग उघड की पटकन...." प्रज्ञा उत्साहात येऊन म्हणाली.

"हो, हो. उघडतो ना."

चैतन्यनं बॉक्स उघडून त्याच्या आतून ती सुंदर काळ्या रंगाची उंच श्रीमंती बाटली टेबलावर ठेवली.

"चिअर्स...." प्रज्ञानं ग्लास उंच करून म्हटलं.

"चिअर्स... स्ट्रेट फ्रॉम माय ब्युटीफुल लेडीज शू... आपल्या सुंदर अढळ मैत्रीसाठी..." चैतन्यनं त्याचाही ग्लास उंचावत म्हटलं.

प्रज्ञानं हलकेच एक घोट घेतला, "ओहोहो... काय चव आहे रे...."

"मग... हां आणखी एक सांगायचं राहिलं... ही वाईन प्यायल्यावर रोमान्स करावा लागतो, म्हणून तर याला रोमान्स वाईन म्हणतात." चैतन्य हसतहसत मस्करीच्या स्वरात म्हणाला.

"चूप, शहाणपणा करू नकोस, पण मला ही वाईन फारच आवडली." मागे बासरीवर हरिप्रसादजींचा पूरिया बहरात आला होता.

चैतन्य आणि प्रज्ञाच्या गप्पांना खंड नव्हता. साऱ्या जुन्या आठवणी निघाल्या. प्रत्येक मित्राचा, मैत्रिणीचा संदर्भ निघाला. त्या काळात केलेली वेडेपणं आठवली.

हसूनहसून मुरकुंडी वळली.

"तुला आठवतंय प्रज्ञा, एकदा एका वक्तृत्व स्पर्धेत मला प्रदूषणावर बोलायचं होतं आणि तयारी काहीच झालेली नव्हती."

"कधी रे? मला नाही आठवत...."

"आणि, तू मला कँटीनमध्ये विचारलंस काय रे तयारी झाली का? आणि मी नाही म्हटल्यावर मला यथेच्छ झापडलंस आणि मग प्रेमानं भराभर पॉईंट्स लिहून दिलेस... आठवतं? आणि जा हे पॉईंट्स आहेत यावर आता बोल, असा दमही दिलास. आठवतं का?" चैतन्य.

"हो, हो आणि गधड्या मी प्लांट्स प्रोड्युसिंग इलेक्ट्रिसिटी असा एक पॉईंट इंग्रजीत लिहिला होता तर तू स्टेजवर उभा राहून आफ्रिकेत काही झाडं वीज तयार करतात आणि त्यांच्यामुळे खूप प्रदूषण होतं असे अकलेचे तारे तोडले होतेस!... मला चांगलं आठवतंय...."

"हा! हा! हा! हो हो, पण हे बघ, तिथे कुणाला काही कळलं का? तूच एकटी कोपऱ्यात बसून मला बाहेर ये मग दाखवते असा खुणेनं दम भरत होतीस."

"हॅ! मग काय तर हाणणारच होते मी तुला...."

"हं... आणि हाईट म्हणजे त्या स्पर्धेत मला बक्षिसपण मिळालं."

दोघंही यावर मनमुराद हसले. अशा एक ना अनंत आठवणी निघाल्या.

रात्र चांगलीच वर आली होती. हवेत गारठा पसरला होता. या दोघांच्या गप्पांशिवाय बाकी सारा आसमंत नि:स्तब्ध झोपला होता.

"प्रज्ञा, पण एवढे चढउतार झाले, एवढे मित्रमैत्रिणी आले गेले, पण फक्त आपल्या दोघांची मैत्री मात्र एखाद्या निर्मळ नदीसारखी अखंड वाहत राहिली. नाही?"

"हो रे, आय फील सो प्राऊड चैतन्य... किती वर्षं झाली असतील रे आपल्या मैत्रीला?" प्रज्ञानं चैतन्यच्या डोळ्यांत खोल बघत विचारलं.

"अं... वीस... छे... अकरावीत आपण रेड क्रॉसमध्ये होतो म्हणजे... अं... जवळजवळ पंचवीस वर्षं...." चैतन्य.

"बापरे... वॉव... तुला हे विशेष नाही वाटत?" प्रज्ञा.

"ऑफकोर्स. हे अगदी विशेषच आहे. तू स्त्री, मी पुरुष असं असूनही आणि तुझं पारंपरिक पद्धतीनं लग्न, संसार वगैरे झालं तरीही... तरीही आपलं हे नातं असंच दृढ टिकून आहे, हे नक्कीच अतुलनीय आहे आणि खरं सांगू याचं बरंचसं श्रेय तुझ्याकडेच जातं... कारण दुसऱ्या कुठच्याही मुलीनं विशेषत: तिच्या लग्नानंतर अशा दोस्तीला सरळ रामराम ठोकला असता...."

"चैतन्य, असं का म्हणतोयस? आपण दोघांनीही ही दोस्ती टिकवली... याचं श्रेय आपल्या दोघांकडेही जातं... हो की नाही?"

रामभाऊंनी फक्त चैतन्य आणि प्रज्ञाच्या खोलीबाहेरचे व्हरांड्यातले दिवे चालू

ठेवले होते आणि बाकी बंगल्याच्या आवारातले सगळे दिवे मालवून टाकले होते. टेबलावर ठेवलेली चिमणीही केव्हाच संपून गेली होती. पूर्वेकडच्या डोंगरामागून चंद्र आता चांगलाच वर आला होता. चैतन्य, प्रज्ञा, ती हिरवळ, त्या पलीकडचे सिल्व्हर ओक आणि बंगल्याचा साराच परिसर त्या पूर्ण चंद्राच्या प्रकाशात न्हाऊन निघत होता. वरचा काळाभोर आकाशमंडप लाखो चमचमत्या तारकांनी पूर्ण व्यापून गेला होता. सीडीवरचा हरिप्रसादजींचा पूरिया, बागेश्री आणि चंद्रकंस सारं काही वाजवून पूर्ण बहरात येऊन ओसरून गेलं होतं. संपूर्ण आसमंत बासरीच्या अन् तबल्याच्या त्या नादब्रह्मात, त्या आरोह-अवरोहांत चिंब भिजून आता शांत नीरव झाला होता. थंडी उबदार झाली होती. चैतन्यनं आपली खुर्ची प्रज्ञाच्या शेजारी सरकवून तो तिच्या अगदी जवळ जाऊन बसला.

"प्रज्ञा... खरं सांगू...." चैतन्यनं हलकेच प्रज्ञाचा हात आपल्या हातात घेतला. "मला तू अगदी पहिल्या दिवसापासून खूप खूप आवडतेस. एक व्यक्ती म्हणून... साधी... सरळ... डाऊन टू अर्थ... एखाद्या स्वच्छ, सुंदर, खळाळत्या झऱ्यासारखी प्रसन्न आहेस तू... आणि अशी! तू माझी अगदी जिवलग सखी आहेस... हे... मी माझं भाग्यच समजतो."

कोमल आवाजात चैतन्य मन मोकळं करत होता अन् प्रज्ञाचा हात त्यानं बोटात बोटं गुंतवून हातात धरला होता.

"हं...." मंद स्मित करत अन् डोळे मिटून घेत प्रज्ञानं हुंकार दिला. काही क्षण परत शांततेत गेले.

"प्रज्ञा, रविंद्रनाथ टागोरांची एक कविता आहे... 'तुमी राबे'... बंगालीत आहे... तिचा अर्थ आहे, या रात्रीच्या अंधारात चंद्राचा प्रकाश जसा संपूर्ण पण अगदी नकळत, अव्यक्त सामावून गेलाय तशीच माझ्या हृदयात तूही अगदी संपूर्ण, अगदी नकळत, अगदी अव्यक्त अशी सामावून गेलीयेस...."

चैतन्यनं अलगद प्रज्ञाच्या हाताचं चुंबन घेतलं.

"चैतन्य, किती छान बोलतोयस रे... असाच बोलत राहा ना... मला खूप खूप छान वाटतंय...."

प्रज्ञाच्या डोळ्यांतून जिव्हाळा ओसंडून वाहत होता.

"माझी दुःखं, माझ्या वेदना, माझी स्वप्नं, माझा आनंद सारं काही तुझ्यासमोर आहे आणि तू हळूवारपणे सुगंधासारखी पसरलीयेस माझ्या अवतीभोवती... मला पूर्ण गुरफटून टाकलंयस... रात्रीत सामावून गेलेल्या चंद्रप्रकाशासारखी तू संपूर्ण अव्यक्त माझ्या हृदयात सामावून गेलीयेस...."

प्रज्ञाचं मन उचंबळून येत होतं. डोळे मिटून घेऊन चैतन्यचे दोन्ही हात तिनं आपल्या हातांनी हृदयाजवळ धरले होते.

"चै..तन्य...." प्रज्ञा कसंबसं कुजबुजत म्हणाली अन् चैतन्यनं हलकेच आपले

ओठ तिच्या ओठांवर टेकवले... आवेगानं प्रज्ञा चैतन्यच्या मिठीत शिरली... हाताच्या ओंजळीत प्रज्ञाचा गोल आकर्षक चेहरा घेऊन चैतन्यनं तिची अनंत चुंबनं घेतली.

प्रज्ञाला स्वत:ला आवरणं अशक्य जात होतं... उधाणासारख्या भरभरून येणाऱ्या प्रेमानं चैतन्यला ती अधिकाधिक समर्पित होत गेली. दोन्ही शरीरं प्रणयहिंदोळ्यांवर आरूढ झाली... एकमेकांमध्ये विलीन होत गेली....

सकाळी कर्तव्य जाणिवेनंच ठरल्यावेळी प्रज्ञा उठली. खरंतर चैतन्यही आज तिच्याबरोबर जंगलात जाणार होता. पण आदल्या रात्रीच्या स्मरणधुंदीत स्वत:च्या झोपेला आवर घालणं त्याला अशक्य झालं. पटापट आवरून आणि बरोबर येणाऱ्या बाईला सोबत घेऊन प्रज्ञा तिच्या कामासाठी जंगलात निघून गेली.

नऊच्या सुमारास आळोखेपिळोखे देत चैतन्य उठला. अंघोळ वगैरे उरकून त्याने पुन्हा आपलं लेखनाचं स्थान ग्रहण केलं, पण आज कामात लक्षच लागत नव्हतं. पेन हातात धरवतच नव्हतं. रात्रीच्या आठवणींनी सारं अंग रोमांचित होत होतं. लिखाणाचं सारं साहित्य समोर घेऊन शून्यात नजर लावून तो बसला होता. जेवणाच्या सुमारास प्रज्ञा आली, तेव्हाही तो तसाच बसलेला होता. प्रज्ञाला थोडंसं हसू आलं. तिचीही अवस्था थोड्याफार फरकानं तशीच होती, पण तिनं सकाळीच बाहेर पडून स्वत:ला कामात गुंतवून ठेवायचा प्रयत्न केला होता.

"काय रे, लिखाण करतोयस की टाईमपास?" जणू तिच्याकडे सगळं कसं आलबेल आहे, असं दर्शवत प्रज्ञानं विचारलं.

"छे! आज एक कणाचंही काम झालं नाही." चैतन्य हसतहसत बोलला.

त्या हसण्याचा अर्थ फक्त त्या दोघांनाच माहिती होता.

"हुं...." प्रज्ञानं हुंकारानं उत्तर दिलं.

जेवणाच्या टेबलावरही दोघे फक्त हवं नको पुरतंच बोलत होते. जेवणानंतर प्रज्ञाला पुन्हा जंगलात जायचं होतं.

"अरे, सकाळच्यातली काही ऑब्जर्वेशन्स बाकी आहेत, म्हणून मी परत जाऊन ती सगळी कंप्लीट करावी म्हणतीये."

"चल मग, मीपण येतो तुझ्याबरोबर. इथे एकट्याला अगदी कंटाळा आलाय मला."

"नाही... नको चैतन्य...." प्रज्ञानं स्पष्ट शब्दात नकार दिला.

"का? काय प्रॉब्लेम आहे? इनफॅक्ट तू सकाळपासूनच अशी गप्पगप्प आहेस... माझ्याशी फारसं बोलतही नाहीयेस... काय झालंय प्रज्ञा?"

"नाही... तसं काहीच नाही चैतन्य... पण...." चैतन्यची नजर चुकवत प्रज्ञानं उत्तर दिलं.

"हे बघ प्रज्ञा, माझ्या येण्यानं तुला काही प्रॉब्लेम होणार असेल तर तसं स्पष्ट

सांग.''

चैतन्य थोडासा कातावला होता.

"छे... छे... अरे, असं काय बोलतोयस चैतन्य तू... म्हणजे तू आलास तर मला आनंदच होईल... अगदी नक्की... पण....''

"पण काय प्रज्ञा?''

"...अं काही नाही... बरं चल, ठीक आहे... चल जाऊ आपण....''

काहीशा नाखुशीनंच प्रज्ञा तयार झाली.

जंगलाच्या ज्या भागात जायचं होतं तो भाग काल, आज जाऊन आल्यामुळे प्रज्ञाच्या बऱ्यापैकी माहितीचा झाला होता. चैतन्य प्रज्ञाच्या पाठोपाठ नुसताच भटकत होता. प्रज्ञा कुठे थांबत होती, कुठे भिंगातून अळ्यांचं, रेशमी किड्यांचं, फुलपाखरांचं अगदी जवळून निरीक्षण करत होती, कुठे त्यांचे फोटो काढत होती, कुठे तिच्या वहीत नोंदी करत होती.

"ओह वॉव....'' बराच वेळ त्यांच्या दोघांच्यात असलेल्या शांततेला तडा देत प्रज्ञा कुजबुजली, "चैतन्य लवकर इकडे ये... आवाज करू नकोस....''

प्रज्ञा एका अतिशय सुंदर फुलपाखराचं निरीक्षण करत होती. तिनं चैतन्यला ते फुलपाखरू दाखवलं.

"हे बघ, किती सुंदर आहे. माझं सगळ्यात आवडतं फुलपाखरू.''

"ओहोहो... वा वा... फारच छान. काय म्हणतात याला?'' चैतन्यनं फुलपाखरावरची नजर न काढताच विचारलं.

"याचं शास्त्रीय नाव आहे वनेसा कार्डुई, पण याला रूढ भाषेत पेंटेड लेडी म्हणतात.''

"पेंटेड लेडी! वाह....'' चैतन्य.

"हं... बघ किती वेगवेगळ्या रंगांचे ठिपके आहेत त्याच्यावर... सो ब्राईट... सो ब्युटिफुल... वॉव... ओहोहो... उडालं बघ, बघ... काय सुरेख फ्लाईट आहे त्याची....'' प्रज्ञाचा आनंद ओसंडून वाहत होता.

"आय ॲम लुकिंग ॲट माय पेंटेड लेडी....'' चैतन्य हसतहसत प्रज्ञाकडे बघत उद्गारला.

प्रज्ञाच्या चेहऱ्यावर मंद स्मित पसरलं. तिनं चैतन्यकडे बघायचं टाळलं. दोनच मिनिटांत पेंटेड लेडी दुसऱ्या एका फांदीवर जाऊन विसावलं. प्रज्ञानं त्याच्यावरची नजर अजिबात विचलित होऊ दिली नाही.

"ही फुलपाखरं अशी इकडून तिकडे का उडत असतात प्रज्ञा?'' चैतन्यनं विचारलं.

"अरे, हे पेंटेड लेडी खरंतर मायग्रेटरी बटरफ्लाय आहे. त्यामुळे ते सतत प्रवासातच असतं, पण अर्थात आता ते उडालं ते केवळ आपल्या हालचालींमुळे

दचकून. नाहीतर आता ते त्या फांदीवर बसलंय ना... आता बघ त्याची मादी त्याला भेटेपर्यंत ते तिथनं अजिबात हालणार नाही आणि इतर पक्षी, प्राणी मेटींग कॉल्स देतात ना तसेच हे त्यांच्या शरीरातून फेरोमॉन्स सोडतात आणि यांची मादी या भागात आली की, ती या फेरोमॉन्सच्या वासानं आकर्षित होते आणि मग यांचं तिच्याभोवती प्रेमनृत्य चालू होतं. अगदी बघण्यासारखं असतं ते....''

प्रज्ञा अभ्यासकाच्या तन्मयतेनं चैतन्यला समजावून सांगत होती.

''आणि मग या प्रेमनृत्यानं भारावून जाऊन प्रेयसी स्वत:ला थांबवूच शकत नाही... अं....''

प्रज्ञानं चोरट्या नजरेनं हळूच चैतन्यकडे पाहिलं.

''अं... म्हणजे... तिचं स्वत:वरचं नियंत्रण सुटतं... आणि... आणि ती... शी जस्ट सरेंडरर्स.... तिच्या मित्राला ती आपलं सर्वस्व अर्पण करते....''

फुलपाखरावरची नजर न काढताच कुजबुजत्या आवाजात प्रज्ञा बोलली.

एक-दोन मिनिटं स्तब्धतेत गेली. कुणीच कुणाशी काही बोललं नाही... अन् दोन पावलं पुढं होऊन प्रज्ञाच्या खांद्याला धरून चैतन्यनं तिला स्वत:कडे वळवलं... क्षणभर नजरानजर झाली आणि आवेगानं प्रज्ञा चैतन्यच्या मिठीत शिरली. पलीकडच्या फांदीवर पेंटेड लेडीची मादी येऊन उतरली होती आणि त्या दोघांचं एकमेकांभोवती प्रेमनृत्य सुरू झालं होतं.

भावनेचा पहिला आवेग ओसरल्यानंतर प्रज्ञानं स्वत:ला सावरलं. चैतन्यच्या मिठीतून तिनं स्वत:ला सोडवून घेतलं अन् त्याच्यापासून थोडीशी दूर झाली.

''नको... चैतन्य....'' प्रज्ञा कसंबसं म्हणाली.

''का...? काय झालं प्रज्ञा अचानक...?''

''काही नाही चैतन्य, पण आय थिंक वुई शुड कंट्रोल अवरसेल्वज...'' प्रज्ञा थोडसं तुटकपणे म्हणाली.

''म्हणजे? काय झालं प्रज्ञा...? नीट सांग ना...''

''चैतन्य... हे बघ, वुई शुड नॉट फरगेट, मी एक लग्न झालेली स्त्री आहे... आणि आपण... हे असं....''

''आपण... हे असं म्हणजे? मला नाही वाटत आपण काही गैर करतोय... पण तुला काय म्हणायचंय ते आधी नीट सांग....''

''हं... आय रिअली डोंट नो चैतन्य... मला काय म्हणायचंय मलाच नीटसं माहिती नाहीये....'' प्रज्ञा बुचकळ्यात पडल्यासारखं बोलत होती.

''प्रज्ञा, मला माहिती आहे आणि मी बघूही शकतोय की, आज सकाळपासून तुझ्या डोक्यात विचारांची आवर्तनं चालू आहेत. तुझं आतल्याआत काय द्वंद्व चालू असेल, याचा मला अंदाज आहे प्रज्ञा. आपण एकमेकांना तेवढं चांगलं नक्कीच ओळखतो, पण मला माहिती असलं तरीही तू ते बोलणं आवश्यक आहे. प्लीज

टॉक इट आऊट प्रज्ञा... आपण आता कॉलेजात नाही आहोत. आपण दोघेही आता मॅच्युअर्ड, समजूतदार, विचारी आहोत. त्यामुळे आपण दोघांनीही बोलणं आवश्यक आहे....''

"तू म्हणतोयस ते खरंय चैतन्य... मी जबरदस्त गोंधळात पडलीये... मला खरंच कळत नाहीये काय योग्य आणि काय अयोग्य... आज सकाळपासून माझ्या मनात अक्षरश: वादळ उभं राहिलंय आणि याचा मला खूप त्रास होतोय रे... मी काय करू?''

"स्पीक इट आऊट प्रज्ञा....'' चैतन्यनं तिच्या पाठीवर हलकेच थोपटलं. जंगलातच थोड्याशा मोकळ्या जागेत एक स्वच्छ मोठा खडक होता. चैतन्य अन् प्रज्ञा त्याच्यावर जाऊन बसले.

"चैतन्य तुला कसं सांगू... पण आज सकाळपासून माझ्या डोक्यात प्रचंड गोंधळ उडालाय... मला... मला खरंच कळत नाहीये की, आपण हे असे इतके जवळ आलोय ते योग्य का अयोग्य...?'' गवताच्या काडीशी चाळा करत प्रज्ञा बोलली.

"म्हणजे काल जे काही घडलं ती चूक होती किंवा घडायला नको होतं, असं तुला आता वाटतंय का?'' चैतन्य.

"छे... छे... आय हॅव नो रिग्रेट्स. उलट त्याच्याबद्दल तर मी खूप आनंदी आहे. मला ते अगदी छान वाटतंय, पण माझा गोंधळ काहीतरी वेगळाच आहे आणि खरंतर मला स्वत:लाच माझा नक्की प्रॉब्लेम काय आहे ते कळत नाहीये. कदाचित आपल्या या नात्याच्या भवितव्याची मला भीती वाटत असेल. आय डोंट नो...''

"भवितव्याचा विचार कशाला करतीयेस प्रज्ञा? आपण एकमेकांना आवडतो, हे तर सत्य आहेच. हे तर तू नाकारू शकत नाहीस? मग माझं मत असं आहे की, या आवडीतून, एकमेकांबद्दल असलेल्या सुप्त आकर्षणातून आणि आपल्यातल्या पंचवीस वर्षांच्या निरामय मैत्रीतूनच आपल्यातल्या या प्रेमानं जन्म घेतलाय आणि या प्रेमाला असा सुंदर नैसर्गिक माहौल, अशी सुंदर संध्याकाळ, अशा सुंदर गप्पा, अशी आनंदी चित्तवृत्ती, असं सुंदर पार्श्वसंगीत या सगळ्याची जोड मिळाल्यावर काल जे घडलं, ते अगदी नैसर्गिकच होतं. हे निसर्गनियमाला अनुसरूनच आहे. त्यामुळे यावर फार विचार करून आणि काय योग्य, काय अयोग्य वगैरे अशा गोंधळात तू पडू नयेस असं मला वाटतं... डोंट वरी प्रज्ञा....'' चैतन्यनं समजावण्याचा प्रयत्न केला.

एक सुंदर छोटसं पिवळ्या बदामी रंगाचं, त्यावर छोटेछोटे काळे ठिपके असलेलं फुलपाखरू प्रज्ञाच्या समोर इकडून तिकडे छोट्याछोट्या भराऱ्या घेत होतं. नजर त्याच्यावरून न हालवता प्रज्ञा म्हणाली, "नाही चैतन्य, हे एवढं सरळ सोपं नाहीये. याला अजून एक महत्त्वाचा अँगल आहे... आणि मला वाटतं... माझा मानसिक गोंधळ त्याच्यामुळेच आहे... तुला ते कसं सांगायचं मला कळत नाहीये....''

दोन-एक मिनिटं पुन्हा स्तब्धतेत गेली. पिवळं छोटसं फुलपाखरू आता अलगद येऊन प्रज्ञाच्या पायावर बसलं होतं.

"...चैतन्य तुला माहिती नाहीये, पण... अगदी प्रामाणिकपणे सांगायचं तर मला तू अगदी कॉलेजपासूनच खूप आवडतोस... आणि आवडतोस म्हणजे नॉट ओन्ली ॲज अ फ्रेंड... पण त्याहीपेक्षा खूप जास्त... म्हणजे... म्हणजे... यू नो व्हॉट आय मीन...."

प्रज्ञाला चैतन्यकडे बघायचा धीर होत नव्हता.

"हं...."

चैतन्य लक्षपूर्वक ऐकत होता.

"तू इतका रूबाबदार, देखणा दिसायसाच... म्हणजे अजूनही दिसतोस...." चैतन्यकडे चोरटी नजर टाकत प्रज्ञा बोलली, "...की मला तुझं बोलणं सतत ऐकत राहावंसं वाटायचं... सतत तुझ्या सान्निध्यात राहण्यासाठी मी प्रयत्न करत राहायची... माझ्याशी तू तासन्तास गप्पा मारत राहाव्यास... मला कधी प्रेमानं जवळ घ्यावं असं मला वाटायचं...."

"माय गॉड... प्रज्ञा... मला हे म्हणजे खरंच... मी कायमच समजायचो की...." चैतन्य स्तिमित झाला होता.

"माझं एक मन कायम स्वप्न बघायचं की, एक दिवस तू येऊन मला मागणी घालशील, पण दुसरीकडे मला हेही कळत होतं की, मी काही दिसायला फार सुंदर वगैरे नव्हते आणि तुझ्या अवतीभवती तर... त्या सगळ्या आवडत्या, नावडत्या सगळ्या असायच्या... मी रोज हिरमुसली व्हायचे...." प्रज्ञाचे डोळे पाण्यानं डबडबले होते.

"पण प्रज्ञा, तुझं स्थान माझ्या मनात अगदी वेगळं होतं. तू माझी जीवश्चकंठश्च मैत्रीण होतीस. हे खरं आहे की, मी कधी तुझ्याबद्दल माझी भावी बायको म्हणून विचार केला नाही, पण तुझ्या डोक्यात होतं तर मला बोलली का नाहीस?"

"बऱ्याच वेळा वाटायचं की बोलावं... पण... कधी जीभ रेटलीच नाही... कायम भीती वाटायची...."

"भीती, माझी भीती?" चैतन्यनं हसतहसत विचारलं.

"तुझी भीती नाही रे...."

"मग?"

"कसली भीती कुणास ठाऊक... कदाचित रिजेक्शनची भीती असेल... आय डोंट नो...."

"अगं, बोलायचंस गं.. तुझं म्हणणं बरोबर आहे. माझ्या अवतीभवती अगदी सुंदरसुंदर मुली असायच्या... पण... तुझं स्थानच निराळं होतं प्रज्ञा... तुझा माझ्यावर अधिकार होता... तिथं सौंदर्य वगैरे हा मुद्दाच किरकोळ होता...."

"आय डोंट नो चैतन्य... मला चांगलं आठवतंय, माझी त्या वेळची मन:स्थिती

एवढी वाईट होती....''

''आय अंडरस्टँड प्रज्ञा... आय अंडरस्टँड....''

चैतन्यनं हलकेच प्रज्ञाला जवळ घेऊन थोपटलं. अश्रूंची लागलेली धार थांबण्याचा प्रज्ञानं कुठलाही प्रयत्न केला नाही. चैतन्यच्या खांद्यावर डोकं टेकून बराच वेळ प्रज्ञा शांत बसून राहिली अन् चैतन्य तिच्या डोक्यावर हलकेच थोपटत राहिला.

''प्रज्ञा....'' चैतन्यनं पुन्हा हळूवारपणे बोलायला सुरुवात केली, ''पण मग कन्फ्युजन कुठे आहे? तुझ्या मनात एवढा गोंधळ का उडालाय? म्हणजे... खरंतर तू आनंदी असायला हवं. कारण एका अर्थानं पंचवीस वर्षांनंतर तुझ्या तपश्चर्येला फळ मिळालं...''

''हो, बरोबर आहे चैतन्य.'' प्रज्ञानं एक दीर्घ निश्वास टाकला, ''...आणि म्हणूनच मी म्हटलं ना, की काल जे झालं त्याबद्दल मी खरंतर आनंदी आहे. आज पंचवीस वर्षांनी का होईना पण एका अर्थानं माझं प्रेम सफल झालं....''

''हं... मग?'' चैतन्य.

''पण हे सगळं अगदी अनपेक्षितरित्या झालं. कॉलेजमध्ये असताना मी एवढी नाउमेद झाले होते की, माझ्या मनानं अगदी नक्की ठरवूनच टाकलं की, चैतन्य आपल्याला कधीच मिळणार नाही आणि आईबाबांनी जे पहिलं स्थळ आणलं त्याला होकार देऊन मी लग्न करून टाकलं... पण मी तुला सांगते चैतन्य... आय वॉज एक्स्ट्रीमली लकी. मला अतिशय चांगलं सासर मिळालं. मी अगदी खरं सांगते, नाव ठेवण्यासारखी माझ्या सासरी अक्षरश: एकही गोष्ट नाही. अविला तर तू ओळखतोसच. ही इज अ जेम ऑफ अ पर्सन. मी त्या घरात पूर्ण सुखी, पूर्ण समाधानी आहे. माझा नवरा माझ्यावर जिवापाड प्रेम करतो, मीही त्याच्यावर तेवढंच प्रेम करते. माझ्या दोन्ही मुली... ममा म्हणजे त्यांचं सगळं विश्व आहे... मटेरिअलिस्टिकलीही आमच्याकडे सगळं आहे. गाडी, बंगला, ड्रायव्हर, बँकबॅलन्स... सगळं काही....'' प्रज्ञा अखंड बोलत होती.

''हं... पण मग प्रॉब्लेम कुठे आहे?''

''हाच तर प्रॉब्लेम आहे चैतन्य. एवढं सगळं चांगलं असताना काल जे झालं, ते होऊ देण्याची गरजच काय होती? दैवानं सगळं काही मला उदारपणे दिलंय, तरीही माझ्या त्या जुन्या प्रेमाला मी कवटाळून बसायला हवं होतं का? मला हेच तर कळत नाहीये. प्लीज, गैरसमज करून घेऊ नकोस चैतन्य... मला तू आजही तेवढाच आवडतोस... पण आता मी कॉलेजात नाही, हे मी लक्षात ठेवायला हवं होतं....''

चैतन्य लक्षपूर्वक ऐकत होता.

''माझं एक मन मला आता खातंय... अपराधीपणाची भावना येतीये. योग्य-अयोग्य, नीती-अनीती असा खूप गोंधळ उडालाय माझा... चैतन्य, प्लीज हेल्प मी टू रिजोल्व्ह धिस कॉन्फ्लिक्ट....''

"हं...."

चैतन्य विचारात खोल बुडाला होता.

उन्हं कलली होती. जंगलाच्या दैनंदिन चक्रातल्या संध्याकाळच्या घडामोडी सुरू झाल्या होत्या. एकमेकांशी एकही शब्द न बोलता हातात हात घालून चैतन्य अन् प्रज्ञा बंगल्यावर परत आले.

रामभाऊंनी आजही बाहेरच्या हिरवळीवर टेबलखुर्च्या लावल्या होत्या. संध्याकाळ सरली. अंधार पडायला लागला. आज पौर्णिमा होती, पण आकाशात थोडे ढग होते. त्यामुळे चांदणं टिपूर नव्हतं. चंद्रोदय व्हायला तर अजून बराच अवकाश होता. चैतन्य अन् प्रज्ञा ताजेतवाने होऊन पुन्हा गप्पा मारायला बाहेर येऊन बसले. अर्थात आजचा मूड जरासा गंभीर होता. वातावरण हलकं करण्यासाठी चैतन्यनं पुन्हा एकदा छानसं संगीत लावलं. इकडच्या तिकडच्या उत्तेजनार्थ गप्पा झाल्यानंतर बोलणं पुन्हा एकदा मूळ विषयावर आलं.

"चैतन्य, खरं सांगायचं तर तुझ्याशी दुपारी बोलल्यानंतर आता मला बरंच बरं वाटतंय. माझ्या प्रश्नाला अर्थातच अजून उत्तर सापडलं नाहीये. पण निदान प्रश्न काय आहे, एवढं तरी मला नक्की लक्षात आलंय. त्यानं बराच गोंधळ निवळलाय." प्रज्ञा शांतपणे बोलत होती.

"हं... डोक्यात गोंधळ असताना उत्तर मिळणं अशक्यच. प्रश्नाचं आधी नीट आकलनही तेवढंच महत्त्वाचं असतं...." चैतन्य.

"हे बघ प्रश्न असा आहे चैतन्य, की एका बाजूला माझा जिवलग मित्र आहे, ज्याच्याबरोबर मी आयुष्यातला सोनेरी काळ घालवला. ज्याच्याबरोबर सुखदुःखाच्या अनंत आठवणी आहेत... आणि ज्याच्यावर मी मनापासून प्रेम करते... पण हे प्रेम कधी सफलच होणार नाही, असं गृहितच धरून मी दुसऱ्या व्यक्तीशी लग्न केलं, संसार केला आणि आता अचानक ते पहिलं प्रेम परत आलंय आणि हे असं सफल होतंय... आता प्रश्न असा आहे चैतन्य की, हे प्रेम सफल करणं म्हणजे माझ्या विवाह बंधनाशी, माझ्या नवऱ्याशी, माझ्या कुटुंबाशी प्रतारणा आहे का? मी त्यांना फसवतीये का? असे संबंध मी ठेवायचे का?"

काही क्षण चैतन्य विचारमग्न झाला. नीट शांतपणे मनातल्यामनात शब्दांची जुळवाजुळव करून मग त्यानं बोलायला सुरुवात केली, "हे बघ प्रज्ञा, नीती-अनीती, धर्म-अधर्म वगैरे असला तात्त्विक शब्दजंजाळ जरा बाजूला ठेवू आणि सरळ साध्या पद्धतीनं या प्रश्नाकडे बघू. दोन गोष्टींचा स्वतंत्रपणे विचार करू. पहिली गोष्ट म्हणजे तुझं हे प्रेम. यात अनैसर्गिक, चूक असं काहीच नाही. तुला तुझ्या तरुण वयात एक मित्र भेटला ज्याच्यावर तू मनापासून प्रेम केलंस, त्याच्याशी सुंदर मैत्री केलीस आणि अशी मैत्री वाढतवाढत जाऊन त्याची परिणती एकमेकांकडे आकृष्ट होण्यात आणि अत्युच्च बिंदूला पोहचण्यात गैर काही नाही. हे पूर्णपणे निसर्गनियमाला

अनुसरूनच आहे. आता दुसरा मुद्दा असा आहे आणि तो पहिल्याच्या थोडासा तिरक्या चालीत पण आहे, की मध्यंतरीच्या काळात तुझं दुसऱ्या कुणाशीतरी लग्न झालंय. त्या संसारातही तू स्वत:ला संपूर्ण समर्पित केलंय आणि पूर्ण सुखीही झालीयेस. पण म्हणून जे पहिलं प्रेम होतं किंवा ते ज्या पद्धतीनं पूर्णत्वाला गेलं, यातही वावगं काहीच नाही.'' चैतन्य गंभीरपणे बोलत होता.

''तू म्हणतोयस ते बरोबर आहे रे. पण सामाजिकदृष्ट्या....''

''इथे समाजाचा प्रश्नच येत नाही. हा तुझा प्रश्न आहे. हा आपला प्रश्न आहे. तुझा नवरा, तुझं कुटुंब, तुझा संसार यांचा मीही तितकाच आदर करतो. मी तुला असं कुठंही म्हणत नाहीये की, आता त्यांना सोडून तू माझ्याशी लग्न कर.''

''हो... पण....''

''थांब जरा प्रज्ञा... मला बोलू दे... तुझं कुटुंब ही तुझी फर्स्ट प्रायॉरिटी आहेच, असायलाच पाहिजे आणि ही प्रायॉरिटी सांभाळून प्रज्ञा आता आपल्या उर्वरित आयुष्यात आपण दोघे असे एक्सक्लुझिवली आणखी किती वेळा भेटू शकू? मी पुण्यात, तू बंगलोरमध्ये. तुझी माझी वेगवेगळी व्यावसायिक, सांसारिक बंधनं... कदाचित उद्या माझंही लग्न होईल... माझाही संसार असेल... कदाचित तुम्ही परदेशात स्थायिक व्हाल... काहीही होऊ शकतं. या सगळ्या जंजाळातून आपण आज असे इकडे मस्त दोघेच जण येऊ शकलो... असं एक्सक्लुझिवली मला वाटतं. आता उर्वरित आयुष्यात म्हणजे पुढच्या वीस-पंचवीस वर्षांत आणखी जास्तीत जास्त एकदा किंवा फारफार तर दोनदा आपण असे भेटू शकू. तेही नक्की नाहीच आणि मग या एक-दोन वेळा आपण आपल्यातलं प्रेम असं व्यक्त केलं तर त्यात काय वावगं? आपण एकमेकांवर प्रेम केलं म्हणून तुझ्या नवऱ्यावर करायला तुझ्याकडे प्रेम शिल्लक राहणार नाहीये का? तुझ्या मुलींवरची तुझी माया आटणार आहे का? तुझ्या कर्माधिष्ठित जबाबदाऱ्या तू टाळणार आहेस का? नीट विचार कर प्रज्ञा....''

चैतन्य फुटफुटून बोलत होता. प्रज्ञा खोल विचारात बुडून गेली होती.

''नाही चैतन्य, अविवरचं माझं प्रेम कधीच कमी होणार नाही. मुलींच्या बाबतीत तर प्रश्नच उद्‌भवत नाही. ते माझं सर्वस्व आहे आणि मी स्वत:हून ठरवून या संसारात पडले आहे. त्यामुळे कर्माधिष्ठित जबाबदाऱ्यांमध्ये मी कधीच काही कमी पडू देणार नाही.''

''ठीक आणि हे उत्तम. मनात याबाबत कुठचाही संदेह नसेल तर आपल्या प्रेमाच्या क्वचित होणाऱ्या अशा उद्रेकाबद्दल आणि परिणतीबद्दल तू फार काळजी करू नयेस, असंच मला वाटतं.'' चैतन्य आश्वासक शब्दात बोलला.

पाच-दहा मिनिटं पुन्हा शांततेत गेली. प्रज्ञा गहन विचार करत होती.

''चैतन्य, तुझ्या अशा बोलण्यावरच मी निरुत्तर होते.'' मंद स्मित करत प्रज्ञा

बोलली, "तू म्हणतोयस ते मला पटतंय रे. मात्र कळतंय पण वळत नाही म्हणतात ना तशातली स्थिती आहे."

"चल, तुला एक सुंदर गाणं म्हणून दाखवतो. हेपण बंगाली आहे... रविंद्रनाथांचं...."

दोन-एक मिनिटांच्या शांततेनंतर चैतन्य पुन्हा बोलला.

प्रज्ञा अजूनही विचारमग्नच होती.

"पौर्णिमेच्या रात्री, आपल्या होऊ घातलेल्या नवऱ्याकडे जाऊ की आपल्या गतस्मृतींना, आपल्या प्रेमाला स्वत:ला समर्पित करू, या द्विधेत सापडलेल्या नायिकेचं हे गाणं आहे."

"क्या बात है!" प्रज्ञानं पसंती दर्शवली.

"ऋत्विक घटकच्या कोमल गंधारमधलं हे गाणं आहे. पद्मा नदीच्या काठी पौर्णिमेच्या रात्री..."

"वाह, म्हण की आणि कालच्यासारखा अर्थपण सांग... खूप छान वाटतं."

दोन मिनिटं शांततेत गेली आणि चैतन्यनं सुरुवात केली, "आऽऽज ज्योत्स्ना राते... शबई गेईच्छे... आऽऽज...."

चैतन्य तन्मयतेनं गात होता. त्याचा आवाज छान होता आणि मध्येमध्ये थांबून तो तिला अर्थही समजावून सांगत होता.

"आज ज्योत्स्ना राते... म्हणजे आज पौर्णिमेची रात्र आहे... ज्योत्स्ना म्हणजे चंद्र... आज पौर्णिमेची रात्र आहे आणि मी इथे या जंगलात एकटीच... आऽऽज ज्योत्स्ना राते, बोशोंतेरी माताल शोमीराने आऽऽज...."

आणि अचानक गातागाता काहीतरी साक्षात्कार झाल्यासारखा चैतन्य गायचा थांबला.

"कोमल गंधार... कोमल गंधार... प्रज्ञा कोमल गंधारची कथा तुला माहिती आहे? तू ऐकलीच पाहिजेस."

प्रज्ञा अवाक होऊन चैतन्यकडे बघत राहिली.

"तू कोमल गंधार बघितलायस? बंगाली... ऋत्विक घटकचा."

"नाही, पण ऐकलंय थोडसं त्याच्याबद्दल." प्रज्ञा.

"हा संपूर्ण सिनेमाच आणि याची कथा सेपरेशनवर आहे. दोन प्रदेशांची फाळणी, दोन देशांची फाळणी, दोन संस्थांची फाळणी आणि सर्वांत महत्त्वाचं म्हणजे दोन व्यक्तींची फाळणी."

"ओह...." प्रज्ञा कान देऊन ऐकत होती.

"कोमल गंधार या शब्दांचा अर्थ तुला माहितीच आहे. सिनेमाच्या इंग्रजी सबटायटल्समध्ये याचं भाषांतर दिलंय सॉफ्ट नोट ऑन अ शार्प स्केल. शब्दश: हा अर्थ अगदी काही फार योग्य नाही. पण काँटेक्स्टमध्ये मात्र अगदी चपखल बसतो. टागोरांच्या एका कवितेवरून हे नाव घेतलंय...."

"हं..."

"बंगालच्या फाळणीच्या पार्श्वभूमीवर हा सिनेमा उभा राहिलाय. विभक्त झालेले दोन स्वतंत्र प्रतिस्पर्धी थिएटर ग्रुप. भृगू आणि अनुसूया हे या दोन स्वतंत्र ग्रुपमधले मुख्य कलाकार. त्यांचं एकमेकांवर प्रेम जडतं. अनुसूयाचं लग्न फ्रान्समध्ये राहणाऱ्या एका विद्वान गृहस्थाबरोबर आधीच ठरलेलं असतं आणि मग उभं राहतं मानसिक द्वंद्व. एकीकडे अनुसूयाचा भूतकाळ, तिच्या सुवर्ण स्मृती आणि भृगूचं प्रेम, तर दुसरीकडे विद्वान, श्रीमंत नवरा आणि फ्रान्समधलं वैभवी राहणीमान. अनुसूयाचं मन या दोन परस्परविरोधी घटकांमध्ये इकडून तिकडे फरफटलं जातं. तुझ्यासारखंच तिच्याही मनात हे प्रचंड मोठं वादळ उभं राहतं..."

"ओहो...." प्रज्ञा एकचित्ताने ऐकत होती.

"या सिनेमाचा विषय फाळणी किंवा सेपरेशन असला तरीही या कथेचा उद्देश अतिशय पॉझिटिव्ह आहे. पुनर्मीलनाचा आहे... आणि हे मीलन होण्याचा मार्ग म्हणजे प्रेम. हा आतून येणारा आवाज... अतिशय कोमल... कोमल गंधारातला... अनुसूया तिच्या हृदयातून येणारी हीच कोमल, तरल, नाजूक हाक ऐकते... हा कोमल गंधार ऐकते... आणि स्वतःला स्वतःच्या प्रेमाला समर्पित करून टाकते. हा आतला आवाज... ही हृदयाची हाक... हा कोमल गंधार... ही तरल भावना... हे प्रेम... हा जीवनाकडे बघण्याचा दृष्टिकोन... हाच सगळ्यात महत्त्वाचा, प्रज्ञा...."

चैतन्य भारावून जाऊन बोलत होता. प्रज्ञानं डोळे मिटून घेतले होते. तिच्या चेहऱ्यावर आत्मिक समाधान पसरलं होतं.

बराच वेळ पूर्ण शांतता होती. आकाश आता निरभ्र झालं होतं. चांदणं पुन्हा एकदा टिपूर झालं होतं. पौर्णिमेचा पूर्ण वाटोळा चंद्र आता चांगलाच वर आला होता. स्वच्छ चंद्रप्रकाशामुळे रात्रीच्या अंधारातही सारं काही स्पष्ट दिसत होतं अन् चैतन्यनं पुन्हा एकदा गायला सुरुवात केली, "आऽऽज ज्योत्स्ना राते... शबई गेईच्छे... आऽऽज...."

प्रज्ञा मंत्रमुग्ध झाली होती. तिनं हळूवारपणे आपल्या दोन्ही हातात चैतन्यचे हात घेऊन त्यांचं चुंबन घेतलं. चैतन्य पूर्ण तन्मयतेनं गात राहिला.

∎